# ஸ்வரபேதங்கள்

மலையாள மூலம் : பாக்யலஷ்மி

தமிழில் : கே.வி.ஷைலஜா

| | | |
|---|---|---|
| ஸ்வரபேதங்கள் | : | தன் வரலாற்று நாவல் |
| மலையாள மூலம் | : | பாக்யலஷ்மி |
| தமிழில் | : | கே.வி. ஷைலஜா |
| | : | © ஆசிரியருக்கு |
| அட்டை புகைப்படம் | : | பி.எஸ். வம்சி |
| முதற்பதிப்பு | : | டிசம்பர் 2017 |
| வெளியீடு | : | வம்சி புக்ஸ் 19, டி.எம்.சாரோன், திருவண்ணாமலை - 606 601 செல்: 9445870995 , 04175 - 235806 |
| அச்சாக்கம் | : | மணி ஆப்செட், சென்னை - 600 077 |
| விலை | : | ₹ 300/- |
| ISBN | | 978-93-84598-48-8 |

| | | |
|---|---|---|
| **Swarabethangal** | : | An Autobiographical Novel |
| From Malayalam | : | Bhagyalakshmi |
| In Tamil | : | K.V. Shylaja |
| | : | © Author |
| Cover Photo | : | B.S. Vamsi |
| First Edition | : | December 2017 |
| Published by | : | Vamsi books 19.D.M.Saron, Tiruvannamalai - 606 601. 9445870995 , 04175 - 235806 |
| Printed by | : | Mani Offset, Chennai - 600 077 |
| | : | ₹ 300/- |
| ISBN | : | 978-93-84598-48-8 |

www.vamsibooks.com  -  e-mail: vamsibooks@yahoo.com

இலக்கியத்தின்வழி வாழ்வைப் புரிந்து
கொள்ளக் காத்திருக்கும்
மகள் மானசிக்கு...

## எப்போதுமான என் நன்றிக்குரியவர்கள்

நண்பனும் களப்பணியாளனுமான நஜீப் குற்றிப்புரம்

என் மொழியின் அடிநாதமான அம்மா மாதவி

உடன் பயணித்த மொழிபெயர்ப்பாளர்கள் உத்திரகுமாரன் - ஜெயஸ்ரீ

முன்னுரை தந்த அன்பின் பேரரசி முத்தரசி

அட்டை வடிவமைத்த மகன் பி.எஸ்.வம்சி

பின் அட்டை புகைப்படம் தந்த புகைப்படக் கலைஞன் புதுவை இளவேனில்

என்னுடன் பதிப்பகப் பணியில் உடன் பயணிக்கும் மோகனா, மாமல்லவாசன்

தொகுப்பின் ஒரு பகுதியை வெளியிட்ட ஆனந்தவிகடன் "தடம்" ஆசிரியர் குழு

# பாக்யலக்ஷ்மி

கேரள மாநிலம், கோழிக்கோட்டில் 1962 நவம்பர் முதல் தேதி பூவாட்டு குமாரன் நாயருக்கும் பார்கவி அம்மாவுக்கும் மகளாகப் பிறக்கிறார்.

## பணி சார்ந்த அனுபவங்கள்

பின்னணிக் குரல் கலைஞராக 40 வருட கால பணி

ஏறக்குறைய மலையாளத்தில் எல்லா இயக்குனரோடும் வேலை பார்த்த அனுபவம். 178 முக்கிய பெண் கதாபாத்திரங்களுக்கு 3783 படங்களில் பின்னணிக் குரல்

''பரஸ்பரம்'' என்ற பெயரில் தூர்தர்ஷனில் பனோரா விஷனுக்காக நிகழ்ச்சி தயாரிப்பு.

அம்ருதா தொலைக்காட்சிக்காக ''இதயபூர்வம்'' என்ற தலைப்பில் திரை ஆளுமைகளின் நேர்காணல்கள்.

தூர்தர்ஷனில் ''ஓர்மயில்'' என்ற நிகழ்ச்சி.

ஏஷியாநெட்டில் ''ப்ரணயமர்மரம்'' நிகழ்ச்சி.

கைரளி தொலைக்காட்சிக்காக ''மனசில் ஒரு மழவில்லு'' மற்றும் ''செல்ஃஃபீ'' நிகழ்ச்சி தொகுப்பாளர்.

## தற்போதைய பொறுப்புகள்

ஃபெப்காவின் (Film Employees Federation of Kerala) இணைச் செயலாளர்.

மலையாளத் திரைத்துறையின் ஒஇஇயின் (Jiont consultative Committee of Film Producers and Technicians) உறுப்பினர்.

ஃபெப்காவின் (Film Employees Federation of Kerala, Dubbing Union of Kerala) பொதுச் செயலாளர்.

இயக்குனர், விஸ்மயா ஸ்கூல் ஆஃப் வாய்ஸ் டிசைனிங், கின்ஃப்ரா வீடியோ பார்க், திருவனந்தபுரம்

துணைத் தலைவர், கே.எம்.எஸ். வாய்ஸ் ஃபவுண்டேஷன் (கே.எம்.எஸ். மருத்துவமனை, திருவனந்தபுரம்)

கேரளத் திரைப்பட அகாடமியின் பொதுக்குழு உறுப்பினர் (2002 - 2011)

தொழிற் கூடங்களில் நிகழும் பெண்களின் மீதான பாலியல் வன்கொடுமைக்கெதிரான சட்டம் 2013 ன் உள்மட்ட புகார் குழு நியமன உறுப்பினர்.

கேரளத் திரைப்பட மேம்பாட்டுக் கழகத்தின் (KSFDC) உறுப்பினர்.

மலையாளத் திரைப்படத் தணிக்கை வாரியக்குழு உறுப்பினர்.

கேரளத் திரைப்படவிழாவின் (IFFK) தலைவராக 2002 முதல் 2005 வரையும், 2006 முதல் 2009 வரை விழாக்குழு உறுப்பினராகவும் பணி.

## விருதுகளும் பாராட்டுகளும்

கேரள அரசின் சிறந்த பின்னணிக் கலைஞர் விருதினை மூன்றுமுறை பெற்றவர்.

திரைப்படத் திறனாய்வாளர்கள் வழங்கும் விருது இரண்டுமுறை.

பத்மராஜன் விருது (1996)

துபாய் (ETHISALAT) அமைப்பின் வாழ்நாள் சாதனையாளர் விருது.

சிறந்த தயாரிப்பாளர் விருது 2007, 2008, 2013 மற்றும் 2014 ம் ஆண்டிற்கான அகில இந்திய குழந்தைகள் சார்ந்த கேட்டல் மற்றும் பார்த்தல் விழா. (For the category of pre&primary education audio & video festival conducted by Institute of education technology Govt. of India)

"ஸ்வரபேதங்கள்" என்ற தன் வரலாற்று புத்தகம் 2013 ல் வெளிவருகிறது.

2014 ல் அந்தப் புத்தகத்திற்கு கேரள சாகித்ய அகாடமி விருது பெறுகிறார்.

அதே புத்தகத்திற்கு "கோழிக்கோடன்" விருது பெறுகிறார்.

கேரள மாநில தொலைக்காட்சி விருது 2015 ல் பெறுகிறார்.

K. Bhagyalakshmi,
F 16,Heera Swiss Town,
C Block, Soorya Gardens,
Pipinmoodu, Sasthamangalam,
Trivandram & 595 010
Contact: 9400001009 9447300070
Email. blakshmi.2001@gmail.com

## கே.வி.ஷைலஜா

கேரளாவைப் பூர்வீகமாகக் கொண்டிருந்தாலும் தமிழ்ச் சூழலிலேயே வாழ்க்கையைத் தகவமைத்துக்கொண்டவர். இலக்கிய வாசிப்பு அடுத்த கட்டத்துக்கு நகர்த்த, மொழிபெயர்ப்புப் படைப்புகளைத் தரத் தொடங்கினார்.

மளையாளக் கவிஞர் பாலச்சந்திரன் சுள்ளிக்காடு எழுதிய சிதம்பர நினைவுகள் கட்டுரைத் தொகுப்பு மொழிபெயர்க்கவே, பேச மட்டும் தெரிந்த தாய்மொழியான மலையாளத்தை வாசிக்கவும் கற்றுக் கொண்டார்.

அதன்பிறகு என்.எஸ்.மாதவன், திரைக்கலைஞர். மம்முட்டி, கெ .ஆர்.மீரா, கல்பட்டா நாராயணன், சிஹாபுதின் பொய்த்தும்கடவு, ஆகியோரது படைப்புகளையும் மொழிபெயர்த்திருக்கிறார்.

கலை இலக்கியப் பேரவை விருது, திருப்பூர் தமிழ்ச் சங்க விருது, கனடா தோட்ட விருது, மொழிப்பெயர்ப்புக்கான கலை இலக்கிய இரவு பெற்றிருக்கிறார்.

வம்சி புக்ஸ் என்ற பதிப்பகம் தொடங்கி நானூறுக்கும் மேற்பட்ட புத்தகங்களைப் பதிப்பித்திருக்கிறார். ஐந்து புத்தகங்களுக்குத் தமிழக அரசின் சிறந்த பதிப்பாளருக்கான விருதினைப் பெற்றிருக்கிறார்.

இவருடைய சிதம்பர நினைவுகள் மற்றும் தென்னிந்தியச் சிறுகதைகள் தமிழகத்தின் சில கல்லூரிகளில் பாடமாக வைக்கப்பட்டிருக்கின்றன.

**மொழிபெயர்ப்புகள் :**

**கட்டுரைகள் :**

1. சிதம்பர நினைவுகள் - பாலசந்திரன் சுள்ளிக்காடு
2. மூன்றாம் பிறை - மம்முட்டி (வாழ்வனுபங்கள்)
3. முத்தியம்மா (தமிழிலேயே எழுதப்பட்ட கட்டுரைகள்)

**சிறுகதைகள்:**

4. சர்மிஷ்டா - என்.எஸ்.மாதவன்
5. சூர்ப்பனகை - கெ.ஆர். மீரா
6. யாருக்கும் வேண்டாத கண் - சிஹாபுதின் பொய்த்தும்கடவு

**நாவல் :**

7. சுமித்ரா - கல்பட்டா நாராயணன்
8. இறுதியாத்திரை - எம்.டி. வாசுதேவநாயர்

**தொகுப்பு நூல்கள் :**

9. பச்சை இருளனின் சகா பொந்தன் மாடன்
   (தமிழ் - மலையாளச் சிறுகதைகளின் தொகுப்பு)
10. தென்னிந்தியச் சிறுகதைகள்
   (தமிழ் - மலையாள -கன்னட - தெலுங்குச் சிறுகதைகளின் தொகுப்பு)

கணவர் : எழுத்தாளர் பவா செல்லதுரை

பிள்ளைகள் : மகன் வம்சி, மகள். மானசி

வீடு :19.டி.எம்.சாரோன்,திருவண்ணாமலை

பேச : 9445870995

எழுத : kvshylajatvm@gmail.com

# நல்நிலவு போல...

## எம்.டி.வாசுதேவன் நாயர்

(மலையாளப் பதிப்பிற்கான வாழ்த்துரை)

சிறு வயதிலேயே வருமானத்திற்கான வழியாக பின்னணிக்குரல் கொடுப்பதை பெரியம்மா நினைத்ததாலேயே பாக்யலஷ்மி இந்தத் துறைக்கு வருகிறார். பெரியம்மாதான் பாக்யலஷ்மியையும் மூத்த சகோதரனையும் பார்த்துக் கொண்டார். டப்பிங் கலையால் ஈர்க்கப்பட்டு அதில் தேர்ந்தவளாக மாறி, அதன் சூட்சுமங்களைக் கவனமாய் படித்தார் பாக்யலஷ்மி. பல எழுத்துகாரர்கள், பல சினிமாக்களுக்காக எழுதிய பெண் கதாபாத்திரங்களின் காதலும் விரகமும், நிராசையும், ரோஷமும், தியாகமுமெல்லாம் ஸ்வரபேதங்களுக்கிடையே நம்பகப்படுத்தி பாக்யலஷ்மி நம்மை ஆச்சரியப்படுத்தி சீக்கிரமே அங்கீகாரத்தை அடைந்தார். டப்பிங் என்ற தொழில்நுட்பக் கலையில் தாரகையாய் வளர்ந்தார்.

நான் உட்பட பலருக்கும் அந்த நிலையில்தான் பாக்யலஷ்மி அறிமுகமாகிறார். இந்த ஆத்ம கதையை வாசித்தபோது அதிர்ந்து போனேன். நல்நிலவு போல ஒரு சிரிப்பு எப்போதும் அந்த முகத்திலிருக்கிறது. மகா கவி சொன்னது போல மர்மமானது அந்த சிரிப்பு. கடந்து போன வாழ்க்கைச் சுழல்களையெல்லாம் அழித்தொழித்து மேலேறி நிற்க கடவுள் கொடுத்த சிரிப்பென்றும் சொல்லலாம். தான்

குரல் கொடுத்த கதாபாத்திரங்கள் யாருமே இவ்வளவு வேதனைகளைச் சகித்திருக்கமாட்டார்கள். சத்தியத்தின் உள்ளொளியோடிருக்கும் வார்த்தைகளை பாக்யலஷ்மி அவளின் கண்ணீரில் அடுக்கி உயர்த்திய தியான மண்டபம் இந்தப் புத்தகமென்று சொல்ல ஆசைப்படுகிறேன்.

தொடர் அற்புதங்கள் நிறைந்த வாழ்க்கைக்கு என் வாழ்த்துக்கள்.

## வாசித்துத் தீர்க்க முடியாத ஒரு அபூர்வ ஜீவிதம்

### சத்யன் அந்திக்காடு

(மலையாளப் பதிப்பிற்கான முன்னுரை)

பாக்யலஷ்மியை என் குடும்பத்தில் ஒரு அங்கமாகவே நான் நினைத்திருக்கிறேன். மெட்ராஸில் பெரியம்மாவுடன் சேர்ந்து குழந்தைகளுக்குக் குரல் கொடுக்க வரும் நாளிலிருந்து எனக்குப் பழக்கம். அன்று நான் சுதந்திரமான இயக்குனர் அல்ல. பாவாடையிலிருந்து தாவணிக்கும் புடவைக்குமான லஷ்மியின் வளர்ச்சி எங்கள் கண் முன்னாலேயே நிகழ்ந்தது. அன்று நான் பார்த்த பாக்யலஷ்மி அல்ல, இப்போது நான் பார்க்கும் பாக்யலஷ்மி என்பது மாத்ருபூமியில் வந்த கட்டுரைகளைப் பார்த்தபோது உணர முடிந்தது. அதை படித்து நான் அதிர்ந்து உட்கார்ந்துவிட்டேன். துக்கத்தின் கடல் இந்த பெண்ணின் உள்ளே நிரந்தரமாக சுழற்றியடித்ததை நாங்கள் யாரும் அன்று உணர்ந்திருக்கவில்லை.

நான் தொலைபேசியில் கூப்பிட்டபோது லஷ்மி, 'நான் விரிவாக எழுதப்போகிறேன் அண்ணா, ஒரு சுயசரிதையைப் போல' என்றார்.

இப்போது அது எழுதப்பட்டிருக்கிறது. வரும் தலைமுறைகளுக்கான ஒரு பாடப்புத்தகம்தான் இந்த ஆத்மகதை என்று நான் நம்புகிறேன்.

மிகவும் அழகான மொழிநடையும் மொழியுமென்று எம்.டி.வி. சொல்லியிருக்கிறார். மாதவிக்குட்டியின் வார்த்தைகள் நமக்குள்ளாகப் பதிந்து போவது அதன் அழகால்தானே. தெரிந்தோ தெரியாமலோ பாக்யலஷ்மி செய்திருப்பதும் அதையேதான். இன்னொருத்தர் படித்து நாம் கண் மூடிக் கேட்டுக்கொண்டிருந்தால் லஷ்மி பேசுவது போலவே தோன்றும். கொஞ்சமும் ஜோடனை இல்லாமல் அலங்காரம் இல்லாமல் இதயத்திலிருந்து இறங்கி வருவது போன்ற வரிகள் என்னை ஆச்சரியப்படுத்தின.

வாழ்வின் பல கட்டங்களில் பாக்யலஷ்மியின் பல முகங்களை நான் பார்த்திருக்கிறேன். சில நேரங்களில் பரிதாபமாகத் தோன்றும், சில நேரங்களில் முரட்டுத்தனமான பாவம். பத்தொன்பது வயதில், தேவையேயில்லாமல் கேலி செய்த ஒரு புகழ்பெற்ற நடிகனை தெருப்பிள்ளைகளின் பாஷையில் கத்தி விரட்டியதை நான் பார்த்திருக்கிறேன். பார்வைக்கு அழகியாக இருந்தும் சினிமாவின் சதிக்குழிகளில் விழாமல் இருந்தது, சுயமாக தன்னை பாதுகாத்துக் கொள்ளும் திறமையால்தான் முடிந்தது. பாக்யலஷ்மி எப்போதும் தனிமையாகத்தான் இருந்தாள். விவாகமும், விவாகரத்தும், பிறகு ஏற்பட்ட காதலும், அதிலிருந்து ஏற்பட்ட நிசப்தமான பின்வாங்கலும் சுயமாகத் தீர்மானித்த விஷயங்கள்தான் என்றாலும் அதற்கு யாரையும் கூவி அழைத்ததில்லை. இந்த சுயசரிதையில் ஒருவரையும் குற்றப்படுத்தவில்லை. அதைத்தான் அவரின் மேன்மை என்று சொல்லலாம்.

நான் அறிந்து, தன் ரகசியங்களை லஷ்மி முதல் முறையாகச் சுற்றியுள்ள உலகத்திற்கு இந்த புத்தகத்தின் வழியாக வெளிப்படுத்துகிறார். அதற்கு நல்ல திரைக்கதையின் அழகும் இருக்கிறது. வாசகர்களைத் தன்னுடன் பயணிக்க வைக்க

உற்சாகப்படுத்துவது என்பதுதான் நல்ல எழுத்துக்களின் லட்சணம். பாக்யலஷ்மியுடன் நாமும் அந்த பயணத்தில் பங்காளிகளாகிறோம். அதனால்தான் பாலமந்திரத்தில் அனாதையாக்கப்பட்ட அந்த சிறு குழந்தையின் துக்கத்தில் நம் கண்கள் நிறைந்து ததும்புகிறது.

அவர் அகங்காரியென்று நானும் கேட்டிருக்கிறேன். ஆனால் அதை சொல்பவர்களை விட நான் பாக்யலஷ்மியை நம்புகிறேன். ஒரு மனுஷி எல்லா நிலையிலும் தெளிந்து மேலே வரும்போதுதான் மற்றவர்களிடம் பொறாமையைப் பிறக்க வைக்க முடியும். லஷ்மியோடு எல்லோருக்கும் இப்போதுகூட பொறாமை தோன்றலாம். இந்தப் புத்தகம் கூட அவரின் வளர்ச்சிதானே. இனியும் பொறாமைப்பட காலம் எவ்வளவையோ தேக்கி வைத்திருக்கிறது.

தொழில்ரீதியான போட்டி பாக்யலஷ்மிக்கு யாருடனும் இருப்பதாக எனக்குத் தோன்றவில்லை. கதாநாயகிகளுக்கு மட்டும் குரல் கொடுத்துக் கொண்டிருந்த நாட்களில் புதிதாக ஒரு நாயகி வந்தால் இயல்பாகவே டப்பிங் ஆர்ட்டிஸ்டுகளுக்கு எதிர்பார்ப்பு கூடிவிடும். அங்கேயும் பாக்யலஷ்மி என்னை மிகவும் ஆச்சரியப் படுத்தியிருக்கிறாள்.

'மீண்டும் சில வீட்டு காரியங்களில்' என்ற படத்தில் சம்யுக்த வர்மா என்ற புதுமுகம் நடிக்கிறார். குரல் கொடுக்க வேண்டுமென்று சொன்னபோது, 'அவங்க மலையாளிதானே, சொந்த குரலில் டப் செய்யச் சொல்லுங்கள்' என்று என்னிடம் சொன்னார். பாக்யலஷ்மியின் குரல் அந்த கதாபாத்திரத்திற்கு வேண்டுமென்று நான் கட்டாயப்படுத்தியபோது சந்தோஷத்துடன் வந்து செய்து கொடுக்கவும் செய்தார். 'யாத்ரகாரர்களின் ஸ்ரத்தக்கி' என்ற படத்தில் சௌந்தர்யாவிற்கு குரல் கொடுக்கும்போதும் ஒரு கலாகாரியின்

உள்ளார்ந்த ஈடுபாட்டை நான் பார்த்தேன். மொழி தெரியாவிட்டாலும் உரையாடல் முழுக்க அர்த்தம் தெரிந்து மனப்பாடம் செய்துதான் சௌந்தர்யா நடிப்பார். அதனால் அந்த குரலின் உணர்வுகளை அப்படியே பிரதிபலிக்க முடியாது. ஒவ்வொரு ஷாட்டும் டப் செய்து முடித்து பைலட் டிராக் மறுபடியும் கேட்டால் பாக்யலஷ்மி, 'அய்யோ சௌந்தர்யா நடித்தமாதிரி வரவில்லை, நாம மறுபடியும் செய்து பார்க்கலாம்' என்று சொல்வார். பிறகு சௌந்தர்யாவின் குரலைக் கேட்க வைக்காமல் நான் டப் செய்து முடித்தேன்.

எந்த வேலையும் வெற்றி பெற ஒரே வழிதான் இருக்கிறது. செய்யும் வேலையை ஆத்மார்த்தமாகச் செய்வது, அதில் பூரணமாக மனதை அர்ப்பணிப்பது. அதே அர்ப்பணிப்பால் தான் பாக்யலஷ்மி ஜெயிக்கிறார். டப்பிங்கில் மட்டுமல்லாமல், வேலை செய்யும் எல்லாத் துறைகளிலும் அப்படித்தான். சங்க நடவடிக்கைகளானாலும் குடும்ப வாழ்விலானாலும் அன்பிலும் காதலிலும் வெறுப்பிலும் அப்படியொரு ஈடுபாட்டை நான் பார்த்திருக்கிறேன்.

இந்தக் காரணங்களினால் இந்தப் புத்தகம் வெற்றி பெறுகிறது. இதெல்லாம் மனதில் வைத்துத்தான் இந்த ஆத்ம கதையை ஒரு பாடபுத்தகமாக வைக்கலாமென்று நான் சொன்னேன். இன்றைக்கும் துயரமான வாழ்வை வாழ்ந்து கொண்டிருக்கும் பெண் குழந்தைகளுக்கும் வீட்டம்மாக்களுக்கும் நம்பிக்கை தரும் பாடபுத்தகம். எல்லாவற்றிற்கும் மேலாக, குடும்ப, பொருளாதர, எந்தவொரு பின்புல சக்திகளுமில்லாத ஒரு சாதாரண பெண்ணிற்கு தன்னமிக்கையுடன் வாழக் கற்றுத்தரும் பாடபுத்தகம்.

புத்தகம் வாசித்து முடித்து மடித்து வைக்கும்போதும் ஒரு சந்தேகம் தொக்கி நிற்கிறது. யதார்த்த பாக்யலஷ்மியை நாம் முழுமையாகப் புரிந்து கொண்டிருக்கிறோமா? நம்மோடு பங்கு வைக்காத சிரிப்பும் துக்கமும் இன்னமும் அவருக்குள் கூடு கட்டியிருக்குமா? ஒருபோதும் வாசித்து தீராத ஒரு புத்தகம்தான் பாக்யலஷ்மி.

# நான் ஏன் எழுதத்தொடங்கினேன் ...

## பாக்யலஷ்மி

நிறைய யோசித்த பிறகுதான் இப்படியொரு ஆத்ம கதையை எழுதலாமென்று தீர்மானித்தேன். நான்கு வருட யோசனை. இதற்கான தேவை இருக்கிறதாவென யோசித்தேன். இதனால் சமூகத்திற்கு என்ன பலன் இருக்கிறதென்றும் ஒரு ஆத்ம கதையை எழுத ஏதாவது மகத்தான செயல் நான் செய்திருக்கிறேனா என்றும் நீங்கள் யோசிப்பது போல நானும் யோசித்தேன்.

பெரிய குடும்ப மகிமையோ, பாரம்பரியமோ, படிப்போ, மொழிப் பாண்டித்யமோ ஒன்றும் எனக்கில்லை. ஆனாலும் நான்கு வயது முதல் பாதுகாக்கவோ அன்பு செலுத்தவோ யாருமில்லாமல் கடந்து போன பால்யத்தின், இளமையின், அனாதைத்துவத்தின் கடின உழைப்பின் மத்தியிலிருந்து ஆளுமையை, என் மீதான நம்பிக்கையை, அன்பை இவையெல்லாவற்றையும் நான் சுயமாகத் தேடிக்கொண்டேன். என் வாழ்க்கை முழுவதும் நான் தாண்டி வந்திருக்கும் கல்லும் முள்ளும் நிறைந்த வழிகளும் நான் அன்பு செலுத்தியவர்களிடமிருந்து எனக்கு கிடைத்த விரும்பத்தகாத அனுபவங்களும் எனக்கு கொடுத்த வாழ்வனுபவங்கள்தான் இந்த புத்தகம் எழுத உந்துசக்தியாயிருந்தது. முதலாவதாக மாத்ருபூமி வாரப்பத்திரிகையில் இது கட்டுரையாக தொடர்ந்து வந்தபோது அதன் வரவேற்பு நம்பமுடியாததாக இருந்தது.

நான் ஆராதித்திருந்த பல இலக்கிய ஆளுமைகளும் என்னைக் கூப்பிட்டுப் பாராட்டினார்கள். மென்மேலும் உங்களுக்கு மரியாதை செலுத்துகிறோம் என்று சொன்னார்கள். 'அழிக்கோடு' மாஸ்டர் தலையில் கை வைத்து ஆசிர்வதித்தார். இன்னும் விவரமாக எழுதச் சொன்னார். பாலசந்திரன் சுள்ளிக்காடு தொலைபேசியில் கூப்பிட்டு பேசாமல் நிசப்தனாக நின்றார். 'அழுகை வருகிறது' என்று சொல்லி தொலைபேசியைத் துண்டித்தார். ஃபாசில் சாரும் கமல் சாரும் சத்யன் அந்திக்காடு சாரும் உணர்வு பூர்வமாகப் பேசினார்கள். 'ஏன் எங்களிடம் சொல்லவில்லை' என்று கேட்டார்கள். கேரளாவிலிருந்தும் வெளியேயிருந்தும் பலரும் கூப்பிட்டு வாழ்த்து சொன்னார்கள். எல்லோரும் ஒரே ஸ்வரத்தில் இந்த புத்தகத்திற்காய் காத்திருக்கிறோமென்றார்கள். 'மழவில் மனோரமா' வில் 'கத இதுவரே' பார்த்து முடிந்தபோது என்னை ப்ரியமாய் வைத்திருக்கும் மளையாளிகளின் எண்ணிக்கை கூடியது. யாருமேயில்லையென்று நினைத்திருந்த எனக்கு உலகம் முழுவதும் யார் யாரோ இருப்பது போல... சரி எழுதி விடலாமென்று தீரமானித்தேன். எழுதிய பாகங்களை சில இலக்கிய நண்பர்களுக்கு வாசிக்கக் கொடுத்தேன். இந்த மொழி நன்றாக இருக்கிறதென்றும் இப்படியேதான் முழுமையும் வேண்டும் என்று எழுத உற்சாகப்படுத்தினார்கள்.

என் பிள்ளைகளிடம்தான் முதலில் வாசிக்கக் கொடுத்தேன். அவர்கள் பூர்ண சம்மதம் தெரிவித்தபிறகுதான் அடுத்த கட்டத்திற்குப் போனேன். தொடக்கத்திலும் மத்தியிலுமெல்லாம் இயல்பாக எழுத முடிந்தது. ஆனால் திருமண வாழ்க்கையைப் பற்றி எழுத ஆரம்பித்தபோது கை நடுங்கியது. தலை பாரமாகியது. வைராக்யமும் துக்கமும் என்னை சூழ்ந்தபோது எழுதுவதை நிறுத்தினேன். முற்போக்கு கலை இலக்கிய சங்கத்தின் (புரோகமன கலா சாகித்ய சங்கம்) நிகழ்ச்சிக்கு திருச்சூருக்கு போனபோது 'அழிக்கோடு'

மாஸ்டரிடம், என்ன இப்படியொரு அவஸ்தை, நான் என்ன செய்ய வேண்டும்? என்று கேட்டேன். அவர்தான் ஆத்ம கதை எழுதும்போது உணர்வுகளை தள்ளி நிறுத்த வேண்டும் என்றார். சம்பவங்களிலிருந்து நகர்ந்து நிற்க வேண்டும். ஒரு வித Detachmentவேண்டும். Attachment வந்தால் அவ்வளவுதான், ஒருபோதும் எழுதமுடியாது என்றார்.

பிறகு Detachment ற்காக கொஞ்சநாட்கள் காத்திருந்தேன். இன்று இல்லாமல் போன நாட்களோ, விஷயங்களோ, ஆட்களோ ஒன்றும் என்னைப் பாதிக்கவில்லை, வேதனைப்படுத்தவுமில்லை. மீண்டும் எழுத்து ஆரம்பித்தது. அப்போது அடுத்த பிரச்சனை. எல்லாவற்றையும் எழுத்துக்கு ஒப்புக் கொடுக்கவேண்டுமா? அப்போதும் விதவிதமான அபிப்ராயங்கள் வந்தன. நான் மீண்டும் சோர்ந்து போனேன். என் பிள்ளைகள் என்னிடம், 'நாங்க இருக்கோம் அம்மாகூட, தைரியமா எழுதுங்க, என்ன பிரச்சனை வந்தாலும் கூட நாங்க இருப்போம்' என்றார்கள். கடைசியில் இது என் ஆத்மாவின் உள்ளேயிருந்து வருகிறது. ஒளிவு மறைவு கூடாது, இதிலிருந்து வரும் விமர்சனங்களைக் கேட்க நான் தயாராக இருக்க வேண்டும்.

எல்லாவற்றையும் ஒளித்து வைக்காமல் எழுதுவதால் சிலருக்கு சந்தோஷமாகலாம், சிலருக்கு வலிக்கலாம். யாரையும் வேதனைப்படுத்தாமல் யாராலும் இந்த உலகத்தில் வாழ்ந்து தீர்த்துவிட முடியாது. ஆனாலும் சில விரும்பப்படாத நிஜங்கள் மற்றவர்களை வேதனைப்படுத்துமானால் அதை சொல்லாமலிருக்கவும் முயற்சித்திருக்கிறேன். யாரையும் நோகடிக்க நமக்கு உரிமையில்லை. நாமே நம்மை வருத்தப்படுத்திக் கொள்ளலாம், அவ்வளவுதான். நான் மிகவும நேசிக்கும் ஆட்களையும் வெறுக்கும் ஆட்களையும் துக்கப்படாமல் இருக்க வைக்கட்டும் இந்த புத்தகம்.

யாரும் செய்யாத மகத்தான காரியங்களேதும் நான் செய்யவில்லை; இந்தச் சமூகத்திலும் சினிமாவிலும் என்னவொரு தேவை என்று மீண்டும் மீண்டும் சிந்தித்தேன். இருக்கிறது, தேவை இருக்கிறது. யாருக்கும் தெரியாமல் எந்தவொரு தனித்துவமும் இல்லாமல் வேலை பார்த்து வாழும் டப்பிங் ஆர்ட்டிஸ்டுகள் என்ற கலைஞர்களை வெளி உலகிற்குக் காண்பித்துக் கொடுத்த ஆளுமை. யாருமில்லாமல் தனியாகப் போராடி மானத்தை விலை பேசாமல் மரியாதையுடன் வாழ்ந்தவள், ஒரு பெண், ஒரு அம்மா என்ற நிலையில் சில விஷயங்களை சிலர் தெரிந்து கொள்வதும் நல்லதுதானே.

எனக்குத் தவறு நேர்ந்து விட்டது என்று சொல்லும் பதின் வயதுப் பெண்கள், ஸ்திரீகள், ஆண்கள் அதற்கு புரட்சி செய்தவராகவும் தியாகம் செய்தவராகவும் இருக்க வேண்டியதில்லை. ஒவ்வொருவரின் வாழ்விலும் நாம் தெரிந்து கொள்ள வேண்டியது நிறைய இருக்கிறது; நல்லதும் கெட்டதும். என்னைப் பொறுத்தவரை என் வாழ்வு முழுவதும் நடந்ததெல்லாம்தான் என்னை கருத்துற்றவளாக்கியிருக்கிறது. என்னிடம் அன்பு செலுத்தியவரிடமும் என்னை வெறுத்தவர்களிடமிருந்தும் நான் நிறையக் கற்றுக் கொண்டேன். தள்ள வேண்டியவற்றைத் தள்ளியும் கொள்ள வேண்டியவற்றைக் கொண்டும் நான் கூடுதலாக கருத்துற்றவளானேன்.

ஒரு ஆள் நினைத்தால், மனது வைத்தால் எந்த நெருக்கடிகளிலுமிருந்தும் மீண்டு வர முடியுமென்று நான் நம்புகிறேன். அதற்கு தன்னம்பிக்கை வேண்டும். லட்சிய நோக்கு வேண்டும், ஜெயித்தே தீருவேன் என்ற பிடிவாதம் வேண்டும். எனக்குத் தவறு நேர்ந்து விட்டது என்ற வார்த்தையை நான் வெறுக்கிறேன். நான் எப்படி வாழவேண்டுமென்று நான்தான் தீர்மானிக்கவேண்டும்.

எவ்வளவு நாட்கள் கழித்துத் திரும்பிப் பார்த்தாலும் அய்யோவென்று தோன்றாத வாழ்வை வாழ வேண்டும். சுயமொரு மரியாதை எழ வேண்டும். தொழில்ரீதியாகவும் என் ஆளுமை வழியாகவும் இதுவரை எனக்கு என்னைப்பற்றி மரியாதை மட்டுமே தோன்றியிருக்கிறது. இனியும் அப்படியேதானிருக்கும். சின்ன சின்ன விஷயங்களுக்காகக் கூட மனசு தளர்ந்து தற்கொலைக்கு முயற்சிக்கும் சிலருக்காவது இந்த புத்தகம் பயன்படுமானால் சந்தோஷம்.

கேரளாவின் ஊடகங்களிலும் சினிமா விவாதங்களிலும் நான் பங்கேற்கும்போது பார்வையாளர்களுக்கு நான் அகங்காரியென்றும் தான்தோன்றியென்றும் பணக்காரியென்றும் ஒரு நினைப்பு இருந்தது, ஒவ்வொருத்தரோடும் தனித்தனியாக மனசை திறந்து காட்ட முடியாதில்லையா? அப்படி ஒரு பாவம் என் முகத்திலோ நடவடிக்கைகளிலோ வந்திருந்தால் அது அகங்காரமில்லை. மாறாக கடின உழைப்பு செலுத்தி வாழும் பெண்ணின் தன்னம்பிக்கை என்பதை சிலரையாவது உணர வைக்க வேண்டும்.

இந்த புத்தகம் எழுத என்னை ஊக்கப்படுத்திய நிறைய பேர் இருக்கிறார்கள். எதற்கு இப்படியொரு புத்தகம் என்று நினைத்தபோதெல்லாம் என்னை எப்போதும் கட்டாயப்படுத்திக் கொண்டிருந்த இயக்குனர் கமல், ஜெயராஜ், பாலசந்திரன் சுள்ளிக்காடு, டி.என்.கோபகுமார், ஜேக்கப் ஜார்ஜ், என் நண்பர்.ராஜி, சஜிதா மடத்தில், சௌமியா, SLET இயக்குனர் பாபு செபாஸ்டின், இந்த புத்தகம் தயாராக்க எனக்கு உதவிய டென்ஸி ஜேக்கப், டி.ஸி.புக்ஸ் எடிட்டர் ஜி.அமிர்தராஜ் என எல்லாருக்கும் நன்றி. இந்த புத்தகத்தைப் படியுங்கள். தவறு இருந்தால் மன்னியுங்கள்.

## தாழப் பறக்குமொரு கொக்கின் மனதாய் ...

### (தமிழ் பதிப்பிற்கான முன்னுரை)

**அரசி**

பால்யத்தின் நாட்களில் ஆளரவமற்ற பள்ளி மைதானத்தில், கெபியின் வாசலில் உதிர்ந்து கிடக்கும் பன்னீர்ப் பூக்களைக் கோர்க்க, தோழியின் பிரிய கரங்களை எப்போதும் நான் தேடியதுண்டு.

பருவத்தின் வாசலில் நிற்கையில், பகுத்தறிவற்ற பிரியங்களைக் கடப்பதற்கு, பெரும் நேசமும் புரிதலும் பெண் மனதைத் தேடி அலைந்ததுண்டு.

இப்போதும் இந்த உலகத்தின் கயமைகளில் மனம் குமையும் நேரங்களில் எல்லாம் இந்த வாழ்வெனும் பெரும் பாதையை வெளிச்சமாக்கும் ஒரு எல்லையற்ற மானுட அன்பை எப்போதும் நான் யாசித்ததுண்டு .

ஏதோ ஒரு அற்புத தேவ கணத்தில், இந்தத் தேடல்கள் அனைத்தையும் நிறைவாக்கியவர் நீங்கள் ஷைலு!

எல்லாவற்றின் மீதும் நம்பிக்கை இழக்கும் தருணங்கள், உறவுகளாலும், பிரிவுகளாலும் மனதில் எரியும் காயங்கள், யார் யாரையோ, யார் யாராகவோ நினைத்து தொடர்ந்து போய் ,திரும்பிப் பார்த்து ஏமாந்து நின்ற கணங்கள், அன்பின் அவஸ்தைகள், பிரியத்தின் கண்ணீர், கையாலாகாத்தனத்தின் வெம்மை என நீண்டு கொண்டே போகும் இந்த வாழ்வெனும் பெரும் பயணத்தின் தீராத வடுக்களைக்

கூட பிரியத்தால் நனைத்து போகிறது தங்களின் நட்பெனும் பெருஞ்சிறகு.

மலையாளத்தின் ஆகச்சிறந்த படைப்புகளை எல்லாம் பெரும் பிரயத்தனத்தோடு தமிழில் நீங்கள் மொழி பெயர்க்கும் எழுத்துகள் அனைத்தும், இந்த மானுட வாழ்வின் மீது எல்லையற்ற பிரியத்தின் பெரு வெளிச்சத்தை பாய்ச்சிக் கொண்டே இருப்பவை.

மொழிபெயர்ப்பு என்பது கத்தியின் மீது நடக்குமொரு சாகசம்! மூலத்தின் தன்மையைச் சிதைக்காமல் அதன் ஜீவனையும், உக்கிரத்தையும், அதே அடர்த்தியோடு வேறொரு மொழியில் மொழிபெயர்ப்பது என்பது இந்தப் பிரபஞ்சத்தின் சூனியத்தைச் செதுக்கும் சாதுரியம்!

'ஸ்வர பேதங்கள்' பாக்கியம் சேச்சியின் வாழ்வை நிறைத்த அனுபவங்களின் தொகுப்பு!வாழ்வெனும் தீராப் பயணத்தின் மீதும். அதன் மனித மனங்களின் மீதும் அவர் வைத்த பெரும் நம்பிக்கை.

பண்டிகை நாட்கள், விசேஷ நாட்கள் என எந்தக் காரணமும் இல்லாததொரு மழை நாளில் கூட ,மாய்ந்து மாய்ந்து ஆளுயர மாலைகளைக் கட்டிக் கொண்டு அமர்ந்திருக்கும் ஒரு பூக்காளியின் விரல்களை, பாலைவனத்தைக் கடக்குமொரு மழைமின்னல் போல எப்போதும் கவனித்தபடி கடந்திருக்கிறேன்.யாருக்காக இந்த மாலைகளைக் கட்டிக் கொண்டு இருக்கிறாள் என எப்போதும் தோன்றும்.அவளுக்கு பரிச்சயமற்ற, ஏதோ ஒரு உயிரின் மரணம்தான், அதற்காக வாங்கப்படும் இந்த மாலைதான் இவளுடைய ஜீவிதத்தை வழி நடத்துகிறது என்கிற எண்ணம் திடுக்கென்று நெஞ்சை நிறைக்கிறது.

ஒரு உயிரின் முடிவு, இன்னொரு உயிருக்கான வாழ்வின் தேடல் என்பதே ஆகச்சிறந்த நகை முரணாக இங்கே விதிக்கப்பட்டிருக்கிறது.

புன்னகையும் கண்ணீரும் ஊடும் பாவுமாகப் பயணிக்கும் ஒரு ஆளுமையின் பேரனுபவங்கள்தான் நம்மை எப்போதும் வழிநடத்துகிறது.

புதிரும் கண்ணீரும் நிரம்பியதொரு சக பெண்ணின் ஒரு சொல், ஒரு எழுத்து, ஒரு செயல்தான் இந்த வாழ்வை இன்னும் தீவிரமாக, கடுமையாக முன்னெடுப்பதற்குக் கற்றுத் தருகிறது!

இந்த ஸ்வர பேதங்களின் மொழிபெயர்ப்புத் தடத்தில் உங்களோடு கை கோர்த்த அனுபவம். மழைத் தூறலில் சிறகு நனைக்கும் சிறு பறவையின் சிலிர்ப்பு ஷைலு!

எழுதி முடித்த கையோடு எனக்கு வாசித்துக் காண்பித்த தருணங்கள், கண்ணீரில் நிறைந்த அமைதியின் நிமிடங்கள் ,எழுதவே முடியாமல் கட்டைவிரல் வீங்கிப்போய் ஆள்கட்டி ஒற்றை விரலில் அத்தனையையும் தட்டச்சு செய்து முடித்த வேதனையின் பக்கங்கள். எல்லாமே எழுதி முடித்து நிமிர்ந்த கணத்தில் வாய்த்ததொரு நிச்சலனமும்,பேரமைதியும் இப்படி அனைத்திலும் உங்களோடு இருக்க அனுமதித்தற்கு நன்றி ஷைலு !

சிறகுகள் வலிக்க வலிக்கப் பறந்து கொண்டேயிருக்கும் இந்தப் பறவையின் மனதிற்கு வாழ்வின் மீதான தீரான நம்பிக்கையைப் பரிசளித்த தங்களின் எழுத்திற்கு என் நன்றிகள் ஷைலு !

தங்களின் எழுத்தெனும் நதியின் மேல் தாழப் பறக்குமொரு கொக்காய் இருக்கவே விரும்புகிறேன் எப்போதும்!

ஷைலு எனும் படைப்பாளியைத் தன் உள்ளங்கைகளில் வைத்துத் தாங்குமொரு எளிய வாசகியாய் மட்டும் இருந்து விட்டால் போதுமெனக்கு!

## சுழலிலிருந்து தெளிந்த நீரோடையாய்...

வாழ்வு பலருக்கும் சுழலாகவே கடந்துபோய் விடுகிறது. அது சுழல், நாம் மீண்டு வரலாம் என்று பலரும் உணருவதேயில்லை. உணரும் பலரால் வெளிவர முடிந்ததில்லை.

நான்கு வயதில் பாக்யலஷ்மிக்கு ஏற்பட்ட வலி, நினைக்கும் போதெல்லாம் படபடப்பை ஏற்படுத்துகிறது. ஒரு நிமிடத்தில் தன்னை எங்கோ இடம் தெரியாத, ஆள் புரியாத இடத்தில், எதற்காக நம்மை இங்கு விட்டுச் சென்றார்கள் என்றே தெரியாத துயரம் வாழ்வின் எல்லைவரை இட்டு நிரப்ப முடியாதது. ஆனால் அதையெல்லாம் உள்ளே ஒதுக்கி வைத்து அதன் சிறு துகளைக்கூட முகத்தில் தேக்கி வைக்காமல் பொங்கிப் பிரவகிக்கும் சிரிப்பான முகத்துடன் தன் வாழ்வைத் தகவமைத்துக் கொண்ட பாக்யலஷ்மியின் வாழ்வை மலையாளத்திலிருந்து ஒற்றியெடுத்த போது, அந்த வாழ்வின் சாரம் என்னில் நிறைய படிந்துபோனது.

வாழ்க்கைதானே கதைகளாய் சம்பவங்களை விட்டுச் சென்று வரலாறாய் நிலைத்து நிற்கிறது. பல நேரங்களில் அதன் அனல் தாங்க முடியாமல் தகித்துப் போனேன். சில நேரங்களில் அதன் ஆளுமையில உறைந்து போனேன். சில நேரங்களில் அதன் குழைந்தமையில் கரைந்து போனேன். சில நேரங்களில் அவர் வாழ்வின் மீது ஏற்பட்ட தனிமைத் துயரில் அலைகழிந்து போனேன். ஒரு வாழ்வை உள்வாங்கிக் கொள்வதிலேயே நான் இப்படி ஒடுங்கி உள்வாங்கிப் போனால்

பாக்யலஷ்மி எப்படி வாழ்ந்து தீர்த்திருக்கிறார்? இனியாவது மகன்களின் வழி தனிமை அந்த மனுஷிக்கு மறந்தும், இல்லாமலும் போகட்டும்.

தனிமையில் வாழ நேர்ந்த ஒரு பெண், அந்தத் துயரை அழித்தொழித்து அடைந்த உயரம் நாம் கைக்கொள்ள வேண்டியது. வாழ்வின் வழி நெடுக, கற்களாலும் முட்களாலும் நம்பிக்கை துரோகத்தாலும் பாதை விரித்தாலும் எப்போதாவது வரும் சிறு தூறலை வைத்துக் கொண்டு இந்த பூமிக்கு துளிர்களை அனுப்ப முடிந்த லஷ்மி சேச்சியின் மனசை இன்னும் நெருக்கமாக சேர்த்தணைக்கத் தோன்றுகிறது.

மலையாள இலக்கிய ஆளுமையான பால் சக்காரியாவின் கதைகளை சாகித்ய அகாடமியின் நிகழ்ச்சி ஒன்றில் வாசிக்க வந்து போன பாக்யலஷ்மியைப் பின்னணிக்குரல் கலைஞராய் எனக்குப் பதினைந்து வருடத்திற்கு முன்பே தெரிந்திருந்தாலும், என் நண்பனும் களப்பணியாளனுமான நஜீப் குற்றிப்புரம் மீண்டும் அறிமுகப்படுத்தினார். 'ஸ்வரபேதங்கள்' என்ற புத்தகத்தை என்னிடம் சொல்லி அதற்கான அனுமதி பெற்று மொழிபெயர்த்து முடித்த இந்த நிமிடம்வரை என் நன்றிக்குரியவர்கள் நிறைய பேர். ஒரு பெண் ஆளுமையை தமிழுக்குத் தந்த நிறைவுடன் எல்லோருக்கும் நன்றி.

ஸ்வரங்களிலும் வாழ்விலும் நிறைந்திருக்கும் வேறுபாடுகளுடன் லஷ்மி சேச்சியை உங்கள் வீட்டிற்கும் மனங்களுக்கும் இட்டுச் செல்லுங்கள். அவருடைய ஆளுமையில் நிலைத்திருப்போம்.

எளிமையான அன்போடு,

கே.வி.ஷைலஜா

1. தனிமைப்படுத்தபட்ட குழந்தை ................................................. 29

2. டப்பிங் அறைகளுக்கு...வாழ்க்கைக்குள்ளும் ...................... 81

3. படியிறங்கிப் போன தாம்பத்தியம் ............................................ 130

4. தனிமையில் துடுப்பிட்டு வாழ்வின் கரையோரத்திற்கு........ 176

5. நிழல்களாய் அடர்ந்த நட்புகள் ................................................ 184

6. என் நட்புகள் ............................................................................. 199

7. டப்பிங் அறையின் ஒலி உலகங்கள் ......................................... 217

8. மாக்டா அசோஷியேஷன் ....................................................... 250

9. லாபங்களும் நஷ்டங்களும் ..................................................... 263

# 1

## தனிமைப்படுத்தபட்ட குழந்தை

மக்கள் நெருக்கடி அதிகமுள்ள கோழிக்கோட்டுச் சாலையில் கார் ஓட்டிச் செல்லும் நேரங்களில் என் குழந்தைப் பருவத்தைக் கலவரப்படுத்தி, வேதனைக்குட்படுத்திய நாட்கள் இந்த நகரத்தில்தான் தொடங்கினதென்பது கண்ணீரினுடாக நினைவிற்கு வருகிறது.

அதனால்தானோ என்னவோ இந்நகரத்தை எதிர்கொள்ளத் தயங்குகிறேன். இதை ஒரு போதும் என் நினைவில் கொன்டு வரக்கூட நான் விரும்பியதில்லை. பிறகு இப்போது எதற்காக இங்கு வந்திருக்கிறேன்...? எனக்குத் தெரியாது.

வாழ்வின் ஒவ்வொரு கட்டத்திலும் இதோ... இதோடு என் தனிமை முடிந்துவிடும் என்று நான் எதிர்பார்த்திருந்தேன். ஒவ்வொரு காலகட்டம் பின்னோக்கி நகரும் போதும் நான் அதே போன்ற தனிமையோடுதான் பிணைத்திருக்கிறேன். பிள்ளைகள் இருவரும் பெங்களுரில் இருக்கிறார்கள், பெரியவன் வேலை பார்க்கிறான், சிறியவன் படித்துக் கொண்டிருக்கிறான். இதுநாள் வரை இருந்த தனிமையைப் போலல்லாமல் வேறு மாதிரியாக இருக்கிறது. ஒருவேளை வயதின் முதிர்ச்சி காரணமாகக்கூட இப்படியிருக்கலாம்.

இதிலிருந்து தற்காலிகமாகத் தப்பித்துக் கொள்ளவே நான் தனியாக கார் ஓட்டிக்கொண்டு ஒரு பயணத்திற்குப் புறப்பட்டிருக்கிறேன். யாரிடமும் அனுமதி கேட்கவோ சொல்லிக்கொள்ளவோ தேவையில்லை எனினும், எங்கே போகிறேன் என்ற தீர்மானமும் எனக்கில்லை. விடியற்காலை நான்கு மணிக்கு விழிப்பு தட்டியதும், இனியும் துங்க முடியாது என்ற அவஸ்தையால் எழுந்து குளித்து துணிகளையும் சில அத்தியாவசியப் பொருட்களையும் பெட்டியில் வாரி நிறைத்து எடுத்துக் கொண்டேன்.

என் கார் எர்ணாகுளத்தைக் கடந்தபோது எங்கே நீளப் போகிறது இந்தப் பயணம் என யோசிக்கிறேன். நான் சொல்லாமலேயே என் வாகனம் கோழிக்கோட்டிற்குத் திரும்பி அனிச்சையாய் போய்க் கொண்டிருக்கிறது. பல நேரங்களில் இப்படிச் செய்திருக்கிறேன். தனியாக தூரப் பயணங்கள் போகும்போது மட்டுமே நான் என் துக்கங்களை மறக்கிறேன். இந்த விஷயத்தில் பலரும் என்னை விமர்சிப்பதுண்டு. ஆனாலும் தனியாக கார் ஓட்டுவதென்பது எனக்கு ஒரு குதூகலமாகவே இருக்கிறது. யார்யாரிடமோ மாயமாய்த் தோன்றும் சவாலைப்போல.

அனாதைத்துவமும் தனிமையும் உளவியல் வன்முறையின் தொடர் ஊர்வலமுமாகவே இருந்தது என் நாற்பத்தியெட்டு வருடத்திய வாழ்க்கை. ஆனாலும் இத்தனை வருட இடைவெளிக்குப் பிறகு எனக்கு ஏன் கோழிக்கோட்டிற்கு வரத் தோன்றியது? இங்கே எனக்கு யார் இருக்கிறார்கள்? யாரோ என்னை அழைத்துச் செல்வது போலவும் நான் பின் தொடர்வது போலவும் தன்னிச்சையாகப் போய்க் கொண்டிருக்கிறேன். "வெள்ளி மாடக்குன்று" என்ற ஊரின் பெயர்ப் பலகையைப் பார்த்தவுடன் அங்கு போகத் தோன்றியது.

போகும் இடத்தின் பெயர் தெரியும். ஆனால் வழி தெரியாது. யாரிடமாவது கேட்கலாம். சாலையோரத்தில் நிற்கும் நான்கைந்து பேரின் பக்கமாக கார் ஒதுங்கி நின்றது. கண்ணாடியை இறக்கியதும் எல்லோரும் கிட்டத்தட்ட காரினருகில் ஓடி வந்தனர்.

"அட பாக்யலஷ்மி சேச்சியா ? என்ன சேச்சி, எங்க ஊருக்கெல்லாம் வந்திருக்கீங்க? இங்கே ஏதாவது டப்பிங் இருக்கா?"

"இல்லல்ல, நான் வேறு ஒரு வேலையா வந்தேன். இங்க பக்கத்தில எங்கேயோ பால மாந்திரம்ன்னு ஒண்ணு இருக்கில்லையா?"

"ஆமாம், அது இங்கயிருந்து ஒரு கிலோமீட்டர் தூரம்தான், நேராப் போனா இடதுபக்கம் கேட் தெரியும். அங்க என்ன சேச்சி ப்ரோக்ராம்?"

"சும்மா போய் பாக்கத்தான்"

"ம்... உங்களப் போல பணக்காரங்க எப்பவாவது அங்க போய் பாக்கறது ரொம்ப நல்லது சேச்சி"

நான் அவர்களிடம் நன்றி சொல்லிவிட்டு காரை முன்னால் எடுத்தபடி யோசித்தேன். பணக்காரியா? நானா? அந்த பாலமந்திரத்தில் நானும் ஒரு காலத்தில் தங்கியிருந்தேன் என்பது அவர்களுக்கு எப்படித் தெரியும்? நான்கு வயதின் என் நியாபகங்கள் என்னை எங்கெங்கோ தீண்டிச் சென்றதால்தான் இந்தப் பயணம் என்பதை அவர்களிடம் எப்படிச் சொல்ல?

என் எல்லாத் தேவைகளும் பூர்த்தி செய்யப்பட்டு ஆடம்பர வாழ்க்கையை அனுபவிக்கும் நான், வாழ்வைப் பற்றின புரிதலையும் தெளிவுபட வாழவும் கற்றுக் கொண்டது எங்கேயிருந்து? ஐந்து வருட பால மந்திரத்தின் வாழ்க்கையிலிருந்தா? சென்னையின் ஜனசந்தடியில் தனிமையில் வாழ நேரிட்ட துயரத்திலிருந்தா? புள்ளி குத்த முடியவில்லை.

சின்னதாக இழையோடும் பெருமிதத்தோடுதான் நான் காரை ஓட்டுகிறேன் என்றாலும், மூடப்பட்டிருந்த பாலமந்திரத்தின் வாசல்கதவை நெருங்கும்போது இதயத் துடிப்பு அதிகரிப்பதை என்னால் உணர முடிந்தது. கண்கள் நிறைந்து ததும்பிவிடுமோ என அச்சமாக இருந்தது. கதவருகில் உள்ள போர்டை பார்த்தேன், "பாலமந்திரம், வெள்ளி மாடக்குன்று" கை மெலிதாக நடுங்குகிறதோ?

அடைக்கப்பட்டிருந்த கதவின் முன் நின்று ஹாரன் அடித்தபோது வாட்ச்மேன் வந்து கதவைத்திறந்தார். நான் வண்டியை உள்ளே கொண்டுபோய் நிறுத்தி கண்ணாடியை இறக்கி, பேச ஆரம்பித்த நொடியில், காவலாளி இரண்டு கைகளையும் கூப்பி என்னை வணங்கி, உள்ளே போகும்படி சைகை செய்தார். கார் முன்னோக்கி போகும்போது, இந்த வழியில் வரமாட்டேன் என்று அடம்பிடித்து அழும் என்னை இழுத்துக்கொண்டு உள்ளே போன அம்மாவின் உருவம் கண்களில் தெளிவாய்ப் படர்கிறது. இதெல்லாம் என் கண்ணீர் புரண்ட வழிகள்.

ஏதேதோ மாற்றங்கள் வந்திருக்கின்றன. என் நியாபகங்களை மறித்து நிற்பது போல எதிரே புதியதாக ஒன்றிரண்டு கட்டிடங்கள் கூட வந்திருக்கின்றன. இன்னும் கொஞ்ச தூரத்தில் அந்தக் கட்டிடம் இருந்தது, அதைச் சமீபிக்கும்போது என் இதயத்துடிப்பு கூடுகிறதோ? செடிகளும் கொடிகளும் காடுபோல வளர்ந்திருப்பதற்கு நடுவில் பழமையானதாய் சிதலமடைந்திருந்தது அந்தக் கட்டிடம். அம்மாவைப் பார்க்க முடியாமல் தரையில் விழுந்து அழுது புரளும் என்னை எனக்கு நியாபகம் வருகிறது. ஒரு வார்த்தை கூட சொல்லிக் கொள்ளாமல், அம்மா என்னைப் புறத்தள்ளிப் போன இடம். இதயத்தமனிகளில் ரத்த ஓட்டம் தடைபடும் வலி வந்து போனது. துக்கத்தில் கழுத்து நரம்புகளெல்லாம் இறுகித் துவண்டன. நான் ஸ்டியரிங்கில் தலை தாழ்த்தி மெல்ல மெல்ல விசும்பி அழத் தொடங்கினேன். ஒன்றும் ஒன்றும் மறக்க முடியாதவைதான். எல்லாம் நேற்றைய நாளின் முடிவில் நடந்தது போல ரணமாயிருந்தன. இங்கே நின்றால் நான் தூள்தூளாய் சிதறிப் போய்விடுவேன். இல்லை, அப்படி நொறுங்கிப் போகக்கூடாது.

நியாபகங்களின் அலைக்கழிப்பில் நான் அகப்பட்டு நிற்கும்போது என்னால் அங்கே கரைசேர முடியாது. திரும்பிப் போய் விடலாம். மீண்டுமொரு நாளில் வரலாம். வாசலுக்கு வந்தபோது வாட்ச்மேன் ஓடி

வந்தார். 'இவ்வளவு சீக்கிரம் திரும்பி வீட்டீர்களா?' என்ற கேள்வியின் பாவனை அவர் முகத்திலிருந்தது.

''இங்க கொடுக்க வேண்டிய பொருளை எடுக்க மறந்து வந்திட்டேன். இன்னொரு நாள் வரேன்'' சொன்னபடி பதிலுக்குக் காத்திராமல் கதவைத் தாண்டி கூட்டமில்லாத சாலையைக் கடந்தபோது, முதன் முதலாக நான் இந்த வழியாக வந்த நாட்களை யோசிக்கிறேன்.

என் குழந்தைப்பருவம். நான்கு வயதான என் குழந்தமை நாட்கள் அவை.

**என் உடன் பிறந்தவர்களைப் பார்க்கிறேன்...**

பேருந்தின் வேகத்திற்கேற்ப பின்னோக்கிப் பாய்ந்தோடும் மரங்களையும், கட்டிடங்களையும், சின்னச்சின்ன ஊர்களையும் மகிழ்ச்சியுடன் பார்த்தபடி, சிரிப்பைத் தேக்கின பார்வையோடு அம்மாவின் அருகில் நான் உட்கார்ந்திருந்தேன். அது என்னுடைய முதல் பேருந்துப் பயணமாக இருந்தது. அம்மா என்னைப் பள்ளிக்கூடத்தில் சேர்க்கப் போகிறாள்.

பள்ளிக்கூடம் கொஞ்சம் தொலைவில் இருக்கிறதென்று நேற்றே சொல்லியிருந்தாள். அங்கே என் அண்ணனும், அக்காவும் கூடவே நிறைய பிள்ளைகளும் இருப்பதாகச் சொல்லியிருந்தாள். பஸ் இறங்கி என் பிஞ்சுக் கால்கள் வலிக்கும் தூரம் நடந்து, ஒரு கேட்டின் முன்னால் நின்று அது திறந்தவுடன் மேலும் கொஞ்ச தூரம் நடந்தபோது எதிர்ப்பட்ட கட்டிட வாசலில் உள்ள ஒரு பெஞ்சில் என்னை உட்கார வைத்துவிட்டு அம்மா உள்ளே போனாள். சிறிது நேரம் கழித்து வெளியே வந்த அம்மாவுடன் ஒரு பதின் பருவப் பெண்ணும், ஒரு சிறு பையனும் இருந்தார்கள்.

'' உனக்குப் புரியல இல்ல? ''

'' ...''

"உன் அக்காவும், அண்ணனும்தான் இவங்க ரெண்டுபேரும், போ, போயி இவங்க கூட விளையாடு"

அம்மா அக்காவிடம் ஏதோ சொன்னாள். நான் அண்ணனின் கை பிடித்து வாசலுக்கு இறங்கினேன். அக்காவும் கூடவே வந்தாள். ரொம்ப தூரம் நடந்து மற்றொரு கட்டிட வாசலுக்கு வந்தோம். அங்கே நிறைய பிள்ளைகள் விளையாடிக் கொண்டிருந்தார்கள். நானும் அவர்களோடு சேர்ந்து விளையாட ஆரம்பித்தேன். சட்டெனத்தான் எனக்கு அம்மாவின் நினைவு வந்தது, நான் ஓடிப்போய் அண்ணனிடம் கேட்டேன்.

"அம்மாகிட்ட போலாமா?"

அண்ணன் அக்காவைப் பார்த்தான். அக்கா ஏதும் பேசாமல் என் கையைப் பிடித்தபடி அந்தக் கட்டிடத்தினுள் அழைத்துப் போனாள்.

"போலாம், எனக்கு அம்மாவப் பாக்கணும்"

எனக்கு அழுகை அழுகையாய் வந்தது.

"அம்மா அப்பவே போயிட்டாங்க, உன்ன படிக்கிறதுக்கு இங்க கொண்டு வந்து விட்டிருக்காங்க. இனி கொஞ்ச நாள் கழிச்சுதான் அம்மா வருவாங்க"

அக்கா சொல்லி முடிப்பதற்கு முன்பாக நான் கத்தி, அலறி, தரையில் உருண்டு அழத் தொடங்கினேன். யார் யாரோ என்னைத் தூக்க முயற்சி செய்தார்கள், நான் அடங்கவேயில்லை. வீரிட்டு வீரிட்டு அலறினேன், சட்டென கொஞ்சமும் எதிர்பார்க்காத நொடியில் பளீரென ஒரு அடி விழுந்தது. துடித்துப்போன அந்த வலியில் விசையை அழுத்தியது போல என் அழுகை நின்றது. சுற்றிலும் பார்த்தேன். யார் என்னை அடித்தார்கள்? அக்கா ஒரு குச்சியோடு என் முன்னால் நின்றிருந்தாள்.

"அழக்கூடாது, சத்தம் வெளியே வந்தா கொன்னுடுவேன்"

முதன் முதலாய் வாங்கிய அடியும், அக்காவின் பயம் தரக்கூடிய உருவமும் சேர்ந்து, சப்த நாடியும் ஒடுங்கிப் போய் அதிர்ந்து நின்றேன். ஒரு ஆசுவாசத்திற்காக நான் அண்ணனின் முகத்தைத் தேடினேன்.

இல்லை, அண்ணன் அங்கு எங்கேயும் இல்லை. அம்மாவைப் பார்க்காவிட்டால் மூச்சுமுட்டிச் செத்துப் போயிடுவேன் என்று இவர்களுக்கு எப்படிப் புரிய வைப்பது? சுற்றி நிற்பவர்களைக் கண்களைச் சுழற்றிப் பார்த்தேன். ஆனால் அழுவதற்குப் பயமாக இருந்தது. இனியும் அடி விழுமோ? அடி விழுந்த இடம் எரியத் தொடங்கியிருந்தது. மறுபடியும் கேவலோடு அழுகை வந்தது.

"சத்தம் வரக்கூடாது... கொன்னுடுவேன்" அக்கா கண்களை உருட்டிப் பயமுறுத்தினாள்.

கேவிக்கேவி அழுது, அந்தப் பெரிய ஹாலின் மூலைக்கு, தரையில் தேய்த்தபடி போய்ச் சேர்ந்தேன்.

சுற்றிலும் பார்க்க மிகவும் பயமாக இருந்தது. இந்த இடம் எங்கே இருக்கிறது? எதற்காக அம்மா என்னை இங்கே விட்டுப் போனாள்?

இதுதானா பள்ளிக்கூடம்? கேவிக் கேவித் தரையில் கண்களை மூடியபடி சாய்ந்தேன்.

நானும் அம்மாவும் மட்டுமேயான மகிழ்ச்சியான உலகத்தில்தான் இத்தனை நாட்கள் வாழ்ந்திருந்தேன். அம்மா என்னோடு விளையாடுவாள். கதை சொல்வாள். ஒருமுறை கூட என்னை அவள் அடித்ததில்லை. அம்மா அடித்ததில்லை எனப் புரிந்தவுடன், அக்கா அடித்தது மேலும் வலிக்க உரக்கக் கத்தி அழ வேண்டும் போல இருந்தது. கண் திறந்து பார்த்தபோது ஹாலில் யாருமே இல்லை. மெலிதான தொனியில் அழத் தொடங்கினேன். பயத்தில் உடல் நடுங்கவும் செய்தது.

அடிபட்டு எரியும் இடத்தில் யாரோ தடவிக் கொடுப்பது போன்ற உணர்வு அழுத்த, கண் விழித்துப் பார்த்தேன். ஏழெட்டு வயதுள்ள ஒரு பெண் பக்கத்தில் உட்கார்ந்து, அடிபட்ட இடத்தில் மெதுவாகத் தடவிக் கொடுத்துக் கொண்டிருந்தாள்.

"நல்லா வீங்கிப் போச்சு, ரொம்ப வலிக்குதா?"

"அம்மாவைப் பாக்கணும், என்னை அம்மாகிட்ட கூட்டிட்டுப் போவீங்களா?"

அழுதுகொண்டே அவளுக்கு பதிலாக என் கேள்வியைக் கேட்டேன்.

"அதான் உங்கம்மா போயிட்டாங்களே"

நான் மீண்டும் தரையில் படுத்துச் சத்தம் வராமல் அழுதேன்.

"அழாதே, கொஞ்சநாள் கழிச்சு அம்மா வருவாங்க"

அவளும் எழுந்து போனாள்.

மறுடியும் நான் தனியாக விடப்பட்டேன். பயத்தில் கண்களை இறுக மூடிக்கொண்டேன். அப்போதும் எனக்கு அதிகமாகப் பசிக்க ஆரம்பித்தது.

யாரோ வந்து உலுக்கி எழுப்பியபோது பசியிலேயே அப்படியே தூங்கிப்போயிருக்கிறேன் என்று புரிந்தது.

கொஞ்சம் வயதான பெண்மணியாக இருந்தார்.

"பசிக்கலயா? சாப்பிட வேணாமா? வா...?"

அவர் என்னை வேறொரு ஹாலுக்கு அழைத்துக்கொண்டு போனார். நிறைய அக்காக்களும், என் வயது குழந்தைகளும் வரிசை வரிசையாய் தரையில் உட்கார்ந்து, தட்டிலிருந்து எடுத்து அள்ளி அள்ளிச் சாப்பிட்டுக் கொண்டிருந்தார்கள். கை கழுவி விட்டு நானும் உட்கார்ந்தேன். வெள்ளை நிறத்தில் ஒரு கிண்ணமும் டம்ளரும் எனக்குத் தரப்பட்டன.

சாப்பிட்டு முடித்து தட்டையும் கையையும் கழுவினேன். அதை எங்கே வைப்பது என்று தெரியாமல் சுற்றிலும் பார்த்தபடி நின்றேன்.

முன்பு பார்த்த அந்தப் பெண் என்னருகில் வந்தாள்.

"எங்க தட்டு வக்கணும்னு நான் சொல்லித்தரேன் வா"

வேறு ஒரு அறைக்குக் கூட்டிக் கொண்டு போனாள்.

பச்சை நீலம் என இரு நிறத்திலும் நிறைய பெட்டிகள் அங்கே அலமாரிகளில் வைக்கப்பட்டிருந்தன.

ஒரு பெட்டியைக் காண்பித்து அவள் கேட்டாள்.

"இது உன்துதானே?"

ஆமாம் என்று நான் தலையாட்டினேன். காலையில் அது அம்மாவின் கையில் இருந்தது இப்போது நியாபகம் வந்தது.

"தட்டும் டம்ளரும் அதுக்குப் பக்கத்தில கவுத்து வச்சிடு, இனி எப்பவும் இங்கேயே வை, இதுதான் பாப்பா உன் இடம்"

நாங்க இரண்டு பேரும் ஹாலில் இருந்து வெளியே வந்து வாசலில் இறங்கினோம். அனிச்சையாக அந்தப் பெண் என் கையைப் பிடித்திருந்தாள்.

"உம் பேரென்னா?"

"பாக்கியம், பாக்கியலட்சுமி"

"எம் பேரு சுமதி. மூணாங்கிளாஸ் படிக்கிறேன். உன்ன எந்த கிளாஸில சேக்கக் கூட்டிட்டு வந்தாங்க?"

"தெரியாது"

"உன்னோட அம்மாவா கொண்டுவந்து விட்டாங்க?"

"ம்..."

"அப்பா...?"

நான் அப்பாவைப் பற்றி யோசிக்கத் துவங்கினேன். தெளிவில்லாத ஒரு முகம் அலையடித்ததே அல்லாமல் அதை வடித்தெடுக்க முடியவில்லை. இங்கு வருவதற்கு முன்பு நானும் அம்மாவும் வேறு ஒரு

இடத்திலிருந்தோம். அந்த இடம் எதுவென்று சரியாக எனக்குத் தெரியவில்லை. அங்கே அம்மாவின் வயதொத்தவர்கள் கொஞ்சபேர் இருந்தார்கள். என் வயதில் இரண்டு மூன்று குழந்தைகளையும் அங்கு பார்த்தது நினைவிலிருக்கிறது. காலையில் எல்லாப் பெண்களும் எங்கோ வேலைக்குப் போகும்போது அம்மாவும் அவர்களுடன் செல்வதைப் பார்த்திருக்கிறேன். அம்மா போவதற்கு முன்பு என்னைக் குளிக்க வைத்து சாப்பிட ஏதாவது தருவாள். மதியத்திற்கும் சாப்பாடு செய்து வைத்துவிட்டே போவாள். இதற்கிடையில் எப்போதோ நியாபகத்தில் இருந்த அப்பாவின் முகம் என்னிடமிருந்து நழுவியிருந்தது. இப்போது சுமதி கேட்கும்போதுதான் யோசிக்கிறேன். என்னை உலுக்கியபடி ''அப்பா எங்கே?'' என மீண்டும் கேட்டாள்.

நான் அவளைப் பார்த்து மலங்க விழித்தேன்.

''அப்பா... தெரியாது''

''இங்கே இருக்கிறது உன்னோட சொந்த அக்காவும் அண்ணனும் தானே?''

நினைவுகளிலிருந்து என்னை உலுக்கி சுமதி மீண்டும் கேட்டாள்.

''இன்னைக்கிக் காலையில உங்கூடப் பாத்த இந்திரா அக்காவும் உண்ணிக் கிருஷ்ணனும் உனக்கு யாரு? சொந்த அக்காவும் அண்ணனுமா?''

சுமதி கேட்டபோது தான் அக்காவின் பெயர் இந்திரா என்பதும் அண்ணனின் பெயர் உண்ணிக் கிருஷ்ணன் என்பதும் எனக்குத் தெரிய வந்தது.

''தெரியாது, அவங்க என்னோட அக்காவும் அண்ணனும்தான்னு அம்மா இப்பதான் சொல்றாங்க. நான் இப்பதான் மொதல் தடைவையா அவங்களப் பார்க்கிறேன்''

கொஞ்சநேரம் கழித்து சுமதி மீண்டும் கேட்டாள்.

"உனக்குதான் அம்மா, அக்கா, அண்ணன் எல்லோரும் இருக்காங்களே, பின்ன எதுக்கு இங்க கொண்டுவந்து சேர்த்திருக்காங்க?"

எனக்கு அந்தக் கேள்வியின் ஆழம் புரியவில்லை. துக்கம் வயிற்றிலிருந்து மேலெழுந்தது.

"அப்படின்னா?" புரியாதவளாய் நான் கேட்டேன்.

"அப்படின்னா எனக்கு அப்பாவும் அம்மாவும் இல்ல. பாட்டி மட்டும்தான் இருக்காங்க. அதனால என்னை இங்க கொண்டு வந்து விட்டிருக்காங்க. இங்க இருக்கிறவங்க எல்லாருமே யாரும் இல்லாதவங்கதான். இது அனாதைப் பிள்ளைகள் படிக்கிற இடம். அதனால தான் கேட்டேன், உனக்கு அம்மா இருந்தும் ஏன் இங்க கொண்டுவந்து விட்டாங்க?"

எனக்கு அவள் பேசுவதொன்றும் புரியாமல் போனதால் நான் ஏதும் திரும்பப் பேசவில்லை. ஆனால் துக்கம் தொண்டைக் குழியில் ஸ்திரமாய் இறங்கியது.

"வா இங்கே உட்காரலாம்"

ஒரு மரத்தடியில் உட்கார்ந்தோம். காலையில் அழுததால் ஏற்பட்ட கேவல் இன்னும் மிச்சமிருந்தது. என் கண்கள் மீண்டும் நிறைந்து ததும்பி வெளியேறக் காத்திருப்பதைப் பார்த்த சுமதி, ஏதும் பேசாமல் மௌனமாக உட்கார்ந்தாள்.

"நான் இனி எப்ப எங்க அம்மாவைப் பார்க்க முடியும்?"

"இங்க மாசத்துக்கு ஒரு முறைதான் யாரையாவது பார்க்க அனுமதிப்பாங்க. இனி அடுத்த மாசம் உன்னோட அம்மா வருவாங்க"

"அடுத்த மாசம்னா?"

"கொஞ்ச நாள் கழிச்சி..."

நான் மெலிதான குரலில் அழ ஆரம்பித்தேன்.

ஒருமுறை எதற்கோ அடம் பிடித்து அழுதபோது அம்மா சொன்னது நினைவிற்கு வருகிறது.

''இப்படி அடம்பிடிச்சா உன்ன எங்கயாவது கொண்டுபோய் தூக்கிப் போட்டுடுவேன்''

அதனால் தானா அம்மா என்னை இங்க தூக்கிப் போட்டுட்டுப் போயிட்டாங்க? எவ்வளவு முயன்றும் அழுகையை அடக்கவே முடியவில்லை.

''எங்க அண்ணன் எங்க?'' சட்டென எனக்கு அண்ணனைப் பார்க்க வேண்டும் போலிருந்தது.

''அதோ அங்க தெரியுதே அந்தக் கட்டிடத்தில் தான் உங்க அண்ணன் இருக்கிறான். அங்க ஆம்பளப் பசங்க மட்டும் இருப்பாங்க. இங்க பொம்பளப் பசங்க மட்டும்''

''இனி அண்ணனையும் பாக்க முடியாதா?''

''பள்ளிக்கூடத்துக்கு வரும்போது பாக்கலாம்''

மீண்டும் சுமதி ஏதேதோ பேசியபடியிருந்தாள். அந்தப் பள்ளி, ஆசிரியர்கள், சாப்பாடு பற்றியெல்லாம் சொல்லிக் கொண்டிருந்தாள். தங்கும் இடம், சாப்பிடும் அறை, படுக்கும் அறை, சமையல் கூடம், குளியலறை என எல்லாவற்றையும் சுற்றிக் காண்பித்தாள்.

நான் எதையும் கவனிக்கவில்லை, எனக்கு உரக்கக் கத்தி அழவேண்டும் போலிருந்தது.

நேரம் மாலையாயிருந்தது. எல்லாப் பெண் பிள்ளைகளும் வாசலில் ஓடி விளையாடும்போது நான் மரத்தடியில் அம்மாவைப் பற்றி யோசித்தபடி உட்கார்ந்திருந்தேன். வேதனை சகிக்க முடியவில்லை. நேரம் இரவானது. ஒரு பெரிய ஹாலில் வரிசை வரிசையாக

எல்லோரும் பாய் விரித்துப் படுத்தார்கள். சின்னப் பிள்ளைகள் ஒரு ஹாலிலும், பெரியவர்கள் மற்றொரு ஹாலிலுமாகப் படுத்தார்கள்.

எனக்கு ஒரு பாயும், போர்வையும் தரப்பட்டது. பாயை விரிக்கத் தெரியவில்லை. ஏதோ ஒரு அம்மா வந்து அதை விரித்துக் கொடுத்தாள். எல்லோரும் படுத்து விட்டார்கள். விளக்கணைத்தபோது பயமாக இருந்தது. அம்மாவை நினைத்து யாருக்கும் கேட்காத குரலில் அழ ஆரம்பித்தேன். அழுதழுது அப்படியே தூங்கிப் போயிருந்தேன்.

காலையில் யாரோ வந்து தட்டி எழுப்பியவுடன் பதறிப்போய் அம்மாவைத் தேடினேன். கண் திறந்து சுற்றிலும் பார்த்தபோது, நான் அம்மாவுடன் இல்லை என்ற சூழல் எனக்கு விளங்கியது. எல்லோரும் பாயையும் போர்வையையும் மடித்து வைக்கிறார்கள். போர்வையைப் பாயில் மூடி வைத்து மடித்தேன். சுமதி எங்கேயிருந்தோ ஓடி வந்து போர்வையை மடிக்க உதவினாள்.

''இப்படி சுருட்டி வச்சா மேடம் வந்து அடிப்பாங்க''

சுமதி கொண்டுபோய்வைத்த இடத்தில் நானும் வைத்தேன்.

பல் தேய்க்க ஒரு பெரிய பாத்திரத்தில் உமிக்கரி வைத்திருந்தார்கள். பல் தேய்த்தேன். நிறைய பெண்பிள்ளைகள் கூடி நின்று கூச்சலிட்டபடி குளித்துக் கொண்டிருந்தார்கள். சுமதி அவளோடு என்னைக் கூட்டிக்கொண்டாள். என்ன செய்ய வேண்டுமென்று தெரியாமல் நான் நின்றேன். நான் இதுவரைத் தனியாகக் குளித்ததில்லை. அம்மாதான் குளிக்கவைத்துத் தலையைத் துவட்டி விடுவாள்.

ஒரு பெண் வந்து என்னை அழைத்துப் போய் குளிக்க வைத்து, 'தலை துவட்டிக்கோ' என்று சொல்லிவிட்டுப் போனாள். எப்படித துவட்டுவது எனத் தெரியாமல் நான் உடையை மாற்றிக்கொண்டு குளியலறையிலிருந்து வெளியே வந்தேன்.

அடுத்து என்ன செய்வதென்று தெரியாமல் சுற்றிலும் பார்த்தேன். சுமதியைத் தேடினேன். எங்கேயோ ஒரு மணி அடித்த சத்தம் கேட்டது.

எல்லாக் குழந்தைகளும் ஒரு பக்கமாக ஓடினார்கள். நானும் அவர்களுடன் ஓடினேன். எங்கிருந்தோ சுமதி ஓடிவந்து என் கையைப் பிடித்தாள். ''உன்னோட தட்டும் டம்ளரும் எடுத்திட்டு வா, இது சாப்பாட்டு பெல்''

நான் தட்டும் டம்ளரும் எடுத்துக்கொண்டு வந்து சுமதியின் பக்கத்தில் உட்கார்ந்தேன்.

தோசையும் டீயும் குடிப்பதற்கிடையே சுமதி அந்த இடத்தின் நடைமுறைகளையெல்லாம் எனக்குச் சொல்லிக் கொடுத்தாள். எந்த பெல் எதற்காக என்றெல்லாம் சொன்னாள்.

''காலையில் எழுந்திரிக்க, காபி, பலகாரம் சாப்பிட, மதிய சாப்பாட்டுக்கு, இரவு படிக்க, தூங்க என எல்லாத்துக்கும் பெல் அடிக்கும். இதையெல்லாம் சரியான நேரத்திற்குச் செய்யலன்னா மேட்ரன் அடிப்பாங்க. வேறொரு மேட்ரன் இருக்காங்க. அம்மம்மா என்று தான் நாங்களெல்லாம் கூப்பிடுவோம். அந்த அம்மம்மா குழந்தைகளை அடிக்கவே மாட்டாங்க, பொய் சொன்னா மட்டும்தான் அடிப்பாங்க. அவங்க வெளியில போயிருக்காங்க, இன்னிக்கி வந்திடுவாங்க. சீக்கிரமா சாப்பிட்டு எழுந்திரு. ஸ்கூல் பெல் அடிக்கப் போறாங்க''

நெருக்கியடித்து கை கழுவப்போய் வந்த நேரத்தில் மீண்டும் சுமதியைக் காணவில்லை.

எல்லோரும் அவசர அவசரமாய் எங்கோ ஓடுகிறார்கள். சுமதி கூட இருந்தால் சின்னதாய் ஒரு ஆசுவாசத்தை உணர முடிந்தது.

இனி என்ன செய்ய வேண்டுமென்று தெரியாமல் சுற்றிலும் பார்த்தேன். ஒரு அம்மா வந்து கையைப் பிடித்தாள்.

'' என்ன இப்படி நிக்கிற? ஸ்கூலுக்குப் போக வேண்டாமா? வா ரெடியாகலாம்''

அந்த அம்மா எனக்குப் பவுடர் பூசி பொட்டிட்டார். அப்போது என் கண்கள் நிறைந்து வழிந்தபடியிருந்தன.

''அய்யோடா, அழுகை இன்னும் தீரலையா?''

தலைவாரப் போனபோது நான் இன்னும் தலை துவட்டவில்லை என்பது தெரிந்தது. தலை துவட்டி, சிக்கெடுத்து, வாரிவிட்டு என் கையைப் பிடித்தபடி வேறு ஒரு அறைக்குக் கூட்டிப் போனார். அங்கே வயதான ஒரு பெண்மணி உட்கார்ந்திருந்தார்.

இவங்கதான் சுமதி சொன்ன அம்மம்மாவா?

என்னை அழைத்துக் கொண்டு போன பெண் அவரிடம் சொன்னாள்.

''இவதாம்மா நேத்து வந்த பொண்ணு. என்ன அமக்களம் தெரியுமா நேத்து? இப்பவும் துக்கம் தீர்ந்தபாடில்லை'' அவர் அப்படிச் சொல்லும் போதும் என் கண்கள் கலங்கியிருந்தன, அம்மம்மா என்னைப் பக்கத்தில் அழைத்தார்.

''பேரென்னா?''

''பாக்கியம் , பாக்கியலஷ்மி ''

'' நல்ல பேரு. அய்யோ என்ன பாப்பா நீ அழறியா? நல்ல பிள்ளைங்க அழமாட்டாங்க. உனக்குப் படிக்க வேண்டாமா? வீட்டில அம்மா வேலைக்குப் போயிட்டா, நீ தனியாத்தான இருப்பே, அதனாலதான் உன்ன இங்க கொண்டு வந்து விட்டிருக்காங்க. இங்க எத்தன பேரு உங்கூட விளையாட இருக்காங்க பாத்தியா? இப்ப இந்த அம்மாகூட ஸ்கூலுக்குப் போ. ஸ்கூலுக்குப் போட்டுட்டு போக புது டிரஸ் உனக்கு நாளைக்குத் தரேன் சரியா?''

புடவைத் தலைப்பால் அம்மம்மா என் முகத்தை அழுத்தத் துடைத்து விட்டாள். ஏதோ எழுதி வாங்கிக் கொண்டு என் கையையும் பிடித்தபடி என்னைக் கூட்டிக் கொண்டு அந்த அம்மா வெளியே நடந்தாள்.

மற்ற பிள்ளைகள் யாரும் அப்போது அங்கு இல்லை. அவர் என்னை அழைத்துக் கொண்டு நேற்று சுமதி காண்பித்த அந்தப் பள்ளிக் கட்டிடத்திற்குள் நுழைந்தாள். அங்கேயும் ஏதோ எழுதிக் கொடுத்துவிட்டு வேறு ஒரு அறைக்குப்போய் ஒரு சீட்டைக் காண்பித்தாள். உள்ளே ஒரு ஆண் நின்று கொண்டிருந்தார். என்னை உள்ளே அழைத்து பெஞ்சில் உட்காரச் சொன்னார். அங்கே நிறைய ஆண்பிள்ளைகளும் பெண்பிள்ளைகளும் உட்கார்ந்திருந்தார்கள். அவர் சத்தமாகப் பேசிக்கொண்டிருந்தார். சிறிது நேரத்தில் பெல்லடிக்கும் சத்தம் கேட்டது. அவர் வெளியே போனார். எல்லோரும் பேச ஆரம்பித்தார்கள். ஒரு பெண் வந்து என்னிடம் பேர் கேட்டாள். அவள் சொல்லித்தான் அது வகுப்பறையென்றும் இப்போது வெளியே போனவர் வாத்தியார் என்றும் நான் இருப்பது முதல் வகுப்பென்றும் எனக்குப் புரிந்தது.

ஒவ்வொருத்தராக வந்து ஏதேதோ கேட்டார்கள். சிறிது நேரத்தில் ஒரு வாத்தியார் வந்தார். போர்டில் ஏதோ படம் வரைந்தார்.

சீக்கிரத்திலேயே இன்னொரு மணியடிக்கும் சத்தமும் கேட்டது. பிள்ளைகள் ஆர்ப்பரித்து சத்தமெழுப்பியபடி வெளியே ஓடினார்கள். அந்த கூட்டத்தில் நான் மட்டும் ஒன்றும் செய்யவேண்டிய தேவையில்லை என்பது மாதிரி தனியாக நடந்து கொண்டிருந்தேன். இந்த சுமதி எங்கே?

பள்ளிக் கட்டிடமும் தங்குமிடமும் பக்கத்துப் பக்கத்திலிருந்தது. அங்கே போய் சாப்பிட்டேன். மறுபடியும் ஒரு மரத்தடியில் வந்து உட்கார்ந்தேன். யாரோ வந்து தோள்மீது கை வைத்தார்கள். திரும்பிப் பார்த்தபோது உண்ணி அண்ணன் நின்று கொண்டிருந்தான். அவனைப் பார்த்தவுடன் எனக்கு மீண்டும் அழுகை முட்டிக் கொண்டு வந்தது. கண்களைத் துடைத்தபடி அண்ணன் என்னிடம் கேட்டான்.

"சாப்டியா?"

"ம்..."

நான் அழுதபடியே அண்ணனிடம் கேட்டேன், "ஏண்ணா, அம்மா என்ன இங்க தூக்கிப் போட்டுட்டுப் போனாங்க? எனக்கு அம்மாவைப் பாக்கணும்"

"அம்மா உன்னத் தூக்கிப் போடலம்மா, படிக்கத் தானே இங்க விட்டுட்டு போயிருக்காங்க"

"நேத்து சுமதி, யாரும் இல்லாதவங்களத்தான் இங்கக் கொண்டுவந்து விடுவாங்கன்னு சொன்னா. இது அனாதைப் பிள்ளைகள் படிக்கும் இடமாமே..."

கொஞ்ச நேரத்திற்கு அண்ணன் ஒன்றுமே பேசவில்லை. பிறகு அவன் சட்டையை இழுத்து என் முகத்தைத் துடைத்தபடி சொன்னான். "நாம அனாதைகளெல்லாம் இல்லை. அம்மா வேலைக்குப் போக வேண்டாமா? உன்ன தனியா விட்டுட்டு அம்மா எப்படி வேலைக்குப் போக முடியும். அதனாலதான் இங்கக் கொண்டுவந்துவிட்டாங்க"

"சுமதி நம்ம அப்பா இல்லயான்னு கேட்டா, நம்ம அப்பா எங்கண்ணா?"

"அப்பா... நம்ம அப்பா செத்துப் போயிட்டாங்க. உனக்கு அப்ப மூன்றரை வயசுதான் ஆயிருந்திச்சு. நமக்கு அம்மா மட்டும்தான் இருக்காங்க. அம்மா ரொம்ப பாவம்மா. நாம படிச்சு பெரியவங்க ஆனா அம்மாவை நல்லாப் பாத்துக்கணும். அதனால நீ நல்ல புள்ளயா படிக்கணும்மா. போ பெல்லடிக்கப் போறாங்க"

அண்ணன் போனான். நான் அங்கேயே உட்கார்ந்திருந்தேன். அப்பாவின் முகத்தை மீட்டெடுக்க மீண்டுமாய் முயற்சி செய்தேன். எங்கெங்கிருந்தோ தெளிந்தும் கலைநதும் வரும் உருவங்களிலிருந்து வெள்ளைத் துணியிட்டு மூடிய ஒன்றின் முன் அமர்ந்து அம்மா பெருங்குரலெடுத்து அழுதது நினைவிற்கு வருகிறது.

அதுவாகயிருந்தாரா அப்பா? நாற்காலியில் உட்கார்ந்து வாசிக்கும் அப்பாவின் முகத்தை, வெள்ளைத்துணியில் புதைத்து வைத்திருக்கும் முகத்தோடு ஒப்பிட்டுப் பார்க்க முயற்சித்தேன். சட்டென ஏதோ சத்தம் கேட்டு பதறிப் போனேன். வகுப்பு தொடங்குவதற்கான மணி அடித்திருந்தது.

மீண்டும் வகுப்பில் வந்து உட்கார்ந்தபோது, யாரோ ஒரு ஆள் வந்து,

'பாக்யலஷ்மி யாரு?' என்று கேட்டார். நான் எழுந்து நின்றேன்.

ஏதோ ஒரு பொருளை என் கைகளில் தந்துவிட்டு போனார். இது எதற்கு என்ற பாவனையில் நான் எல்லோரையும் பார்த்தேன். யாரும் எதுவும் பேசவில்லை. இன்னும் வகுப்பிற்கு வாத்தியாரும் வரவில்லை.

பள்ளி விட்டு மீண்டும் தங்குமிடத்திற்கு வந்தபோது சுமதியைப் பார்க்க வேண்டுமென்று தோன்றியது. யார் யாரிடமோ விசாரித்தேன். அவளைக் காணாதபோது மரத்தடியில் வந்து உட்கார்ந்தேன். எங்கிருந்தோ சுமதி ஓடி வந்து என்னருகே அமர்ந்தாள்.

''நான் ரொம்ப நேரமா உன்னைத் தேடிகிட்டிருக்கேன் பாக்யம், டீ குடிச்சியா?''

''இல்ல''

''அய்யோ, அங்க எல்லருக்கும் டீ குடுக்கறாங்க''

''எனக்கு வேண்டாம்''

நான் அந்தப் பொருளை எடுத்து சுமதியிடம் காண்பித்தேன். ''இது எதுக்கு?''

''அய்யே, இது தெரியாதா, இது ஸ்லேட்டும் பலப்பமும். இதில் இப்படி எழுதணும்''

சுமதி எழுதிக் காண்பித்தாள்.

''நான் விளையாடப் போறேன் வரியா'' என்று கேட்டாள். இல்லை என்று சொல்வதற்கு முன்பாக அவள் ஓடி விட்டிருந்தாள்.

எனக்கு எதைச் செய்யவும் தோன்றவில்லை. பிள்ளைகள் ஓடி விளையாடவும் ஒளிந்து விளையாடவும் செய்கிறார்கள். வேறு சிலர் வட்டமாக நின்று கை கோர்த்து ஏதேதோ பாடுகிறார்கள்.

சாயங்காலமானதும் மணியடித்த சத்தம் கேட்டது. எல்லோரும் உள்ளே ஓடி அடைந்தார்கள்.

பள்ளிக்கூடத்திலோ தங்குமிடத்திலோ யாரோடும் பேசவும் பழகவும் எனக்குத் தோன்றவேயில்லை. காற்று புகக்கூட இடமில்லாமல் மன இடுக்குகளில் முழுவதுமாய் அம்மா நிறைந்திருந்தாள்.

வகுப்புகள் இல்லாத நேரங்களிலும், பள்ளிக்கூடம் இல்லாத நாட்களிலும் நான் வெளி கேட்டைப் பார்த்தபடி உட்கார்ந்திருப்பேன். தூரத்தில் எங்காவது அம்மாவின் முகம் தென்படுகிறதா?

வகுப்பில் சொல்லித் தருவதொன்றையும் என்னால் கவனிக்க முடியவில்லை. எப்போதும் மனசு முழுவதும் துக்கம் மட்டுமே நிறைந்திருந்தது. சாப்பிடும் போதும் தூங்கும்போதும் நிழல்போல கூடவே வந்தது. மற்ற பிள்ளைகள் எல்லோரும் ஓடியாடி விளையாடி சத்தமிட்டு பாடி ஆர்ப்பரிப்பதை வெறுமே பார்த்துக் கொண்டிருந்தேன். ஒருமுறைகூட அவர்களோடு விளையாடவோ அவர்களின் சந்தோஷத்தை பங்கு வைக்கவோ என்னால் முடிந்ததேயில்லை.

குளித்துவிட்டு சரியாகத் தலை துடைக்கத் தெரியாததாலோ என்னவோ சீக்கிரமாகவே ஜுரம் வந்தது. உடம்பு சரியில்லையென்றால் தனி அறையில்தான் படுக்க வைப்பார்கள். இரவில் மட்டும் கூட ஒரு பெண் உடன் வந்து படுப்பாள். காய்ச்சல் அதிகமாக அதிகமாக அம்மாவிற்குத் தகவல் சொல்லிவிட வேண்டும் என்று டாக்டர்கள் அபிப்பிராயப்பட்டார்கள். மறுநாளே அம்மா வந்தாள். நிறைய நாட்களின விடுபடலுக்குப்பிறகு அம்மாவைப் பார்த்தபோது என்னால் துக்கத்தைக் கட்டுப்படுத்த முடியவில்லை. அம்மாவைக் கட்டிப்பிடித்து தேம்பித் தேம்பி அழுதேன்.

"இனி நான் குறும்பே செய்யமாட்டேன். அம்மா சொன்னதெல்லாம் கேப்பேன். என்ன இங்கிருந்து கூட்டிட்டு போயிடுவீங்களா அம்மா?"

அம்மாவும் என்னுடன் அழுகிறாள். ஒன்றும் பேசவில்லை. டாக்டர்கள் அம்மாவிடம் என்னென்னவோ சொன்னார்கள். அம்மாவை இறுகக் கட்டிக் கொண்டு நான் தூங்கிப் போயிருந்தேன்.

எப்போதோ திடுக்கிட்டுக் கண் திறந்தபோது அம்மாவைக் காணவில்லை. பக்கத்தில் நின்றிருந்த பெண்ணிடம் கேட்டேன், "அம்மா எங்கே?"

"அம்மா போயிட்டாங்க பாப்பா. ரெண்டு நாளா நீ கண் முழிக்கவேயில்ல. இன்னக்கி ஜுரம் நல்லாவே சரியாயிடிச்சு. நீ கண் திறந்து பாத்து அழுவியோன்னு அம்மா சீக்கிரமே போயிட்டாங்க"

அதோடு அம்மாவைப் பற்றின எதிர்பார்ப்பும் காத்திருப்பும் எனக்குள்ளாகத் தீய்ந்துபோனது. இனி ஒருபோதும் என்னைப் பார்க்க அம்மா வரமாட்டாள் என்று எனக்குத் தீர்மானமாகத் தெரிந்தது. ஆனாலும் அப்போதும் அந்தச் சூழலோடு என்னால் ஒத்துப்போகவே முடியாமலிருந்தது.

மீண்டும் நிறைய நாட்களின் முடிவில் அம்மா வந்தாள். அப்போதும் நான் தாங்க முடியாமல், உடன் அழைத்துப் போகச் சொல்லி அழுதேன்.

"தீரவே மாட்டேங்குது இவ துக்கம்" என்று அக்கா அனாவசியமாக என் தலையில் தட்டினாள். நான் அவளுடைய கையைத் தட்டிவிட்டு, அம்மாவிடம் இன்னும் நெருங்கி நின்றபடி சொன்னேன்.

"அன்னக்கி இவங்க என்ன அடிச்சாங்க தெரியுமா? ரொம்ப வலிச்சது. எனக்கு இவங்களப் புடிக்கலம்மா"

அதற்கு பதிலாய் அம்மா என்னென்னவோ சொல்லி என்னை சமாதானப்படுத்தினாள்.

அதன்பிறகு அம்மாவை நிறைய நாட்களுக்குப் பார்க்கவே முடியவில்லை. மெல்ல மெல்ல நான் அந்தச் சூழலோடு ஒத்துபோக முயற்சி செய்தேன். ஆனால் யாரிடமும் அதிகம் பேசமாட்டேன். யாரோடும் சேரமாட்டேன். அதனாலேயே சில பிள்ளைகள் என்னை மிகவும் துன்புறுத்தினார்கள். தினமும் பிள்ளைகளின் அடியும் உதையும் ஏற்று தனியாய் உட்கார்ந்து அழுது கொண்டிருப்பேன். உதாசீனத்தின் உப்புச்சுவையை முழுவதுமாய் அனுபவித்த நாட்கள் அவை.

சுமதி, "அடி வாங்கிக் கொண்டிருக்காதே, நல்லாத் திருப்பிக் கொடு பாக்யம்" என்று என்னை எச்சரிப்பாள். அண்ணனிடமும் இந்த வேதனையைச் சொல்வேன்.

"பரவாயில்லை... யாரையும் நீ அடிக்கவேண்டாம். மேட்ரன்கிட்ட சொன்னா அவங்க பாத்துப்பாங்க" என்று அவன் சமாதானப்படுத்துவான்.

தொந்தரவு சகிக்க முடியாமல் போனபோது ஒரு பெண்ணைப் பளீரென அடித்துவிட்டேன். யாரும் எதிர்பார்க்காத, நானும் திட்டமிடாத சம்பவம். அதன் பிறகு திருப்பி அடிப்பது ஒரு பழக்கமாகவே மாறிவிட்டது. என்னை அடிப்பவரை முடியைப் பிடித்து குனியவைத்து முதுகில் முட்டிக்கை வைத்து ஓங்கி அடிக்கப் பழகினேன். எனக்காக மட்டுமில்லாமல் மற்றவர்களுக்காகவும் நான் அடிக்கத் தொடங்கினேன். யாராவது பிள்ளைகளைத் தொந்தரவு செய்கிறார்கள் என்று கேள்விப்பட்டால் நான் அங்கே போய்விடுவேன்.

மற்றவர்களைப்போல விளையாடவோ சந்தோஷமாக இருக்கவோ என்னால் முடிந்ததேயில்லை. பள்ளி இல்லாத நாட்களில் ஏதாவது ஒரு மரத்தடியில் உட்கார்ந்திருப்பேன். அம்மாவைப் பற்றிய நியாபகங்கள் மெல்ல மங்கத் தொடங்கின. மனசுக்குள்ளாக ஒரு வைராக்கியமோ துக்கமோ இருந்ததோ? மற்ற பிள்ளைகளை அடிக்கும்போது உள் மனசில் ஏதோ பழி வாங்கும் திருப்தி ஏற்படுகிறதோ? சரியாய் சொல்ல முடியவில்லை.

என்னிலிருந்து அப்படியே வேறாகயிருந்தான் என் அண்ணன். நன்றாகப் படிப்பான். நல்ல குரலில் பாடுவான். அடக்கமான பையன். ஆண் பிள்ளையின் குணம் எனக்கும் பெண்பிள்ளையின் குணம் அவனுக்கும் வாய்த்திருக்கிறதென டீச்சர்களெல்லாம் கிண்டல் செய்வார்கள். எப்போதாவது அக்காவைப் பார்ப்பேன். நான் பார்த்ததாகக் காட்டிக்கொள்ளவே மாட்டேன்.

'பாலமந்திரத்தில்' எல்லாவற்றிற்கும் ஓர் ஒழுங்கு இருந்தது. காலையில் ஆறு மணிக்கு எழுந்திருக்கவேண்டும். எட்டு மணிக்கு முன்னால் குளித்துத் தயாராக வேண்டும். எட்டரை மணிக்குள் சாப்பிட்டு ஒன்பதரைக்குள் பள்ளிக்குப் போய்விடவேண்டும். பன்னிரெண்டரைக்கு மதிய சாப்பாடு. ஒன்றரைக்கு மீண்டும் வகுப்புகள் தொடங்கும். மாலை நான்கு மணிக்குப் பள்ளி முடியும். ஐந்தரை வரை விளையாட்டு நேரம். பிறகு கை, கால், முகம் கழுவி, விளக்கு ஏற்றி வைத்திருப்பதற்கு முன்னால் ஹாலில் எல்லோரும் குழுமி நின்று பிரார்த்தனை செய்யவேண்டும். ஒவ்வொரு நாளும் ஒவ்வொரு பாட்டு. "கிருஷ்ண கிருஷ்ண முகுந்தா ஜனார்த்தனா", நரனாய் இப்படி பூமியில் அவதரித்தாய்..." என.எனக்கு மிகவும் பிடித்த நேரமாகயிருந்தது இது.

பல நாட்களில் காலையில் கஞ்சிதானிருக்கும். இல்லையென்றால் உப்புமா, தோசை. வாரத்தில் ஒரு நாள் கறியோ மீனோ இருக்கும். சாப்பாட்டைக்கூட நான் இஷ்டமில்லாமல்தான் சாப்பிட்டிருந்தேன்.

அனாதை விடுதியில் கொண்டு வந்து விடும்வரை அம்மாதான் எனக்கு சோறு ஊட்டுவதும் குளிக்க வைப்பதுமெல்லாம் செய்திருந்தாள். இங்கு வந்த பிறகு சோறூட்டவோ, குளிக்க வைக்கவோ, பொட்டிட்டு, மை எழுதி, தலை சீவி அலங்காரம் செய்து பார்த்து ரசிக்கவோ எனக்கு யாருமேயில்லை. துணி துவைப்பதைக்கூட பிள்ளைகளே செய்தோம். மாதங்கள் மிகவும் சிரமத்துடன் நகர்ந்தன.

ஒரு நாள் ஞாயிற்றுக்கிழமை காலை காபி, டிஃபனெல்லாம் சாப்பிட்ட பிறகு பிள்ளைகள் அங்குமிங்கும் விளையாடிக் கொண்டிருந்தார்கள். எனக்கு அப்படி விளையாடிப் பழக்கம் இல்லாததால் ஏதோ ஒரு பாட்டை முணுமுணுத்தபடி ஹாலில் ஜன்னலுக்குக் கீழே படுத்திருந்தேன். ஹாலிற்கு வெளியே பெரிய வராந்தாவும் அதன் பின்னால் சமையலறையும் இருந்தன. சமையலறையிலிருந்து யாரோ காபியைக் கொதிக்க வைத்து இந்தப் பக்கத்தில் நிற்கும் ஒரு பெண்ணின் கைகளுக்கு மாற்றுகிறார்கள். சூடு அதிகமாயிருந்ததாலோ என்னவோ அந்தக் கைகளில் தவறும் காபி மொத்தமும் சிந்தாமல் சிதறாமல் ஜன்னலருகில் படுத்திருந்த என் முகத்தில் இடம் மாறுகிறது.

கொதிக்கும் காபி விழுந்து என் முகம் கொப்பளித்துப் போனது. நான் உருண்டு பிறண்டு அழுதேன். யார்யாரோ ஓடி வந்து முகத்தில் தண்ணீர் தெளித்து, விசிறி விடுகிறார்கள். வேறு யாரோ வந்து ஒரு பாட்டில் இங்க் எடுத்து முகத்தில் ஊற்றினார்கள்.

மறுநாள் காலையில் என் முகம் மொத்தமும் கொப்பளங்களால் வீங்கிப் போனது. பார்ப்பவர்கள் எல்லாம் 'அய்யோ நல்ல அழகு குழந்தையாச்சே' என்று துக்கப்பட்டார்கள்

இந்த அடையாளங்கள் அப்படியே நின்று விடுமா? வளரும்போது இதுவும் சேர்ந்து வளருமா? அப்படியானால் முகம் எப்படி விகாரமாகும்! இதையெல்லாவற்றையும் விட அம்மா என்னை வந்து பார்க்கவில்லையே என்பதுதான் என்னை அதிக துக்கத்துக் குள்ளாக்கியது. அண்ணன் என்னை பார்க்கப் வந்தபோதுதான் அம்மா டெல்லிக்குப் போய்விட்டாள் என்று தெரிய வந்தது.

என்னைத் தனியாக ஒரு அறையில் படுக்க வைததார்கள். கொப்பளங்கள் மெதுவாகப் பழுக்கத் தொடங்கின. பயந்துபோய் யாரும் என்னிடம் வருவதில்லை. ஒரேயொரு முறை இந்திராக்கா வந்தாள். இங்க் ஊற்றி கறுத்து, வழவழவென்ற மருந்து தடவி, அது

வழிந்து கிடக்கும் என் முகத்தைப் பார்த்தபோது அவளுக்கு சிரிப்பு வந்தது. என்னென்னவோ சொல்லி, சிரித்து, கிண்டலடித்துவிட்டுப் போனாள். ஆண் பிள்ளைகளுக்கு அனுமதி இல்லையென்றாலும் அங்கிருக்கும் சூப்பிரண்டண்ட் அம்மம்மா என்னைப் பார்க்க உண்ணியை அனுமதித்தார். அண்ணனின் வருகையும் சுமதியின் ப்ரியமும் என்னை மிகவும் ஆசுவாசப்படுத்தின. என் துணி துவைப்பதும் உடம்பைத் துடைத்து தருவதெல்லாம் சுமதி செய்தாள். ஒரு நாள் எனக்குத் துணி மாற்றவும் மருந்திடவும் சுமதி தயாரானபோது அண்ணன் உள்ளே வந்தான்.

"நீ தள்ளிக்கோ, நான் உடம்பு தொடச்சி விடறேன்" அண்ணன் சுமதியிடம் சொன்னான்.

என் துணியெல்லாம் மாற்றி, சுடுதண்ணீர் வைத்துத் துடைத்து, பௌடர் போட்டு, மருந்திட்டு, என் முகமெல்லாம் மருந்தால் மூடியிருந்ததால் உள்ளங்கையில் முத்தமிட்டான். சட்டென அறையிலிருந்து விலகி வெளியே ஓடினான். அவன் அழுதிருப்பான் போலிருக்கிறது. அந்த நெகிழ்வான ப்ரியத்தைப் பிறகென் வாழ்நாளில் எப்போதும் யாரிடமிருந்தும் நான் அடையவில்லை. இதோ இதை எழுதும் இந்த நிமிடம்வரை.

ஒரு மாதமானபோது முகத்தில் புண்கள் காய்ந்து உலர்ந்து நான் பழைய மாதிரியானாலும் வடுக்கள் அதிகமாகத் தெரிந்தன. அது மற்ற பிள்ளைகளை கேலி செய்ய வைத்தது. சாப்பிடுகிற இடத்தில், படுக்கையறையில், வகுப்பில் என எல்லா இடங்களிலும் யாரும் என்னோடு பேசாமல் விலகிப் போனார்கள். இதனால் நான் மேலும் மேலும் யாரையும் மதிக்காதவளாகவும் அடங்காதவளாகவும் மாறிப் போனேன். மட்டுமல்லாமல் நிர்தாட்சண்யமாக படிக்காமலும் இருந்தேன்.

மறுநாள் செய்ய வேண்டிய வீட்டு பாடங்கள் தருவார்கள். மீண்டும் பள்ளிக்கு வரும்போது எழுதிக்கொண்டு வர வேண்டும் என்று

நம்பியார் சார் சொல்லுவார். ஆனால் நான் எழுத மாட்டேன். மறுநாள் வகுப்புக்குப் போவதற்கு முன்பாக கரியால் நன்றாக ஸ்லேட்டைத் துடைத்து மேலும் அட்டக் கரியாக்கி சாரிடம் கொடுப்பேன். பிறகென்ன? பெஞ்சில் ஏற்றி நிற்க வைத்து தாறுமாறாய் அடிவிழும்.

"உன்னக் கொன்னுடுவேன்" என்றபடி பாவாடையை உயர்த்தி மர ஸ்கேலால் தொடையில் பட்டை பட்டையாய் அடிப்பார். சில நேரங்களில் வலி தாங்க முடியாமல் வகுப்பிலேயே பாவாடையை நனைத்து விடுவேன். ஆனாலும் நான் அழ மாட்டேன். சாரையே முறைத்துப் பார்ப்பேன். சாருக்குக் கோபம் உச்சிக்குப் போய் காதைப் பிடித்துத் திருகிவிடுவார். அவர் நல்ல உயரமும், தாட்டிகமாகவும், சுண்டினால் ரத்தம் வரும் நிறத்துடனும், காது மடலெங்கும் முடியுடனுமிருப்பார். பார்க்கவே பயமாக இருக்கும். ஆனாலும் பயத்தை வெளிக்காட்டிக் கொள்ளவே மாட்டேன்.

### அம்மாவும் ஏ.வி.குட்டிமாளு அம்மாவும்

ஒரு நாள் வகுப்பு முடிந்து வரும்போது வாத்தியார் எல்லாரையும் கூப்பிட்டு, "நாளை விடுமுறைதான். ஆனால் காலையில் குளித்து யூனிஃபார்ம் போட்டு ஒன்பது மணிக்கெல்லாம் பள்ளி வளாகத்திற்கு வர வேண்டும்" என்று சொன்னார்.

சொன்னதுபோலவே எல்லோரும் பள்ளி முற்றத்தில் வரிசையாக நின்றோம். ஆரஞ்சு நிறத்திற்கும் பச்சை நிறத்திற்குமிடையில் வெள்ளையில் நீலநிறச் சக்கரம் வரைந்த ஒரு பேப்பர் துண்டை சுமதி என் சட்டையில் குத்திவிட்டுப் போனாள்.

"இதென்ன?" நான் சுமதியிடம் கேட்டேன்.

"இதுதான் நம் தேசியக் கொடி. இன்னக்கி நமக்குச் சுதந்திரம் கிடைத்த நாள். இன்னைக்கொரு அம்மம்மா வருவாங்க. ஒரு மந்திரியோட மனைவி அவங்க. அவங்க வந்து தோ அங்க தெரியுதே அந்தக் கொடிய மேல ஏத்திக் கட்டுவாங்க. அப்ப எல்லாரும் 'ஜன கன மன கதி' பாடுவோம்"

கொஞ்ச நேரத்தில் அங்கே வந்த ஒரு காரில் வயசான ஒரு அம்மம்மாவும் மிக அழகான ஒரு பெண்ணும் இறங்கினார்கள். அவர்களுக்குப் பின்னால் இறங்கிய பெண்ணைப் பார்த்து நான் விக்கித்துப் போய் நின்றேன்.

'என் அம்மா!... அம்மா எப்படி இவங்களோட?'

சுமதியும் அதிசயப்பட்டுக் கேட்டாள், ''பாக்யம் உன்னோட அம்மாதான அது? மந்திரியோட மனைவி உங்க சொந்தக்காரங்களா?''

நான் அந்தக் கேள்வியை நேரிட்டபோதும் அதிர்ச்சியிலிருந்து விடுபடாமலேயேயிருந்தேன்.

கொடி ஏற்றும் சடங்கெல்லாம் முடிந்து குழந்தைகளுக்கு இனிப்பு வழங்கப்பட்டது. எல்லோரும் கலைந்து போனவுடன் பள்ளி அலுவலகத்திலிருந்து நான் அழைக்கப்பட்டேன். அங்கே அந்த அம்மம்மாவும் அழகான பெண்ணும் என் அம்மாவும் நின்றிருந்தார்கள். உண்ணியும் இந்திராவும் எங்கள் பள்ளி அம்மம்மாவும் மேட்ரனுமாக நிறைய பேர் நின்றிருந்தார்கள். வந்த அம்மம்மா என்னை அருகில் அழைத்து 'நல்லாயிருக்கியா? நல்லாப் படிக்கணும்' என்றெல்லாம் ஏதேதோ சொன்னாள். நான் எதற்கும் பதில் பேசவில்லை. இவர்களுக்கும் அம்மாவிற்கும் என்ன தொடர்பு என்ற கேள்வி மட்டுமே மனசு முழுக்க ஆர்ப்பரித்தபடியிருந்தது.

பிறகு சூப்ரன்டண்ட் அம்மம்மா தவிர மீதி எல்லோரும் வெளியே போனார்கள். எங்கள் மூன்று பேரைப் பற்றியும் அம்மாவிடம் ஏதேதோ சொல்லிக் கொண்டிருந்தார். இந்திரா நல்ல அடக்க ஒதுக்கமான பெண் என்றும், நன்றாகப் படிப்பதாகவும் உண்ணி சுமாராகப் படிக்கிறான், ஆனால் நன்றாகப் பாடுவான் என்றெல்லாம் சொன்னார்கள். அடுத்தது என்னைப் பற்றித்தான் எனப் புரிந்தது. அம்மம்மா என்னைப் பார்த்து கேட்டார்.

''பாக்யத்தப்பத்திச் சொல்லட்டா?''

நான் ஒன்றும் பேசாமல் தரையைப் பார்த்துக் கொண்டிருந்தேன். பிறகு நான் பிள்ளைகளை அடிப்பதையும் படிக்காமலிருப்பதையும் பற்றிய குற்றச்சாட்டுகளின் தொகுப்பு வாசிக்கப்பட்டது. அம்மம்மா என்னை சேர்த்தணைத்தபடி கேட்டார்.

"பொம்பள பிள்ளைங்க எப்பப் பாத்தாலும் அடிச்சுப்பாங்களா? ஏன் இப்படி செய்யறே? இனி இப்படி செய்யக் கூடாது, சரியா? அடுத்த வாட்டி உன்னப் பாக்கும்போது நீ நல்ல பிள்ளைன்னு பேரெடுக்கணும் சரியா?''

கொஞ்ச நேரம் அம்மாவும் நாங்கள் மூன்று பேரும் முற்றத்தில் இறங்கி மெதுவாக நடந்து கொண்டே பேசினோம்.

என்னைப் பற்றிய புகார்களைக் கேட்டு அம்மா மிகவும் துக்கமுற்றவளாக மாறியிருக்கலாம் என்று நினைக்கிறேன். தோட்டத்திலிருந்த பெஞ்சில் நாங்கள் உட்கார்ந்தோம்.

"இனி யாரையும் அடிக்கக் கூடாதும்மா... அவங்கெல்லாம் உன்னப்பத்தி சொல்லும்போது எவ்வளவு அசிங்கமா இருக்கு தெரியுமா? ம்... இனி அப்படி செய்வியா?''

"என்னை அடித்தால் நானும் அடிப்பேன். அடித்தால் திருப்பி அடிக்கச் சொல்லி சுமதி சொல்லியிருக்காளே''

அம்மா அப்படியே அமைதியானாள். எதுவுமே பேசவில்லை.

"நான் சொன்னேன் இவகிட்ட அடிதடிக்கெல்லாம் போகாதேன்னு'' அண்ணன் தன் பங்குக்குச் சொன்னான்.

"இவ அடங்காதவ அம்மா, ஒரு அனுசரணையும் இல்லாத பொண்ணு. படிக்கவும் மாட்டா'' இந்திராக்கா சொல்வதையும் கேட்டபோது எனக்கு கோபம் சுருசுருவெனத் தலைக்கேறியது.

"போடி'' என்றபடி நான் அங்கிருந்து ஓடினேன். பிறகெப்போது அம்மா போனாள் என்பதெல்லாம் எனக்குத் தெரியாது. எப்போதும் உட்காரும் அந்த மரத்தடியில் போய் தனியாக உட்கார்ந்து

கொண்டேன். சிறிது நேரம் கழித்து அண்ணன் வந்து பக்கத்தில் உட்கார்ந்தான்.

"பரவாயில்ல போகட்டும் விடு. அம்மா ஒண்ணும் உன்னத் திட்டலியே... போ... போய் விளையாடு"

"அவங்கெல்லாம் யார்ண்ணா? எதுக்கு நம்ம அம்மாகூட வராங்க?"

அண்ணன்தான் எல்லாம் சொன்னான்.

அந்த வயதான அம்மா பெயர் ஏ.வி.குட்டிமாளு அம்மாவென்றும், கோழிப்புரத்து மாதவ மேனனின் மனைவியென்றும், மாதவ மேனன் இப்போது மந்திரியென்றும், உடன் வந்த அழகான பெண் அவர்களுடைய மகள் லஷ்மியென்றும் சொன்னான்.

இனி நான் எவ்வளவு தொந்தரவு செய்தாலும் யாரும் அடிக்க மாட்டார்கள் என்றொரு தைரியம் எனக்கு வந்தது.

எப்படியிருந்தாலும் அவர்களுடைய அவ்வப்போதான வருகை எனக்கு சாதகமாகவேயிருந்தது. அந்த அனாதை மடத்தில் என்னைப் பார்க்க மட்டுமே எப்போதும் ஆட்கள் வருகிறார்கள் என்ற கர்வமும் கூடியது.

அதன் பிறகான மாதங்களில் அம்மா வரவேயில்லை. நான் படிப்பில் பெரிதாக ஆர்வம் காட்டவில்லையானாலும், விளையாட்டில் மிகுந்த ஆர்வத்துடன் பங்கெடுத்தேன். அவ்வப்போது கொஞ்சம் பாடவும் ஆரம்பித்தேன். பெரும்பாலும் நானும் அண்ணனும் சேர்ந்தே பாடுவோம். பார்க்கக் கொஞ்சம் நிறத்துடனும் பூசின உடம்பாகவும் இருப்பதால் டீச்சர் என்னை எப்படியாவது டான்ஸ் ஆட வைக்க முயற்சித்தார்கள். எனக்கென்னவோ என் உடல் அதற்கெல்லாம் வளைந்து கொடுக்காது என்று தோன்றியது.

இப்படியான உதாசீனங்களிலும் காழ்ப்புணர்ச்சியிலும் வெறுப்பிலும்

எதிர்பார்ப்புகளிலும் ஏமாற்றங்களிலுமாக ''பாலமந்திரத்தில்'' என் ஒரு வருடம் கழிந்தது. பள்ளி விடுமுறை விடப்பட்டது. சுமதியெல்லாம் ஊருக்குப் போய்விட்டாள். இந்திராக்காவின் பத்தாம் வகுப்பு முடிந்ததால் இனி இங்கு தங்கிப் படிக்க முடியாது. எங்களைக் கூட்டிக் கொண்டு போகமட்டும் யாரும் வரவில்லை. விடுமுறை தீர ஒரு மாதம் இருக்கும்போது அம்மா வந்தாள். எங்களை பாலக்காட்டிலிருக்கும் ஒரு தாய்மாமாவின் வீட்டிற்கும் 'மப்பாட்டுகரையிலிருக்கும்' இன்னொரு தாய்மாமாவின் வீட்டிற்கும் கூட்டிக்கொண்டு போனாள். அம்மாவோடு இருந்த அந்த நாட்கள் பனி போல சீக்கிரமே விலகிப் போனது.

## அம்மம்மாவின் அன்பு வளையத்திற்குள்ளாக

ஒரு மாதத்திற்குப் பிறகு நானும் அண்ணனும் அம்மாவுடன் பாலமந்திரத்துக்குத் திரும்பி வந்தோம். பஸ்ஸில் டிக்கெட் எடுக்கும்போதுதான் பாலமந்திரம் இருக்குமிடம் 'வெள்ளி மாடக்குன்று' என்று எனக்குத் தெரிந்தது. பஸ்ஸை விட்டு இறங்கியதுமே என் இதயம் வேகமாக அடிக்கத் தொடங்கியது. கேட்டை சமீபிக்கும்போது தரையில் உருண்டு அழ ஆரம்பித்தேன். அம்மாவும் அண்ணனும் இரண்டு கைகளையும் பிடித்து உள்ளே இழுத்துப் போனார்கள். விடுமுறை முடிந்து நாங்கள் வரும்போது வகுப்பெல்லாம் தொடங்கியிருந்தன. என்னையும் அழைத்துக் கொண்டு மேட்ரன் சூப்பிரண்டண்ட் அறைக்குக் கூட்டிக் கொண்டு போனார். அழுது அழுது முகமெல்லாம் வீங்கிப் போயிருந்தது. அம்மம்மா என்னை மிகவும் சமாதானப்படுத்த முயற்சி செய்தாள்.

''பாக்யம், ரெண்டாம் கிளாஸ் போயிட்டயே... இந்தா புதிய ஸ்லேட், பலப்பமெல்லாம் வச்சுக்கோ. இனி நல்ல பிள்ளையாய் கிளாசில் போய் உக்காந்து படி'' என்றார். மேட்ரனிடம் வகுப்பிற்குக் கூட்டிச் செல்ல சொன்னார்.

புது வகுப்பறை. வாசலில் நின்று பார்த்தபோது புது டீச்சர் உள்ளேயிருந்தார். நான் ஒன்றும் பேசாமல் உள்ளே போய் கடைசி பெஞ்சில் உட்கார்ந்தேன். டீச்சர் என்னை முறைத்துப் பார்த்தார். 'இங்க வா' என்று ஸ்கேலால் சைகை செய்து கூப்பிட்டார். ஊரிலிருந்து வரும்போது அம்மா வாங்கிக் கொடுத்த ரோஸ் நிற கவுனை எல்லோருக்கும் காண்பிக்கலாம் என்று நினைத்திருந்தேன். டீச்சர் என்னை பெஞ்சில் ஏறி நிற்கச் சொன்னார்.

''நீ ஏன் யூனிஃபார்ம் போடல?''

நான் ஒன்றும் பேசவில்லை.

''கிளாஸுக்குள்ள வரும்போது கேட்டுட்டு வர வேண்டாமா?''

அப்போதும் நான் ஒன்றும் பேசவில்லை.

''கேட்ட கேள்விக்குப் பதில் சொல்லமாட்டியா?''

சொன்னவர் என் கவுனைத் தூக்கி அந்த மர ஸ்கேலால் இரண்டு தொடைகளிலும் அடிக்கவும் செய்தார். அம்மா மீண்டும் பாலமந்திரத்தில் கொண்டு விட்ட கோபம் அப்படியே அடைகாக்கப்பட்டிருந்தது. புதுத் துணியோடு அடி வாங்கியதில் ஏற்பட்ட அவமானத்தின் வலி மிகவும் ஆழமாகப் பதிந்தது. வலியும் அவமானமும் கோபமும் சகிக்க முடியாமல், ''போடி நாயே'' என்று கத்திவிட்டு வகுப்பிலிருந்து ஒரே ஓட்டமாக வெளியே ஓடினேன்.

தங்கும் விடுதியில் போய்தான் நின்றேன். அங்கே யாருமில்லை. சூப்ரன்டண்ட் அம்மம்மாவின் அறைக்குப் போனேன். அவர்களும் இல்லை. எப்படியும் பள்ளியிலிருந்து யாராவது தேடிக் கொண்டு வருவார்கள் என்பது நிச்சயம். எல்லோரும் அவரவர் பங்கிற்கு உதைப்பார்கள் என்பதும் நிச்சயம். அந்த அறையிலேயே கொஞ்சநேரம் நின்றேன். ஏதாவது மறைவிடம் கிடைக்குமாவெனப் பார்த்தேன். அம்மம்மாவின் அறையில் பெரிய ஒரு புத்தக

அலமாரியுண்டு. அதற்குப் பின்னால் போய் உட்கார்ந்தேன். கொஞ்ச நேரத்திலேயே என்னைத் தேடி ஆட்கள் வருவதும் சத்தமாய்ப் பேசுவதுமாக அம்மம்மாவின் அறை ரணகளமானது. புத்தக அலமாரிக்குப் பின்னால் ஒய்யாரமாக உட்கார்ந்து எல்லாவற்றையும் கேட்டுக் கொண்டிருந்தேன். நான் யூனிஃபார்ம் போடாமல் வகுப்பிற்கு சென்றதும், அனுமதியில்லாமல் வகுப்பிற்குள் நுழைந்ததும் டீச்சரை போடி நாயே என்று திட்டியதுமெல்லாம் அம்மம்மாவிடம் சொல்லப்பட்டது. நான் சுவாசம் அடக்கி எல்லாம் கேட்டபடியிருந்தேன். அம்மம்மா அவர்களையெல்லாம் திட்டினார்.

''நாந்தான் அந்த குழந்தையை கிளாஸுக்கு அனுப்பிவிட்டேன். ஸ்கூலுக்கு வர நேரமானதால் யூனிஃபார்ம் மாற்றச் சொல்லவில்லை. சின்ன குழந்தைதானே மாதவி டீச்சர் அவ? வகுப்பிற்குள் வரும்போது கேக்கணும்னு தெரியாமக் கூட இருக்கலாம் இல்லையா? எதுக்கு நீங்கல்லாம் குழந்தைகளை இப்படி அடிக்கறீங்க?''

எனக்குக் கொஞ்சம் தைரியம் வந்தது. ஓ... நான் பெரிய தப்பொன்றும் செய்யவில்லை போல இருக்கிறது. ஒவ்வொருவரும் ஒவ்வொன்றாய் பேசுகிறார்கள். என் குறும்புத்தனம், மதிக்காத குணம், மந்த புத்தி என பேசப்பட்டது.

''மொதல்ல அந்தக் குழந்தையைத் தேடற வழியப் பாருங்க... போங்க மொதல்ல''

பேச்சுகளுக்கு அம்மம்மா முற்றுப்புள்ளி வைத்தார்.

''பாக்யம், பாக்யம்'' எனப் பல குரல்களில் கூப்பிடுவது எனக்கு மெலிதாய்க் கேட்டது. மத்தியானமானது. எனக்கு நன்றாகப் பசிக்க ஆரம்பித்தது. அலமாரி சந்திலேயே தரையில் அமைதியாகப் படுத்தேன். தூசும் ஒட்டடையுமாக இருந்தது. தேடட்டும்... நல்லாத் தேடட்டும். பயப்படட்டும். கொஞ்ச நேரத்தில் மீண்டும் அம்மம்மாவின் அறையில் எல்லோரும் ஒன்றாய்க் கூடினார்கள்.

"அவளைக் காணவே காணோம் அம்மா. எல்லா இடத்திலேயும் தேடியாச்சு. இந்தக் கட்டிடம் முழுக்க சுத்தியாச்சு. வெளியவும் பாத்தாச்சு. இனி என்ன செய்யறது?"

"நாம போலீஸுக்குத் தகவல் சொல்லிடலாமா?"

நான் அப்படியே நடுங்கிப் போனேன். "அய்யோ போலீஸா?"

எல்லோரும் போலீஸில் சொல்லிவிடுவதென்று முடிவெடுத்தார்கள். இனி இங்கேயிருந்தால் நிலைமை மிகவும் மோசமாகி விடுமென்பதால் நான் மெல்ல வெளியே வந்தேன். நான் அப்படி எழுந்தருளியதை யாரும் எதிர்பார்க்கவில்லையென்பதால் எல்லோரும் உறைநிலைக்கே போனார்கள். யாரும் ஒன்றும் பேசவில்லை. அம்மம்மா எல்லோரையும் போகச்சொன்னார். நானும் அம்மம்மாவும் மட்டுமானோம். அவர்கள் என்னை அடிப்பார்களா? எனக்கு பயமாக இருந்தது. மெல்ல எழுந்து வந்து என் கவுனில் ஒட்டியுள்ள தூசியைத் தட்டினார்.

"அய்யோ தலையில, துணியில, உடம்பிலெல்லாம் தூசி பாரு. பசிக்கலயா உனக்கு? வா மொதல்ல சாப்பிடலாம்"

நாங்கள் சாப்பிடப் போனோம். எல்லோரும் சாப்பிட்டுக் கொண்டிருந்தார்கள்.

"போ, போயி உன்னோட தட்ட எடுத்திட்டு வா"

நான் என்னுடைய தட்டை எடுத்து திரும்பி வந்தேன்.

"இன்னக்கி நாம ரெண்டு பேரும் ஒண்ணா உக்காந்து சாப்பிடலாம்"

அம்மம்மா என் பக்கத்தில் உட்கார்ந்து சாப்பிட்டார். நடுநடுவே சாதத்தை உருட்டி எனக்கு ஊட்டியும் விட்டார். சாப்பிட்டு முடித்து தட்டைக் கழுவி வைத்தோம்.

"நாம கொஞ்சம் நடக்கலாமா? இன்னக்கி நீ கிளாஸுக்குப் போக வேண்டாம்"

நானும் அம்மம்மாவும் சேர்ந்து பக்கத்தில் இருக்கும் தோப்புப் பக்கம் நடந்தோம். பெரிய பெரிய மரங்கள் சூழ்ந்த தோப்பு. நிறைய மாமரங்களும், பலாமரங்களும், முந்திரி மரங்களும் அங்கிருந்தன. பழங்களும் காய்களுமாக நிலத்தில் கொட்டிக் கிடந்தன. நான் பழுத்த மாம்பழங்களைப் பொறுக்கினேன். நான் ஓடி ஓடி பொறுக்குவதைப் பார்த்த அம்மம்மா பேசாமல் நின்றார். நிறைய மாங்காய்களும் முந்திரி பழங்களையும் கவுனை மடக்கி போட்டுக் கொண்டேன். சுமதிக்குக் கொடுக்க வேண்டும். இந்தத் தோப்புக்கு பிள்ளைகள் வர அனுமதியில்லை.

''பாக்யம் இப்படி வந்து என் பக்கத்தில உக்காரு''

மடி நிறைய மாங்காயையும் முந்திரிப் பழங்களையும் எடுத்துக்கொண்டு நான் அம்மம்மாவின் பக்கத்தில் மண்ணில் உட்கார்ந்தேன்.

''அடடா இங்கப் பாரு உன்னோட புது துணியெல்லாம் கறையாயிடிச்சு''

''................''

''புது துணிதானே இது?''

''ம்... அம்மா வாங்கித் தந்தாங்க''

''இந்த டிரஸ்ல பாப்பா என்ன அழகு தெரியுமா? தேவதை மாதிரி இருக்கே''

நான் அம்மம்மாவின் முகத்தைப் பார்த்தேன், இதுவரை கேட்காத வார்த்தைகளைக் கேட்டதுமாதிரி இருந்தது. மாதிரியென்ன கேட்கவேயில்லைதான்.

''பாப்பா எதுக்கு டீச்சரை போடி நாயேன்னு சொன்ன?''

''ஸ்கேலால அடிச்சப்போ எனக்கு ரொம்ப வலிச்சிடிச்சு. இங்க பாத்தீங்களா?'' நான் கவுனைத் தூக்கி சிவந்து கன்றியிருந்தத்

தொடையைக் காண்பித்தேன். அதைப் பார்த்தவுடன் அம்மம்மா மிகவும் துடித்துப் போனாள். அடிபட்ட இடத்தில் மெல்ல, தடவி விட்டாள்.

"சரி விடு. இனி யாரும் உன்ன அடிக்கக் கூடாதுன்னு நான் தீர்மானமாச் சொல்லிடறேன். ஆனா நீ அம்மம்மாக்கு ஒரு உறுதி தரணும், இனி பசங்களை அடிக்கக்கூடாது, நல்லாப் படிக்கணும், செய்வியா?"

"ம்... அம்மம்மா, இந்தத் தோப்பில ஏன் எங்களை விளையாட விட மாட்டேங்கிறீங்க?"

"நாளைக்கு நடக்கிற அசெம்பளில நான் அனுமதி தரேன், சரியா?"

அதற்குப் பிறகு நானும் குறும்பையெல்லாம் குறைத்துக் கொண்டேன். அடுத்த வாரத்திலிருந்தே ஒருநாள் நாங்கள் அந்தத் தோப்பில் விளையாட அனுமதிக்கப்பட்டோம். மரத்தில் ஏறி இறங்கி சந்தோஷமாக விளையாடினோம்.

அந்தத் தோப்பு வழியாக கொஞ்ச தூரம் நடந்தால் பெரிய இறக்கம் வரும். அதன் வழியே நடந்தால் ஒரு ஆறு வரும். ஞாயிற்றுக் கிழமைகளில் எங்களை அந்த ஆற்றில் குளிக்கக் கூட்டிக் கொண்டு போவார்கள். எனக்கு மிகவும் மகிழ்ச்சியாக இருந்த நாட்கள் அவைதான்.

அப்போதுதான் என் கால்களில் சிரங்கு வரத் தொடங்கியது. தலையிலும் கையிலும் கூட வர ஆரம்பித்தன.

வாரத்திற்கு ஒருமுறை ஆற்றுக்குப் போகும்போது மீனிருக்கும் இடத்தில் என்னைக் கூட்டிக் கொண்டு போய் வார்டன்கள் நிறுத்துவார்கள். மீன்கள் கூட்டம் கூட்டமாக வந்து சிரங்கைக் கொத்தித் தின்னத் தொடங்கும். வலி பிடுங்கியெடுக்கும். நான் எழுந்திருக்க முயற்சி செய்யும்போது இரண்டு பேர் என்னைப் பிடித்து

அழுத்துவார்கள். ஆனால் அப்படி செய்ததால் சிரங்கெல்லாம் சீக்கிரமே ஆறியது.

### பாலமந்திரத்தின் கடைசிநாட்கள்

இரண்டாம் வகுப்பில் கொஞ்சம் பெரிய வார்த்தைகள் எல்லாம் கற்றுத் தந்தார்கள். மாதவி டீச்சர் கணக்குப் பாடம் எடுத்தார்கள். ஹிந்தியும் மலையாளமும் நம்பியார் சார் எடுப்பார். எனக்கு மிகவும் பிடித்த பாடம் மலையாளமாகயிருந்தது. மீதிப் பாடங்கள் நடத்தியவர்களையெல்லாம் யோசித்துப் பார்க்க முடியவில்லை. என்னை எப்போதும் அடிப்பதால்தான் இவர்கள் இரண்டு பேரையாவது நியாபகத்தில் வைத்திருந்தேன்.

பாலமந்திரத்தில் இப்போது நானும் அண்ணனும் மட்டுமேயிருக்கிறோம். இந்திரா அக்கா எங்கே இருக்கிறாள் என்று எப்போதாவது வரும் அம்மாவிடம் நான் கேட்டதேயில்லை. எனக்கு படிப்புதான் வரவில்லையே தவிர விளையாட்டு நன்றாக வந்தது. ஆண்பிள்ளைகள் பங்கெடுக்கும் ஓடுதல், குதித்தல், லாங் ஜம்ப், ஹை ஜம்ப் என எல்லா விளையாட்டிலும் பங்கெடுப்பேன். பரிசு கிடைக்க வேண்டுமென்ற கட்டாயம் ஏதுமில்லை.

மாலைகளில் ‘சந்தியா நாமம்’ சொல்லும்போது சூப்ரண்டண்ட் அம்மம்மா என்னை மெல்ல படிக்கவைக்க முயற்சி செய்தார். பள்ளியில் நடைபெறும் நிகழ்ச்சிகளில் அண்ணன் மிக நிச்சயமாகப் பாடுவான். பரிசும் கிடைக்கும். மூணாங்கிளாஸ் முடியும்போது நானும் பள்ளியின் பாடகியாகும் முயற்சியிலிருந்தேன். முதல் முதலாக அண்ணனோடுதான் மேடையில் பாடினேன்.

முதலில் மேடையில் பாடிய பாட்டு எனக்கு இன்றும் லேசாக நியாபகம் இருக்கிறது.

*“சாந்தி வனத்தில் குளிரலை போர்த்தி*

*சாந்தமி உலகத்தில் நிர்விருதி போர்த்தி*

*ஓடி அணைக்கும் இளம் தென்றல் காற்றே*

*காற்றே எனக்கொரு சேதி சொல்வாயோ''*

அன்றெனக்குப் பரிசாக ஒரு சோப்பு டப்பா கிடைத்தது.

*''கங்கை ஆறு பாய்ந்து வரும் நாடே*

*சாந்தியடைய சங்கீதம் ஆலாபனை செய்த நாடே*

*தூரத்தில் கரைகளை தழுவும் கடல்களே*

*தீர தீர ஏற்று பாடி போவீரோ*

*இந்த யுகத்தில் இதிகாச கானமான அந்தியின்*

*நாவுகளில் உயரும் கானம்''*

இந்தப் பாட்டெல்லம் பாடி நான் பரிசு வாங்கியிருக்கிறேன். அப்படியாக நானும் அண்ணனுமே பாலமந்திரத்தின் ஆஸ்தானப் பாடகர்களாக மாறியிருந்தோம்.

மூணாங்கிளாஸ் முடிவதற்கு முன்பே நான் நல்லபிள்ளை என்று பெயர் எடுத்திருந்தேன். படிப்பெல்லாம் சொல்லிக் கொள்வது மாதிரியில்லை. அவ்வப்போது அம்மா வருவாள். குட்டிமாளு அம்மாவும் அவருடைய மகளும் வருவார்கள்.

நான் நான்காவது படிக்கும்போது ஒருநாள் கொஞ்சமும் எதிர்பார்க்காமல் என்னையும் அண்ணனையும் பார்க்க மூன்று பெண்கள் ஒன்றாய் வந்தார்கள். அம்மாவின் அக்காக்கள் என்று அறிமுகம் செய்து கொண்டார்கள். அது ஒரு ஞாயிற்றுக்கிழமை. மூன்று பேரும் எங்களைக் கட்டிப்பிடித்து அழுது தீர்த்தார்கள். என்ன ஆனாலும் இந்த பார்கவி துஷ்டத்திக்கு, குழந்தைகளை அனாதை மடத்தில் விட எப்படி மனசு வந்ததோ என்று ஒரு பாட்டம் அழுது தீர்த்தார்கள். ஜானகி, குஞ்ஞு லஷ்மி, கமலாஷி என்பதுதான் பெரியம்மாக்களின் பெயர்கள். இந்திரா கோயம்புத்தூரிலுள்ள சித்தியின் வீட்டில் தங்கி கல்லூரியில்

படிக்கிறாளாம். அவள் மூலமாகத்தான் நாங்கள் இங்கு இருப்பது பெரியம்மாக்களுக்குத் தெரிந்ததாம். இந்த வருட முடிவில் இங்கிருந்து நாங்கள் கூட்டிக் கொண்டு போய்விடுகிறோம் என்றும் சொன்னார்கள். சாப்பிட என்னென்னவோ வாங்கிக் கொண்டு வந்திருந்தார்கள்.

அப்படியாக ஒவ்வொரு பெரியம்மாக்களும் அடிக்கடி பார்க்க வந்தார்கள். அவர்கள் வருவது எனக்கு மிகவும் பிடித்திருந்தது. நான் அனாதைதானோ என்ற பெரும் வேதனையிலிருந்து என்னை மீட்டவர்கள் அவர்கள்தானே.

அந்த வருட பள்ளி ஆண்டுவிழாவில் என்னை வற்புறுத்தி நாட்டியமும் ஆட வைத்தார்கள்.

*''மஞ்ஞாடிக் கிளி மைனா*

*மருதாணிக் கிளி மைனா*

*மைனா வேணுமா மைனா*

*மைனா மைனா...''*

மயக்குகிற குரலில் ஜிக்கி பாடிய பாட்டிற்கு நான் நன்றாக அபிநயம் பிடித்தேன் என்று சூப்ரண்டெண்ட் அம்மம்மா சொன்னார்கள்.

**மதராஸ் என்ற நகரத்தில்**

நான்காம் வகுப்பு முடிந்து விடுமுறை தொடங்குவதற்கு முன்பே கமலா பெரியம்மா எங்களைக் கூட்டிக் கொண்டு போனார்கள். அண்ணன் எட்டாம் வகுப்பு முடித்திருந்தான். நாங்கள் பாலமந்திரத்திலிருந்து நேராக மதராஸுக்கு வந்தோம். அப்படியாக என்னுடையதும் அண்ணனுடையதும் பாலமந்திரத்தின் வாழ்க்கை முடிந்தது.

சைதாப்பேட்டை ..யிலுள்ள அரசுப் பள்ளியில் என்னை ஐந்தாவது வகுப்பிலும் அண்ணனை ஒன்பதாம் வகுப்பிலும் சேர்த்தார்கள். பாலமந்திரிலிருந்து இவ்வளவு பெரிய நகரத்திற்கு குடியேறி வந்தது

என்னில் சொல்லமுடியாத பல அலைகளை அடித்தெழுப்பியது. மொழி மிகப் பெரிய பிரச்சனையாக இருந்தது. அது தமிழ் வழிக் கல்வியாக இருந்தது. 'அ, ஆ, இ, ஈ...என ஆதியிலிருந்து தொடங்க வேண்டிய நிர்பந்தம். நாங்கள் இரண்டு பேருமே படிக்கவும் மற்றவர்களோடு பழகவும் மிகவும் சிரமப்பட்டோம். ஆனாலும் ஏதோ சொல்லமுடியாத சுதந்திரமும் சந்தோஷமும் அனுபவித்த நாட்களாயிருந்தன. பொருளாதார ரீதியாக பெரியம்மா அவ்வளவொன்றும் சௌகரியமாக இல்லை. கோயம்புத்தூரிலுள்ள சித்தியின் மகள் லலிதாவும் அண்ணனும் நானுமாக பெரியம்மாவோடு இருந்தோம். ஒரு அறையும் சமையலறையும் உள்ள சிறிய வீடாயிருந்தது. பெரியம்மா நடிகை சாரதாவிற்கு மலையாளம் சொல்லிக் கொடுக்கப் போவார். நூறு ரூபாய் சம்பளம் கிடைக்கும். லலிதாக்கா ட்யூஷன் சொல்லிக் கொடுக்கப் போவாள். அதுதான் எங்களுடைய மொத்த வருமானம்.

சில நாட்களின் விடுபடலுக்குப் பிறகு திடீரென அம்மா ஒரு நாள் வந்தாள். பெரியம்மாவோடு அதிகமாக சண்டை போட்டாள். எங்களை பாலமந்திரத்திலிருந்து அம்மாவுக்குத் தெரியாமல் எப்படி கூட்டிக் கொண்டு வரலாம் என்று பிரச்சனை செய்தாள். பிறகு அம்மாவும் எங்களுடன் தங்கி விட்டாள்.

ஒரு நாள் நான் பள்ளிக்கூடம் விட்டு வரும்போது அம்மாவும் பெரியம்மாவும் ஏதேதோ சொல்லி அழுது கொண்டிருந்தார்கள். நான் அதை கவனிக்கவேயில்லை. பிறகுதான் அண்ணன் சொன்னான். அம்மா மிகவும் உடல்நிலை சரியில்லாமல்தான் டெல்லியிலிருந்து வந்திருக்கிறாள். மெட்ராஸ் ஜெனரல் ஆஸ்பத்திரியில் டெஸ்ட் செய்த போது புற்றுநோய் என்று தெரியவந்தது. அதை சொல்லித்தான் இரண்டு பேரும் அழுது கொண்டிருந்தார்கள். உடனே அம்மாவை மருத்துவமனையில் சேர்த்தோம். ஆபரேஷனும் செய்தார்கள். ஆபரேஷன் செய்யும் நாளின் காலையில் நாங்கள் எல்லோரும் மருத்துவமனைக்கு சென்றோம். ஆபரேஷன் தியேட்டருக்குப்

போவதற்கு முன்பாக அம்மாவும் அண்ணனும் உரக்கக் கத்தி அழுதார்கள். நான் எல்லாருடைய முகத்தையும் பார்த்துக் கொண்டு பேசாமல் நின்றேன். அம்மா என்னைக் கட்டி அணைத்து முத்தமிட்டாள். அம்மாவை தியேட்டருக்கு உள்ளே கொண்டு போனவுடன் குட்டிமாளு அம்மாவின் மகள் லஷ்மி அம்மாவும் வந்து சேர்ந்தார்கள். ஆபரேஷன் முடியும் வரை தியேட்டர் வாசலில் உட்கார்ந்து லஷ்மி அம்மா 'பாகவதம்' படித்தார்கள். மாலையில்தான் அம்மாவை வெளியே கொண்டு வந்தார்கள். மயக்கம் தெளிந்து லஷ்மி அம்மாவைப் பார்த்து அம்மா ஒரு பாட்டம் அழுது தீர்த்தாள். பக்கத்திலேயே உட்கார்ந்து அம்மாவை சமாதானப் படுத்திவிட்டுதான் அவர் போனார். ஒரு வாரத்திற்கும் மேலாக அங்கேயே இருக்க வேண்டியிருந்தது. பிறகு டிஸ்ஜார்ஜ் செய்யும்போதும் பெரியம்மாவிடம் டாக்டர்கள் வேறு ஏதேதோ பிரச்சனை இருப்பதாகச் சொன்னார்கள். எனக்கு தமிழ் தெரியாததால் அவர்கள் பேசிக் கொள்வதொன்றும் புரியவில்லை. அம்மாவை வீட்டிற்கு கூட்டிக் கொண்டு வந்தோம். அம்மாவின் இந்த அவஸ்தை அண்ணனை மிகவும் பாதித்தது. அம்மாவின் எல்லா வேலைகளையும் அவன்தான் பார்த்துக் கொண்டான். அம்மாவை விட்டு அவன் பிரிவதேயில்லை. பெரியம்மாவிற்கு ஏனோ இதைப் பார்க்கும்போது கோபம் கோபமாய் வந்தது. 'டேய் ஆம்பள புள்ள மாதிரி வெளியே போய் விளையாடுடா' என்று கத்துவாள்.

வீட்டிற்கு வந்தபிறகும் அம்மாவின் முகம் வெளிறியே கிடந்தது. அண்ணன் தான் சொன்னான், ''அம்மாவுக்கு ஆபரேஷன் செய்து கர்ப்பப்பை எடுத்துவிட்டார்கள். ஆனாலும் புற்றுநோய் மிகவும் பரவி விட்டது. அம்மா இனி எந்த சிகிச்சையும் வேண்டாம் என்கிறாள்''

பாலமந்திரத்தில் நானகு வருடம் அணைப்பின் சூட்டிற்காய் ஏங்கிக் கிடந்த என்னை முற்றிலும் நிராகரித்ததாலோ, பல நாட்கள் முகம் பார்க்க நினைத்த என்னை விட்டுவிட்டு போனதாலோ என்னவோ எனக்கு அம்மாவுடன் முன்பைப் போல நெருங்க முடியவில்லை.

பாலமந்திரத்திலிருந்து என்னை மீட்டெடுத்துக் கொண்டு வந்த பெரியம்மாவோடு நான் அதிகமாக நெருங்கியிருந்தேன். அந்தச் சின்ன வீட்டில் நாங்கள் ஐந்து பேர் வசிக்க மிகவும் சிரமப்பட்டோம். வேறு வீடு பார்க்கலாமா என்று யோசித்தோம். நடிகை சாரதாவிற்குப் படப்பிடிப்பிலும் மலையாளம் சொல்லிக் கொடுக்கவேண்டிய தேவை ஏற்பட்டதால் கோடம்பாக்கத்திற்கு மாறுவதென்று முடிவெடுத்து ''மணீஸ்'' பில்டிங்குக்குக் குடி போனோம். 150 ரூபாய் வாடகை. அங்கேயும் பெரிய வசதிகளெல்லாம் இல்லை. ஒரு பெரிய ஹால், சமையலறை. அவ்வளவுதான். லலிதா அக்கா மற்றும் பெரியம்மாவின் சொற்ப வருமானத்தில் எங்கள் ஐந்துபேரின் வாழ்க்கை சிரமத்திற்குள்ளாகத்தான் முன்னோக்கி நகர்ந்தது. இத்தனை துக்கத்திற்கு நடுவே எங்களைப் பள்ளிக்கூடம் சேர்க்காமலிருக்கும் துக்கம்தான் அம்மாவை மிகவும் வேதனைப்படுத்தியது.

ஒன்றும் செய்யமுடியாமல் மற்றவர்களுக்கு பாரமாய் இருக்க வேண்டிய துர்பாக்கிய நிலைக்குத் தள்ளப்பட்ட தன் வாழ்வை எண்ணி அம்மா மிகவும் மருகுகிறாள் என்று அண்ணன் அடிக்கடி என்னிடம் சொல்வான். அந்த வயதில் இந்த வார்த்தைகளின், வாழ்வியல் சூழலின் அர்த்தங்கள் எனக்கு புரியவில்லையானாலும் நான் பேசாமல் கேட்டுக் கொண்டிருப்பேன்.

பலநாட்கள் பட்டினியாகவே இருந்தோம். பக்கத்து வீட்டில் சண்முகம் என்றொரு அண்ணன் இருந்தார். அவர் தமிழ் சினிமாவில் கேமராமேனாக இருந்தார். நான் பக்கத்து வீடுகளில் உள்ளவர்களோடு மிகவும் நட்போடு இருந்தேன். சண்முக அண்ணன் வீட்டுக்கு எப்போதாவது போகும் போது 'சாப்பிட்டியா' என்று அவர் கேட்பார். 'வீட்ல எதுவும் செய்யல' என்று சொன்னால் அவர் அஞ்சு ரூபாய் தருவார். பெரியம்மாவிடம் கொண்டுபோய் அதைக் கொடுத்துவிடுவேன். பெரியம்மா அதில் கொஞ்சம் கொஞ்சமாக அரிசி பருப்பெல்லாம் வாங்கிக் கொள்வார். இது அவ்வப்போது நடப்பதைப்

பார்த்து அம்மாவால் சகித்துக் கொள்ளவே முடியவில்லை. ஒரு நாள் என்னைக் கொடூரமாக அடித்துவிட்டாள்.

"வெக்காமாயில்லடி உனக்கு, கண்டவங்க வீட்டிலயும் போய் பிச்சையெடுக்க. பட்டினி கிடந்து செத்தாலும் பரவாயில்ல. யார் கையிலயிருந்தும் எதுவும் வாங்கக்கூடாது புரியுதா?"

நான் என்ன தவறு செய்தேன், அம்மா எதற்கு இப்படி அடிக்கவும், உடம்புக்கு முடியாத நிலையிலும் கோபமாய் பேசவும் செய்கிறாள் என்றெனக்குப் புரியவில்லை. அம்மா தேவையே இல்லாமல் அடிக்கிறாள் என்று தோன்றியது.

ஆனால் அந்த சம்பவம் அப்படி முடியவில்லை. அதைப் பேசிப்பேசி அம்மாவும் பெரியம்மாவும் சண்டை போட்டுக் கொண்டார்கள். இதற்கிடையில் பெரியம்மா யார் யாரிடமோ சொல்லி என்னை சினிமாவில் சேர்த்துவிட போவதைப் பற்றிப் பேசினாள். நாங்கள் மூன்றுபேரும் தற்கொலை செய்து செத்தால்கூட என் மகளை சினிமாவில் சேர்க்க மாட்டேன் என்று அம்மா தீர்மானமாகச் சொன்னாள். இதற்கிடையில் நடிகை சாரதாவின் ஷூட்டிங் நடக்கும் இடத்திற்கு பெரியம்மா என்னை அடிக்கடி கூட்டிக் கொண்டு போவாள். இது அம்மாவை மேலும் கோபத்துக்குள்ளாக்கியது. வழக்கம் போல ஒரு நாள் காலை பெரியம்மாவோடு புறப்பட இருந்த என்னை அம்மா தடுத்தாள்.

"அக்கா நீங்க போங்க, எம்மகள இனி ஷூட்டிங்குக்குக் கூட்டிட்டு போக வேண்டாம்"

பேசிப் பேசி வார்த்தைகள் தடித்து எல்லை மீறியபோது பெரியம்மா சொன்னாள்.

"பின்ன நீ என்ன நெனச்சிட்டிருக்கே, உங்க மூணு பேரையும் வாழ்நாள் பூரா நான் வச்சு காப்பாத்துவேன்னு நெனச்சியா? அதுக்கு என்ன வருமானம் இருக்கு இங்க"

‘‘வேண்டாம், எம்பிள்ளங்கள பாலமந்திரத்திலிருந்து கூட்டிட்டு வர யாரு சொன்னாங்க உங்ககிட்ட? எம்புள்ளங்களோட அப்பா செத்து போனபோது யாரயும் கஷ்டப்படுத்தக்கூடாதுன்னும் அவங்களுக்கு தடையில்லாத படிப்பும், என்னோட வேலையையும் மனசில வச்சுதான் நான் அவங்கள பாலமந்திரத்தில படிக்க அனுப்பினேன். அவங்கள அங்கயிருந்து கூட்டிட்டு வரும்போது எப்படி எல்லாரையும் காப்பாத்த போறோம்ன்னு நீங்க யோசிக்கலயா அக்கா? அப்ப உங்க மனசில ஏதோ கெட்ட எண்ணம் இருந்ததுதானே’’

பெரியம்மாவால் இதையெல்லாம் கேட்டுக் கொண்டு சும்மா இருக்க முடியவில்லை.

‘‘அப்படீன்னா நீ உம்புள்ளங்களக் கூட்டிட்டு எங்க போணும்னு நெனக்கிறியோ போ’’

பெரியம்மா இப்படிச் சொன்னதும் துணி மணியெல்லாம் பெட்டியில் அடைத்து அம்மா என்னையும் அண்ணனையும் கையில் பிடித்தபடி வீட்டை விட்டு வெளியேறினாள்.

சாலையில் இறங்கிக் கொஞ்சதூரம் நடக்கும்போதே அம்மாவிற்கு ஒன்றுமே முடியவில்லை. கோடம்பாக்கம் போலீஸ் ஸ்டேஷனுக்குப் பக்கத்தில் வந்து அம்மா தளர்ந்து போய் உட்கார்ந்தாள். அன்று சைக்கிள் ரிக்‌ஷாவும் குதிரை வண்டியும்தான் மதராஸின் ஏழைகளின் வாகனமாயிருந்தன. அண்ணன் ஒரு குதிரை வண்டியைக் கூப்பிட்டுக் கொண்டு வந்தான். அதில் ஏறிய அம்மா தளர்ந்து வண்டிக்குள் சரிந்தாள்.

‘‘எங்கப் போணும்?’’ குதிரை வண்டிக்காரர் கேட்கிறார்.

‘‘நீங்க போங்க சொல்றேன்’’ அண்ணன் சொன்னான்.

வண்டி கொஞ்ச தூரம் போனபோது லேசாக அடித்த காற்றில் அம்மா மெதுவாகக் கண் திறந்தாள்.

''நாம எங்கம்மாப் போறோம்?'' அண்ணன் கேட்டான்.

''நுங்கம்பாக்கத்துக்குப் போச்சொல்லு''

இடது பக்கம், வலது பக்கம் என அம்மா வழி சொல்லிக் கொடுத்து வண்டி கடைசியாக ஒரு பெரிய பங்களாவின் முன்னால் நின்றது. பெட்டியும் சாமான்களும் எடுத்துக் கொண்டு பங்களாவின் முற்றம் தாண்டி வராந்தாவிற்குள் நுழைந்தோம். கொஞ்ச நேரத்தில் யாரோ ஒருவர் வந்து கதவைத் திறந்தார். அம்மா அவரிடம் ஏதோ சொல்லிவிட்டு உள்ளே போனாள். நேராக சமையலறைக்குள் சென்று பெட்டியை வைத்தாள். இது யாருடைய வீடு? எனக்கு ஒன்றும் புரியவில்லை. இவ்வளவு பெரிய பங்களாவை நான் முதல் முறையாகப் பார்க்கிறேன். நான் ஆச்சர்யப்பட்டு பார்த்துக் கொண்டிருக்க பாலமந்திரத்திற்கு எப்போதும் வரும் லஷ்மி அம்மா மாடியிலிருந்து இறங்கி வந்தார்.

''ஓ, இது இவங்க வீடா?''

''இது யாரு, இது பார்கவி அக்காவா? பிள்ளைகளும் இருக்காங்களா? இதென்ன, இப்படி திடீர்ன்னு...?''

லஷ்மி அம்மா கேட்டு முடிப்பதற்குள் அம்மா உடைந்து அழுதாள். அம்மாவால் எதுவும் பேசமுடியவில்லை. அண்ணன்தான் நடந்ததெல்லாம் சொன்னான். அதற்குள்ளாக லஷ்மி அம்மாவின் கணவர், மகன் , மகள் என எல்லோரும் ஹாலுக்கு வந்து சேர்ந்தார்கள். அம்மா அழுது தீர்க்கட்டும் என்று யாரும் ஒன்றும் பேசவில்லை. சிறிது ஆசுவாசமான பிறகு லஷ்மி அம்மாவே பேசினார்.

''பார்கவி அக்கா, நீங்க ரொம்ப முடியாம இருக்கீங்க. கொஞ்ச நாள் இங்க இருங்க. என்ன செய்யணும்னு நாம பிறகு யோசிக்கலாம்.''

நாங்கள் அந்த வீட்டின் அவுட் ஹவுசில் தங்கினோம். வீட்டிற்கு உள்ளேயும் வெளியேயும் விளையாட நிறைய இடம் இருந்தது.

ஒன்றுமே செய்ய முடியவில்லையானாலும் அம்மா சமையலறையில் உதவியாக இருந்தாள். எங்களுடைய படிப்பு தடைபட்டு போனதுதான் அம்மாவின் மனவருத்தத்தை அதிகமாக்கியிருந்தது. அம்மாவுக்கு ரொம்பவும் முடியாமல் போனதால்தான் வேலைக்குப் போகாமல் இருக்கிறார்கள் என்று அண்ணன் சொன்னான். நாங்கள் அதிக நாட்கள் லஷ்மி அம்மாவின் வீட்டில் தங்கவில்லை. இல்லை தங்க முடியாத சூழல் வந்ததா என்றெனக்குத் தெரியவில்லை.

வேறொரு வீடு வாடகைக்குப் பிடித்துக் குடிபோக முடிவு செய்தோம். அம்மாவின் உடல்நிலை தேறும்வரை லஷ்மி அம்மா ஒரு சிறு தொகை கொடுப்பதாக முடிவானது.

நாங்கள் கோடம்பாக்கத்திலேயே சிவன் கோயில் தெருவில் ஒரு சிறிய வீட்டை வாடகைக்குப் பிடித்தோம். ஐம்பது ரூபாய் வாடகை. ஒரே அறை கொண்ட தென்னோலை வேய்ந்த வரிசையாய் கட்டப்பட்ட வீடுகளில் ஒன்று. சாணி மெழுகிய தரை. அங்கே பக்கத்திலிருக்கும் 'எலைட்' ஹோட்டல் முதலாளி மலையாளி. பெயர் குமாரன். அவர் குடும்பத்தோடு அங்கே குடியிருந்தார். நாங்களும் மலையாளி என்று தெரிந்தவுடன் சட்டென ஒரு நெருக்கமேற்பட்டது. எங்கள் கஷ்டத்துக்கெல்லாம் அவர் அவ்வப்போது உதவுவார். அம்மா அவரிடம், 'என் பிள்ளைகளை எப்படியாவது படிக்க வைக்க நீங்கள் உதவ வேண்டும்' என்று கேட்டிருந்தார். அவருடைய உதவியால் 'டிரஸ்ட்புரம்' அரசுப் பள்ளியில் நான் ஆறாம் வகுப்பிலும் அண்ணன் பத்தாம் வகுப்பிலுமாகச் சேர்ந்தோம். புத்தகம் வாங்க அவர்தான் உதவினார். அம்மாவிற்கு வீட்டிற்குப் பக்கத்திலுள்ள ஒரு பிளாஸ்டிக் கம்பெனியில் வேலையும் வாங்கிக் கொடுத்தார்.

பஸ்ஸில் போக வேண்டிய அவசியமுமில்லை. உட்கார்ந்து வேலை செய்தால் போதும். காலையில் நாங்கள் ஒன்றாகவே புறப்படுவோம். சாயங்காலம் நானும் அண்ணனும் சீக்கிரமே வந்துவிடுவோம். காலையிலும் மாலையிலும் வாசல் பெருக்கி, தெளித்து , கோலம்

போடுவதும், தெரு பைப்பில் போய் தண்ணீர் கொண்டு வருவதும் என் வேலை. கடைக்கு போய் பொருள் வாங்குவதெல்லாம் உண்ணி. அம்மா வந்தால் இரவு சாப்பாட்டிற்கான வேலை தொடங்கும். நானும் உண்ணியும் வாசலில் விளக்கு ஏற்றி வைத்து மந்திரம் சொல்வோம்.

*"நமச் சிவாய*

*நாராயணாய நம*

*அச்சுதாய நம*

*அனந்தாய நம"*

அம்மா சமையலறையிலிருந்து ஒவ்வொன்றாய் சொல்லித் தருவாள். நாங்கள் வாசலில் உட்கார்ந்து திருப்பிச் சொல்வோம்.

*"பீலி கார்கூந்தல்*

*கெட்டிய அழகோடு...*

சொல்லி முடிப்பதற்குள் எனக்குப் பசிக்க ஆரம்பிக்கும். 'கொஞ்ச நேரம் கூட படிங்க... அதுக்குள்ள சாப்பாடாயிடும்' என்று அம்மா சமாதானப்படுத்துவாள்.

*"மின்னும் பொன்னில் கிரீடம்..."*

"அம்மா பசிக்குது..."

"சித்திரை, வைகாசி... சொல்லி முடிப்பதற்குள் சாப்பாடு தந்திடுவேன்."

அது அப்படியே நட்சத்திரங்கள், வாய்ப்பாடுகள் பன்னிரெண்டு வரை, ஜனவரி, ஃபெப்ரவரியும் சொல்லி முடித்தால்தான் சாப்பாடு வரும். இதைத் தினமும் சொல்லிச் சொல்லி மனப்பாடம் ஆனது.

இப்போதுதான் அம்மாவுடன் வாழ்வதன் ருசி தெரிய ஆரம்பித்தது. சாதமும் மிளகு ரசமும் மட்டும்தான் இருக்கும். சில நாட்களில் எந்த

குழம்புமிருக்காது. தேங்காய் எண்ணெயில் வெங்காயம் பொரித்து அதில் சோறு போட்டு அம்மா பிசைந்து ஊட்டுவாள். அம்மாவுக்கு நோய் அற்றுப் போனதுபோல மகிழ்ச்சியாய் நடமாடினாள். இரவில் பாட்டுப் பாடி தூங்கவைப்பாள். சில நேரங்களில் மூன்று பேரும் சேர்ந்தே பாடுவோம். கதைகளும் வாழ்க்கைக் கதைகளும் சொல்வாள்.

ஒருமுறை நான் அப்பாவைப் பற்றி அம்மாவிடம் கேட்டேன். அம்மா எதுவும் பேசவில்லை. பிறகு அடிக்கடிக் கேட்டேன். பதிலாக அம்மா அழுகையை மட்டுமே தந்தாள். அம்மாவை வேதனைப் படுத்துவதென்பது உண்ணிக்கு எப்போதுமே இஷ்டமில்லை. அதனால் நான் எப்போதெல்லாம் அப்பாவைப் பற்றிக் கேட்கிறேனோ அப்போதெல்லாம் அவன் என்னைத் திட்டுவான். அதற்குப் பிறகு நான் எப்போதும் அம்மாவிடம் கேட்டதில்லை.

அப்படி மகிழ்ச்சியின் இறகுகள் கொண்டு நாங்கள் பறந்திருந்தபோதுதான் அம்மாவிற்கு மீண்டும் உடல்நிலை சரியில்லாமல் போனது. பக்கத்தில் இருப்பவர்கள் டாக்ஸி பிடித்து ஜெனரல் ஆஸ்பத்திரியில் கொண்டுபோய்ச் சேர்த்தார்கள். கோயம்புத்தூரிலிருந்து இந்திராவைக் கடிதமெழுதி வரவழைக்கலாம் என்று உண்ணி சொன்னான். ஆனால் அம்மா சம்மதிக்கவில்லை.

"இந்திராவை வரச்சொன்னால் கூடவே சாரதா சித்தியும் வருவாங்க. பின்னாலேயே கமலா பெரியம்மா வருவாங்க. வேண்டாம், யாரும் வரவேண்டாம்" தீர்மானமாகச் சொல்லிவிட்டாள்.

உண்ணியிடம் தவறாமல் பள்ளிக்குப் போகச் சொன்னாள். அதனால் மருத்துவமனை ட்யூட்டி எனக்கானது. காலையில் ஐந்து மணிக்கு எழுந்திருப்பேன். தெரு மூலையில் போய் தண்ணீர் பிடிக்க வேண்டும். வாசல் பெருக்க வேண்டும். கஞ்சி வைக்க வேண்டும். உண்ணி கஞ்சி குடித்துவிட்டு பள்ளிக்கூடத்திற்குப் போய்விடுவான். நானும் கஞ்சி குடித்துவிட்டு ஒரு தூக்கு பாத்திரத்தில் அம்மாவுக்கும்

எடுத்துக் கொண்டு மருத்துவமனைக்குப் போவேன். பஸ் ஸ்டேண்ட் வீட்டிலிருந்து வெகு தொலைவிலிருந்தது. பஸ்ஸில் எப்போதும் கூட்டம் நிறைந்திருக்கும். நெரித்து இடித்துத் தள்ளி நானும் ஏறி விடுவேன். எப்போதும் உட்கார இடம் கிடைக்காது. ஒரு மணி நேரத்திற்கும் மேலாகப் பயணம் செய்யவேண்டும். பஸ்ஸிறங்கிக் கொஞ்சம் நடந்து பிரிட்ஜ் மேலே ஏறி இறங்கினால் மருத்துவமனை. உள்ளே போய் மூன்றாம் மாடி ஏறி 17 - ம் எண் வார்டுக்குப் போய்ச் சேருவதற்குள் நான் தளர்ந்து விடுவேன்.

## வலியில்லாத உலகத்திற்கான அம்மாவின் பயணம்

நான் போய் சேர்ந்து அம்மாவைப் பார்க்கும் பெரும்பாலான நாட்களில் அவள் மயக்கத்தில் தானிருப்பாள். ரேடியேஷனோ அது போன்ற ஏதோ ஒரு சிகிச்சையாலோ அம்மாவின் முடி முழுக்கக் கொட்டிப் போயிருந்தது.

என்னை பாலமந்திரத்தில் கொண்டு விடும்போது அம்மா பேரழகியாக இருந்தாள். கண் எழுதி, பொட்டு வைத்து, நீண்ட கூந்தலை நுனியில் முடிந்து... அழகி. ஆனால் இப்போது அம்மா ஒரு சோபையுமில்லாமல்... கருத்து மெலிந்து கண்ணெல்லாம் குழிக்குள் இருப்பது போன்று பார்க்கவே உள்ளே வலிக்கும்.

அம்மாவின் முகத்தையே பார்த்தபடி கட்டிலின் ஓரத்தில் படுத்து உறங்கிவிடுவேன். மணியடிக்கும் சத்தம் கேட்டு ஒவ்வொரு முறையும் திடுக்கிட்டு எழுவேன். ரொட்டியும் பாலும் கொண்டு வரும் வண்டியின் மணி சத்தம்தான் என்னை எழுப்பும். எல்லா நோயாளிகளின் கட்டிலுக்கருகிலும் வந்து ஒரு டம்ளர் பாலும் ஒரு ரொட்டி பாக்கெட்டும் தருவார்கள். அம்மா எதுவும் சாப்பிட மாட்டாள். நான் பாலைக் குடித்துவிடுவேன். ரொட்டியை வீட்டிற்கு எடுத்து வருவேன். அம்மா மருத்துவமனையில் சேர்ந்தபிறகு எல்லா இரவிலும் எங்களுக்கு ரொட்டிதான் இரவு சாப்பாடாகச் இருந்தது. முடிந்தால் ஒரு கருப்பு காப்பியும் கூட இருக்கும். சிறுமியாக இருக்கும் நான் அம்மாவுடன்

தங்கிப் பார்த்துக் கொள்வதைப் பார்த்து அங்கிருக்கும் டாக்டர்களுக்கும் நர்ஸ்களுக்கும் ஒரே ஆச்சரியமாகயிருக்கும்.

மாலையில் மீண்டும் வாகனங்களின், ஜன நெரிசலிலுமாக மாட்டிப் பிதுங்கி நான் வீடுபோய்ச் சேரும்போது மணி ஐந்தைத் தாண்டியிருக்கும். வீட்டிற்கு வந்து அம்மா மருத்துவமனையில் கட்டியிருந்த துணியெல்லாம் துவைக்க வேண்டும். தெரு முனையிலிருக்கும் குழாயடிக்குக் கொண்டு போனால்தான் நன்றாகத் துவைக்க முடியும்.

எல்லாம் முடிந்து வீட்டு வாசல் பெருக்கி முடிக்கும்போது நான் மீண்டும் தளர்ந்துவிடுவேன். பிறகு திண்ணையில் உட்கார்ந்து மற்ற பிள்ளைகள் விளையாடுவதை நானும் உண்ணியும் வேடிக்கை பார்ப்போம். எனக்கு விளையாடப் போக முடியாத அளவிற்குச் சோர்வாகயிருக்கும். அவனோ எப்போதும் அம்மாவை நினைத்து அழுது கொண்டேயிருப்பான்.

இப்போது மாலையில் மந்திரம் சொல்வதெல்லாம் கிடையாது. வீட்டில் கரண்டும் இல்லை. சிம்னி விளக்கேற்றி வைத்து உண்ணி படிப்பான். சில நாட்களில் ஒன்றும் சாப்பிடாமலேயே நான் தூங்கியிருப்பேன். மருத்துவமனையும் பஸ் பயணமும் வாழ்வில் அதிக நேரத்தை எடுத்துக் கொண்டது. பஸ்ஸிறங்கி வீட்டிற்கு வரும் வழியில் ஒரு நாள் பெரியம்மாவைப் பார்த்தேன். நான் எல்லாவற்றையும் சொன்னேன். ஏன் தன்னிடம் முதலிலேயே சொல்லவில்லையென பெரியம்மா கஷ்டப்பட்டாள். அம்மாதான் சொல்லவேண்டாமெனச் சொன்னதாய் சொன்னேன். நாங்கள் வசிக்கும் வீட்டின் முதன்மைச் சாலைக்கு எதிரில் தான் பெரியம்மா வீடென்று அன்றுதான் எனக்குத் தெரிந்தது. வீட்டிற்கு வரும் வழியையெல்லாம் சொல்லித் தந்தாள். கொஞ்சம் பணமும் தந்தாள். வாங்க பயமாகயிருந்தாலும் தயங்கித் தயங்கி அதை வாங்கிக் கொண்டேன். அன்று உண்ணி என்னை மிகவும் திட்டினான். அம்மாவிற்குத் தெரிந்தால் உனக்கு உதை விழும் என்று

மிரட்டினான். நான் அம்மாவிடம் இது பற்றியெல்லாம் சொல்லவில்லை. இதை நான் அந்த நேரத்தில் வாங்கவில்லையானால் நாளை காலையில் கஞ்சி வைக்க வீட்டில் ஆழாக்கு அரிசி கூட இல்லை. இரண்டு முறை பக்கத்து வீட்டு மாமியிடம் இருபது ரூபாய் கடன் வாங்கியிருந்தேன். இனி என்ன செய்ய என்று யோசித்துக் கொண்டிருந்த போதுதான் பெரியம்மா பணம் தந்திருந்தாள். வீட்டில் வந்து எண்ணி பார்த்தபோது 30 ரூபாயிருந்தது. இனி பலநாட்களின் பசியை இது சமாளிக்கும்.

என் நாட்களும் மருத்துவமனையிலேயே கழிந்தன. எங்கள் வீட்டிலிருந்து ஜெனரல் ஆஸ்பத்திரிக்கு இருபத்தி ஐந்து கிலோமீட்டர் தூரமிருந்தது. பக்கத்து வீட்டில் இருந்தவர்கள் நிறைய உதவி செய்தார்கள். அம்மாவின் நிலைமை மேலும் மேலும் மோசமானதல்லாமல் குறையவில்லை. சில நாட்களில் வலியால் துடித்து அழுவாள். ஒருநாள் எப்போதும் போல நான் கஞ்சி எடுத்துக்கொண்டு போகும்போது, வாயிலும் மூக்கிலும் ட்யூப் செருகி படுக்க வைக்கப் பட்டிருந்தாள். வேற சொந்தகாரங்க யாருமில்லையா என்று அன்று டாக்டர் என்னிடம் கேட்டார். மாலையில் அம்மாவிற்குக் கொஞ்சம் ஆசுவாசமானபோது, பெரியம்மாகிட்ட சொல்லட்டுமா என்று அம்மாவிடம் கேட்டேன். வேண்டாமென்றாள். ஆனாலும் நான் வீட்டிற்கு வரும்போது பெரியம்மாவின் வீட்டிற்குப் போய்விட்டுதான் வந்தேன். பெரியம்மாவும் ஏனோ அம்மாவைப் பார்க்க வரவில்லை.

ஒரு நாள் காலையில் நான் அம்மாவின் கட்டிலருகில் உட்கார்ந்திருந்தபோது கணவனும் மனைவியுமாக இரண்டு பேர் வந்தார்கள். அம்மாவிடம் என்னென்னவோ பேசினார்கள். பேசிவிட்டு என்னிடம் வந்தவர்கள் 'போலாமா?' என்று கேட்டார்கள். எங்கே என்ற முகபாவத்தோடு நான் அம்மாவைப் பார்த்தேன்.

"மகளே நீ இவங்க கூட போ. கொஞ்ச நாள்ல அம்மா செத்து போயிடுவேன். அப்பறம் உனக்கு யார் இருக்காங்க? உண்ணி

ஆம்பளப் புள்ள. எப்படியாவது பொழச்சிப்பான். இவங்ககூடப் போனா நல்லாப் பாத்துப்பாங்க. உன்னப் படிக்க வெப்பாங்க..." இதெல்லாம் சொல்லும்போதும் அம்மா அழுது கொண்டேயிருந்தாள்.

அன்று பாலமந்திரத்தின் உள்ளே நுழைந்தபோது உண்டான அதே பயமும் படபடப்பும் இப்போதும் தோன்றியது. நான் அம்மாவின் கையை உதறித் தள்ளி மருத்துவமனையிலிருந்து வெளியே வந்து குறுக்கும் நெடுக்கும் ஓடும் வாகனங்களுக்கு நடுவே நுழைந்து ஓடினேன். பஸ் பிடித்து நேராக பெரியம்மாவின் வீட்டிற்கு வந்து எல்லாவற்றையும் சொன்னேன். பெரியம்மாவும் அழுது தீர்த்தாள்.

"எவ்வளவு கட்டாயப்படுத்தினாலும் நீ யார் கூடயும் போகக்கூடாது. யார் கேட்டாலும் உனக்குப் பெரியம்மா இருக்காங்கன்னு சொல்லு"

அதன் பிறகான இரண்டு மூன்று நாட்கள் பயத்தினால் நான் மருத்துவமனைக்குப் போகவேயில்லை. ஞாயிற்றுக்கிழமை உண்ணி போய்விட்டு வந்து சொன்னான்.

"அம்மா உன்ன வரச் சொன்னாங்க. பயப்படாத, இனி யார் கூடயும் உன்ன அனுப்ப மாட்டாங்கன்னு சொல்லச் சொன்னாங்க"

கொஞ்ச நாட்கள் அதைக் கேட்டு மருத்துவமனைக்குப் போனேன். எப்போதும் போல ஒருநாள் காலையில் சென்றபோது அம்மாவின் கட்டிலைச் சுற்றிலும் டாக்டர்களும், நர்ஸ்களும் நின்று கொண்டிருந்தார்கள். மூக்கிலிருந்து ட்யூப்களை இழுத்து போட்டுக் கொண்டிருந்தார்கள். இரண்டு மூன்று டாக்டர்கள் என்னைக் கைப் பிடித்து ஒரு அறைக்குக் கூட்டிக் கொண்டு போனார்கள். ஒரு டாக்டர் கேட்டார்.

"உங்க வீட்ல பெரியவங்க யாரும் இல்லையா?"

"இல்ல, நானும் என் அண்ணனும் மட்டுந்தான். அண்ணா ஸ்கூல்க்குப் போயிருக்கு"

என்ன சொல்வதென்று தெரியாமல் டாக்டர்கள் அமைதி காத்தார்கள். ஒரு டாக்டர் என்னைப் பக்கத்தில் அழைத்தபடி, ''பாப்பா உங்க அம்மா இறந்திட்டாங்க'' என்று சொன்னார்.

கேட்டதும் கேட்காததுமாக ஓடிப்போய் கட்டிலில் படுத்திருக்கும் அம்மாவை உலுக்கி எழுப்பினேன். சத்தம் போட்டு அழுதபடி அம்மாவின் கண்களைத் திறக்க முயற்சி செய்தேன். டாக்டர் வந்து என் கையைப் பிடித்துக் கொண்டார். துணியால் அம்மாவின் முகம் மூடப்பட்டது. நான் தாங்க முடியாமல் தேம்பித் தேம்பி அழுது கொண்டிருந்தேன். முன்பு என்னை ஸ்கூலுக்குக் கொண்டு விட்டபோது அனுபவித்த அதே தனிமையின் அனாதைத்துவம் சூழ்ந்த துயரம். இனி என்ன செய்ய வேண்டும் என்று தெரியாமல் நான் எல்லோரையும் பார்த்து அழுது கொண்டிருந்தேன். டாக்டர் வந்து என்னையும் கூட்டிக் கொண்டு அறைக்குத் திரும்பி வந்தார். சுற்றிலும் வேறு டாக்டர்களும் நர்ஸ்களும் இருந்தார்கள். ஒரு டாக்டர் என் வீடு எங்கேயிருக்கிறதென்றும் யாரெல்லாம் வீட்டில் இருக்கிறார்களென்றும் கேட்டார்.

உண்ணி ஸ்கூலுக்குப் போயிருக்கிறான் என்றும், ஒரு பெரியம்மா இருப்பதாகவும் பெரியம்மாவோடு அம்மாவுக்கு கருத்து வேறுபாடு இருக்கிறதென்றும் சொன்னேன். எல்லோரும் அவர்களுக்குள்ளாகப் பேசிக் கொண்டார்கள். கடைசியாக மருத்துவமனை ஊழியருடன் ஆம்புலன்சில் என்னையும் ஏற்றி அனுப்புவதென்று முடிவு செய்தார்கள். அம்மாவின் பிரேதத்தையும் ஆம்புலன்சில் ஏற்றி நானும் அழுதபடியே ஏறினேன். ஒரு டாக்டர் என் கையில் நூறு ரூபாய் தந்தார்.

ஆம்புலன்சில் வீட்டிற்கு வந்தவுடன் பக்கத்தில் உள்ளவர்கள் எல்லோரும் ஓடி வந்தார்கள். அம்மாவின் உடலை இறக்குவதைப் பார்த்து பெண்கள் எல்லோரும் கத்திக் கதறினார்கள். என்னைக் கட்டிப் பிடித்து யார் யாரோ அழுகிறார்கள். அடுத்த வீட்டு ஆட்கள் மருத்துவமனையிலிருந்து வந்தவர்கள் காட்டிய பேப்பர்களில்

கையொப்பமிட்டுக் கொடுத்தார்கள். சட்டெனத்தான் பெரியம்மாவின் நியாபகம் வந்தது. நிறையபேர் சேர்ந்து அம்மாவை வீட்டிற்குள்ளே எடுத்துப்போய் படுக்க வைத்தார்கள். அந்த அவசரத்திலும் பக்கத்து வீட்டு அக்காவிடம் சொல்லிவிட்டு நான் பெரியம்மாவின் வீட்டிற்கு ஓடினேன். அப்போதும் டாக்டர் தந்த நூறு ரூபாய் என் கையில் பத்திரமாக இருந்தது.

# 2

டப்பிங் அறைகளுக்கு...வாழ்க்கைக்குள்ளும்...

அம்மாவின் மரணத்திற்கு, பெரியம்மாக்களும் சித்தியும் தாய்மாமாக்களும் வந்து சேர்ந்தார்கள். உடன் இந்திராவும் வந்திருந்தாள். பதினாறாம் நாள் சடங்கு முடிந்தவுடன் எல்லோரும் போய்விட்டார்கள். அந்த சிறிய வீட்டில் நானும் உண்ணியும் இந்திராவும் மட்டுமானோம். யாரெல்லாமோ உதவி செய்து இந்திராவுக்கு ஒரு வேலை கிடைத்தது. அதுதான் எங்களின் ஒட்டுமொத்த வருமானம். பெரிய கஷ்டமொன்றும் இல்லாமல் வாழ்வு மெல்லச் சுழித்தோட ஆரம்பித்தது.

### ஒளிரும் நினைவுகள்

இரண்டு மூன்று மாதங்கள் அப்படியே போனது. நானும் இந்திராவும் பெரிதாகப் பேசிக் கொள்ளவெல்லாம் மாட்டோம். எனக்கு அவளைச் சுத்தமாகப் பிடிக்காது. அம்மாவின் இடத்தை அவளால் ஒரு போதும் இட்டு நிரப்ப முடியவில்லை. அம்மா என் உலகத்தில் மொத்தமாய் இல்லாமல் போனது என்னை மெல்ல மெல்ல பாதிக்கத் தொடங்கியது. அம்மா அப்பாக்களின் கை விரல் பிடித்து அன்பின் செட்டைக்குள் பத்திரமாய் நடக்கும் பிள்ளைகளைப்

பார்க்கும்போது மிகவும் புதுமையாகவும் நிராசையாகவும் அவர்களைப் பார்த்துக் கொண்டு உட்கார்ந்திருந்ததை நினைத்துப் பார்க்கிறேன். அம்மா இறந்தது எனக்குத் தெரியும். என் அப்பா எங்கே?

நான் விசாரிக்கத் தொடங்கினேன். அம்மாவின் சகோதரி குஞ்ஞுலஷ்மி பெரியம்மாதான் எனக்குக் கூடுதல் விவரங்கள் தந்தாள்.

என் அப்பா குமாரன் நாயர் கோழிக்கோடு 'பூவாட்டு' குடும்பத்திலிருந்தும் அம்மா பார்கவி, சொர்ணூர் செர்ப்ளசேரிக்குப் பக்கத்தில் மப்பாட்டுகரை என்ற இடத்தில் ''குருப்பத்து'' குடும்பத்திலிருந்தும் வந்தவர்கள். பாலக்காட்டில் அப்பா சொந்தமாக ஹோட்டல் வைத்திருந்தார்.

அப்பாவைப் பார்த்த நியாபகம் எனக்கில்லை. ஒரு புலர்காலையில் வெள்ளைத் துணியால் மூடிய ஒரு உருவத்தை கட்டிப்பிடித்து அம்மா அழுதது லேசாக நியாபகம் இருக்கிறது. அது அப்பாவாகயிருந்தார் என்று பெரியம்மா சொல்லித்தான் தெரிகிறது. அப்பா எப்படி இறந்தார் என்று யாருக்கும் தெரியவில்லை.

என் அப்பா மிகவும் வசீகரமானவராக இருந்தாராம். நல்ல உயரமும் நிறமும் மெலிந்த உடல்வாகும் சுருள் முடியுமாக கம்பீரமாக இருப்பாராம். மிகவும் அன்பானவரும் கௌரக்வகாரனும் முன்கோபியுமாம். அப்பாவின் புகைப்படத்தை நான் ஒரு முறை பார்த்திருக்கிறேன். அது எனக்கு மிகுந்த வாஞ்சையையும் அன்பையும் கடத்தியிருக்கிறது. தொந்தியும் தொப்பையுமில்லாமல் எளிமையாக எல்லோராலும் அணுகக்கூடிய முகம்.

அம்மாவின் உடன் பிறந்தவர்கள் நான்கு சகோதரிகள், ஒரு சகோதரன். ஜானகி, குஞ்ஞுலஷ்மி, கமலாக்ஷி, சாரதா, மாதவன் நாயர். அம்மாவை அப்பாவிற்கு மிகவும் பிடித்திருந்தாலும் அம்மா உடன்பிறப்புகளோடு காண்பிக்கும் நெருக்கம் அவருக்குப் பிடிக்கவில்லை. அம்மாவின் வீட்டில் பெண்களின் ராஜ்ஜியம்

மேலோங்கியிருப்பதால் கூட அப்பா அதை எதிர்த்திருக்கலாம். அப்பாவிற்குப் பிடிக்காத எதையும் அவள் செய்யமாட்டாள். அப்பாவிற்குப் பிடிக்காமல் போனதால் அம்மாவும் உடன்பிறப்புகளோடு பாசமில்லாமலே போய்விட்டாள்.

அப்பா மட்டுமே உலகம் என்று அம்மா வாழ்ந்திருக்கிறாள். அவர் மட்டுந்தான் அவளுக்கு உயிர். அப்பாவிற்கு அம்மா தனக்குக் கீழடங்கி இருப்பதில் ஆர்வமிருந்தது என்று நினைக்கிறேன். அம்மாவும் அதற்குச் சம்மதித்து வாழ்ந்திருக்கலாம். பெரியம்மா அம்மாவைக் கிண்டல் செய்வதை நான் பல நேரங்களில் கேட்டிருக்கிறேன். 'குமாரன் நாயர்ன்னா கடவுள்ன்னு இவளுக்கு நெனப்பு. நீ காலைல எழுந்திருக்கும்போது அவங்க காலைத் தொட்டு கும்பிடுவேதானடி'. அம்மா எந்தவொரு கூச்சமும் இல்லாமல் அதை ஆமோதிப்பாள். 'ஆமாம். என் வீட்டுக்காரர் எனக்கு தெய்வம்தான், நான் கால் தொட்டு எப்போதும் வணங்குவேன்' முற்றிலும் புராணக் கதைகளின் பத்தினி கதாபாத்திரமாகவே இருந்தாள் அம்மா.

இருபத்தியெட்டு வயதில் அம்மா விதவையாகிறாள். அப்பா இறந்தவுடன் அம்மா தன் வாழ்நாளை முடித்துக் கொள்ளாமல் காப்பாற்றி வைத்திருந்தாள் என்றால், பிள்ளைகளான நாங்கள்தான் அதற்குக் காரணம். நாங்கள் ஐந்து பேர் பிறந்திருக்கிறோம். சந்திரிகா, ஹரிதாஸ், இந்திரா, உண்ணி பிறகு நான். சந்திரிகாவும் ஹரிதாஸும் இறந்து போனார்கள். இரண்டு குழந்தைகளின் இழப்பும் அப்பாவின் மரணத்தையும் சேர்ந்து அம்மா துயரத்தின் வடிவமானாள். கூடவே அம்மாவுக்கு புற்றுநோயும் வந்து சேர்ந்தது.

அப்பா விரும்பியது போலவே வாழவேண்டும் என்பதால்தான் அம்மா அவருடைய மரணத்திற்குப் பிறகும் உடன்பிறப்புகள் யாரிடமும் உதவிக்கு யாசித்து நிற்காமல் எங்களை பாலமந்திரத்தில் சேர்த்தும் கடைசி காலத்தில் தனி வீட்டிலும் வாழ்ந்தாள் என்றும் நினைக்கிறேன்.

என் நினைவிலிருக்கும் அம்மாவின் முகத்தில் எப்போதும் கீழே விழத் தயாராயிருந்த கண்ணீர்த் துளியைத் தேக்கின பாவனையேயிருந்தது. கொஞ்சம் போலதான் அம்மா பேசுவாள்.

அப்பா எப்படியிருந்தார் என்று கேட்கும் போதெல்லாம் பெரியம்மா 'நீ அப்படியே குமாரன் நாயர்தான்' என்றும் நிறமும் முன்கோபமும் கால்மேல் கால் போட்டு உட்காருவதும் அவரின் குணம் உட்பட எல்லாமே எனக்கிருக்கிறதென்றும் பெரியம்மா சொல்வாள். அப்பாவின் ஈகோவும் ஒரு தொடர்ச்சிபோல எனக்கிருக்கிறது. அப்பா அதிகம் பேசுபவராகவோ சத்தமிட்டுச் சிரிப்பவராகவோ இல்லை. அம்மாவுடையதோ அப்பாவுடையதோ அல்லாமல் என் தனிமையின் துயரத்திலிருந்துகூட இந்த குணம் உருவாகியிருக்கலாமென்று இப்போது தோன்றுகிறது.

**டப்பிங் வாழ்வின் அரங்கேற்றமும் நசீர் சாரின் வெகுமதியும்**

நான் பள்ளிக்கூடம் போகிறேன், டான்ஸ் கிளாஸ் போகிறேன். பாட்டு கற்றுக் கொள்கிறேன். எனக்கோ டான்ஸ் ஆடுவது எப்போதுமே பிடிக்காது. சுத்தமாக மனசும் உடலும் ஒட்டாமல்தான் நான் ஆடுகிறேன் என்று எனக்கே தெரியும். ஆனாலும் பெரியம்மா கட்டாயப்படுத்தி என்னை இந்த வகுப்பிற்கெல்லாம் போகச் சொல்கிறாள்.

ஒரு நாள் எங்கள் பக்கத்து வீட்டில் வசிக்கும் எஸ். பாபு சார் வந்து எங்களைப் பற்றியெல்லாம் விசாரித்தார். அப்போதுதான் என்னை எப்படியாவது சினிமாவில் நடிக்கச் சேர்த்துவிட வேண்டுமென்று பெரியம்மா ஆசைப்படுகிறாள் என்று தெரிந்தது. அப்படியாக பாபு சாருடன் ஒரு சினிமா ஷூட்டிங்கிற்குப் போனேன். ஹமீத் காக்கசேரி என்ற இயக்குனரைப் பார்த்தோம். 1972 என்று நினைக்கிறேன், 'மனசு' என்ற படத்தின் படப்பிடிப்பு அது. 'ஒரு சின்ன ரோல் தரோம், நாளைக்கு வாங்க' என்று சொன்னார்கள். அங்கேயே கெ.பி.உம்மர் சாரையும் பார்த்தோம். பெரியம்மா நடிகை சாரதாவிற்கு மலையாளம் சொல்லிக்

கொடுக்கப் போவதால் அவளை எல்லோருக்கும் தெரிந்திருந்தது. அந்தப் பழக்கத்தில் மறுநாளும் படப்பிடிப்பிற்குப் போனோம். அது ஒரு பாடல் காட்சியாகயிருந்தது. நிறைய பேர் இருந்தார்கள். அந்தக் கூட்டத்தில் நானும் மூன்று நாட்கள் படப்பிடிப்பிலிருந்தேன். படப்பிடிப்பு முடிந்தவுடன் பெரியம்மாவின் கையில் எவ்வளவோ பணம் கொடுத்தார்கள். பிறகொன்றுமில்லை. நாட்கள் கொஞ்சம் போனபிறகு பாபு சார் எங்களை வேறொரு ஸ்டுடியோவிற்குக் கூட்டிக் கொண்டு போனார். 'சியாமளா ஸ்டுடியோ'. அங்கே படப்பிடிப்பு ஒன்றுமில்லை. அது ஒரு தியேட்டர். அங்கே பிரேம் நசீரும் ஷீலாவும் ஜெயபாரதியும் இருந்தார்கள். அவர்கள் நடிக்கும் படத்தில் ஒரு குழந்தைக்குப் பின்னணிக் குரல் கொடுக்க என்னை அழைத்திருந்தார்கள். 'அபராதி' என்ற படம். பிரேம்நசீரைப் பார்த்ததுதான் என்னுடைய அதீத சந்தோஷமே. எப்படி உதட்டசைவுக்குத் தகுந்தமாதிரி பேசவேண்டுமென்று அவர்கள் சொல்லித் தந்தார்கள். நசீர் சாருடன் டப்பிங் செய்யும்போது நான் கால்மேல் கால் போட்டு உட்கார்ந்திருந்தேனென்று பெரியம்மா என்னைத் திட்டியது இப்போதும் நியாபகமிருக்கிறது. அந்த வேலை இரண்டு நாட்கள் இருந்தது. நசீர் சார் என்னைப் பக்கத்தில் கூப்பிட்டு, 'நல்லா படிக்கணும்னா, இது அங்கிளோட சின்ன பரிசு' என்று நூற்றி ஐம்பது ரூபாய் தந்தார். பக்கத்தில் உட்கார்ந்திருந்த ஷீலாவும் ஜெயபாரதியும் நூறு ரூபாய் தந்தார்கள். அப்படி மிக ஐஸ்வர்யத்தோடு என் சினிமா பிரவேசம் ஆரம்பமானது.

**உண்ணி அண்ணனும் என்னை விட்டு பிரிகிறார்.**

அம்மாவின் மரணம் உண்ணியை மிகவும் பாதித்தது. ஏற்கனவே அவனுக்கு அம்மாவையும் அம்மாவுக்கு அவனையும் மிகவும் பிடிக்கும். அம்மாவின் நோய்மை குறித்து அந்த வயதிலேயே அவனுக்கு எல்லாமே தெரிந்திருந்தது. ஒரு நாள் அவன் வீடு துடைக்கும் ஃபெனாயில் எடுத்து குடித்துத் தற்கொலைக்கு முயற்சி செய்தான்.

அக்கம் பக்கத்திலிருப்பவர்களெல்லாம் சேர்ந்து அவனை மருத்துவமனையில் கொண்டுபோய்ச் சேர்த்தார்கள். நான் அப்போது பள்ளியிலிருந்தேன். இரண்டு நாட்கள் கழித்து அவனை வீட்டிற்குக் கூட்டி வந்தார்கள். 'ஏண்டா இப்படி செஞ்சே?' என்று திட்டிய இந்திராவிடம், அம்மா இல்லாத உலகத்தில் எனக்கு வாழப்பிடிக்கவில்லையென்று சொன்னான். இதற்கு நடுவே இந்திரா அக்காவிற்கு ஒரு திருமண ஆலோசனையும் வந்தது. பெரிய ஆர்ப்பாட்டம் இல்லாமல் பெரியம்மா அதை ஒரு கோவிலில் நடத்தி முடித்தாள். அன்றே சொந்தகாரர்களையெல்லாம் வரவழைத்து எங்களைப் பற்றிப் பேசி ஒரு முடிவெடுத்தாள். உண்ணியை இந்திரா அக்காவுடன் தங்க வைப்பது, என்னை பெரியம்மாவே பார்த்துக் கொள்வது என்று முடிவானது. ஒரு மாதம்கூட முடியவில்லை, இந்திரா உண்ணியோடு திரும்பி வந்தாள். இவனோடு சுத்தமாக ஒத்துப் போக முடியவில்லை. ஒரு வித்தியாசமான ஆள் இவன் என்றெல்லாம் சொன்னாள். என்னவானாலும் இரண்டுபேரையும் சேர்த்து பார்க்க என்னால் முடியாது என்று பெரியம்மா தீர்மானமாகச் சொல்லிவிட்டாள். இந்திரா அவனை மீண்டும் கூட்டிக்கொண்டு போனாள்.

நடுநடுவே சில படங்களில் பின்னணிக் குரல் கொடுத்தும் சின்ன வேடங்களில் நடித்தும் வாழ்க்கை முன்னோக்கி நகர்ந்தது. எப்படியெப்படியோ சிரமப்பட்டு ஏழாம் வகுப்பும் முடிந்தது. இதனிடையில் சித்தி மகள் லலிதா அக்காவின் திருமணமும் முடிந்தது. வீட்டில் நானும் பெரியம்மாவும் மட்டுமானோம். ஒரு நாள் உண்ணி தனியாக வந்தான். இனி இந்திராவின் வீட்டில் தங்க முடியாது என்று சொன்னவன் எங்களோடு தங்கினான். ஆனால் பெரியம்மாவிற்கு ஏனோ அவனை அவ்வளவாகப் பிடிக்கவில்லை. கொஞ்ச நாளிலேயே அது அவனுக்கும் புரிய ஆரம்பித்தது. துரதிஷ்டமான ஒரு நாளின் மாலையில் அவன் என்னை அழைத்துப் பேசினான்.

''அம்மா பாவம் பாக்யம். வாழ்நாள் முழுக்க சந்தோஷமாக இருக்கவேயில்லை. பெரிதானபிறகு அம்மாவை நன்றாகப் பார்த்துக் கொள்ள வேண்டுமென்று நினைத்திருந்தேன். நமக்கு யாருமே இல்லாமலாயிட்டோம் பாக்யம். அப்பாவும் அம்மாவும் இல்லாதவர்கள் இந்த உலகத்தில் வாழவே கூடாது''

''நமக்குதான் பெரியம்மா இருக்காங்களே''

''பெரியம்மா... ம்... நீ சினிமாவில் ஏதேதோ செய்து கொஞ்சம் சம்பாதிப்பதால் அவங்க உங்கிட்டப் பாசமாயிருக்காங்க. என்னைப் படிக்க வைக்கவும் யாருமில்லை. என்னால யாருக்கும் எந்த பிரயோஜனமுமில்லை. யாருக்கும் நான் தேவைப்படவுமில்லை. இனி நான் இங்கே இருக்கப் போவதுமில்லை. எங்கேயாவது போய்விடுவேன்''

இந்திராவின் வீட்டில் அனுபவித்த கொடுமைகளையெல்லாம் சொன்னான்.

''நீ சினிமாவில் நடிப்பது நம்ம அம்மாவுக்குக் கொஞ்சமும் பிடிக்காது. நீ ஏன் அதைச் செய்யறே? நம்ம அம்மாவுக்குப் பிடிக்காததொன்றும் நாம செய்யக்கூடாது பாக்யம். நம்ம அம்மாவை இவங்க யாருக்கும் பிடிக்காது பாக்யம். அம்மாவைப் பிடிக்காதவர்கள் கூட நானும் இருக்கமாட்டேன்''

இப்படி ஏதேதோ பேசினான். எனக்குக் கொஞ்சம் புரிந்தது, கொஞ்சம் புரியவில்லை. ஆனால் அவன் சும்மா சொல்லவில்லை என்று மறுநாள் புரிந்தது. அவன் வீட்டைவிட்டுப் போயிருந்தான். கொஞ்சம் சுத்திவிட்டு இரண்டு நாட்களில் அவன் வந்துவிடுவான் என்று பெரியம்மா நக்கலாய் சொன்னாள். ஆனால் அவன் என்றென்றைக்குமாய் வரவேயில்லை.

உறவுகளின் கண்ணி ஒவ்வொன்றாய் என்னிலிருந்து கழன்று போய்க் கொண்டிருக்கிறதென்று அந்தச் சிறிய வயதில் நான்

உணரவில்லை. பிறகென் வாழ்நாளில் ஒரு பெண்ணால் தாங்கமுடியாத இக்கட்டுகள் வந்து சேர்ந்தபோது நான் ஏங்கியிருக்கிறேன். என் அண்ணன் மட்டுமாவது இப்போது இருந்திருந்தால் என்னை எப்படித் தாங்கியிருப்பான். முப்பத்தியெட்டு வருடங்கள் வாழ்வின் நெருக்கடிகளில் உருண்டோடியிருக்கிறது. நான் இப்போதும் உண்ணிக்காகக் காத்திருக்கிறேன்.

## தன்னம்பிக்கையே முதலீடாக வைத்து

மீண்டும் நானும் பெரியம்மாவும் மட்டுமானோம். ஒருநாள் நான் ஜுரத்தில் படுத்திருந்தேன். பக்கத்தில் உள்ள மருத்துவமனையில் டெஸ்ட் செய்தபோது மலேரியா ஜுரம் என்றும் மெட்ராஸ் ஜெனரல் ஆஸ்பத்திரியில் காண்பிக்கவும் சொன்னார்கள். ஜெனரல் ஆஸ்பத்திரியில் போய் காண்பித்தபோது தினமும் ஊசி போடவேண்டும், அப்படி 12 நாட்கள் போடவேண்டுமென்று சொன்னார்கள். காலையில் கஞ்சி வைத்து குடித்துவிட்டு நானும் பெரியம்மாவும் பஸ் ஏறி மருத்துவமனைக்குப் போவோம். பஸ் இறங்கி கொஞ்ச தூரம் நடக்கவேண்டும். ஒருநாள் நடக்கவே முடியமல்போனது. பிரிட்ஜின் மேலேறி நடக்கும்போது சட்டென நடுரோட்டில் தலை சுற்றி கீழே விழுந்தேன். ஆட்கள் ஓடிவந்து தூக்கி ஓரமாய் படுக்க வைத்தார்கள். யாரோ குடிக்க ஏதோ வாங்கித் தந்தார்கள்.

என்னுடைய அன்றைய அவஸ்தை கடவுளுக்குக் கூட வலித்திருக்க வேண்டும். அதற்குப் பிறகான இந்த நாள்வரை எனக்கு ஜுரம் என்று வந்ததேயில்லை. ஜுரம் மட்டுமில்லை ஜலதோஷம் வந்தால் எப்படியிருக்குமென இன்றைக்கும் தெரியாது.

பிறகு நான் பரபரப்பான டப்பிங் ஆர்ட்டிஸ்டாக மாறி அதே பிரிட்ஜில் காரில் போகும்போது நான் மயங்கி விழுந்த அந்தச் சாலையைக் கடக்க நேரிட்டால் என் கண்கள் பழைய நியாபகங்களில் நிறைந்து ததும்புவதைத் தடுக்க முடிந்ததேயில்லை.

என்னை எப்படியாவது சினிமாவில் புகழ்பெற்றவளாக்க வேண்டுமென்பது பெரியம்மாவின் கனவாக இருந்தது. பதிமூன்று பதினான்கு வயதானபோது என் குரல் மாறத் தொடங்கியிருந்தது. டப்பிங் வேலை கிடைக்காமல் போனது. வருமானம் இருந்தால்தான் கொஞ்சமாவது நிம்மதியுடன் பெரியம்மாவோடு வாழமுடியும். இல்லையென்றால் மிகவும் கொடுமைதான். பணமில்லாமல் போனதால் பாட்டும் நடனமுமெல்லாம் நின்று போனது. வீட்டு வேலைகளெல்லாம் செய்ய வேண்டும். ஸ்கூலுக்கும் போகவேண்டும். மிகவும் தரித்திரம் சூழ்ந்த நாட்கள் அவை. பெரியம்மாவிற்குக் குழந்தைகள் இல்லாமல் இருந்ததால் உடன் பிறந்தவர்களின் குழந்தைகளைக் கொஞ்ச காலம் வளர்த்தாள். அப்படி சித்தியின் மகன் முரளி அண்ணன் எங்களோடு வந்து இருக்கத் தொடங்கினான். முரளி இத்தனை நாட்கள் கோயம்புத்தூரிலிருந்தான். 'கோல்டு ஸ்பாட்' என்ற கம்பெனியில் வேலை பார்த்தான். அவனுடைய வருகை எங்களுக்குக் கொஞ்சம் ஆசுவாசமாக இருந்தது.

காலையில் ஐந்தரை மணிக்கு எழுந்து, வாசல் பெருக்கி, கோலமிட்டு, தெரு மூலைக்குச் சென்று தண்ணீர் பிடித்து, சாம்பாருக்கு மிளகாய் சேர்த்து தேங்காய் அரைத்து, மதியத்தில் அரிசி உளுந்து அரைப்பது வரை என் வேலை. முரளியண்ணன் ஒன்பது மணிக்குள் வேலைக்குப் போயாக வேண்டும். எல்லாம் முடிந்த பிறகுதான் என்னால் டப்பிங் இருந்தால் போகவோ அல்லது பள்ளிக்கூடத்திற்கோ போக முடியும்.

### அநீதிக்கெதிரான முதல் போராட்டம்

ஒரு நாள் வழக்கம்போல் காலை ஆறு மணிக்கு தண்ணீர் கொண்டுவரும் லாரியில் தண்ணீர் பிடிப்பதற்காக நானும் வரிசையில் குடம் வைத்தேன். என்னுடையது மூன்றாவது குடமாயிருந்தது. ஒரு ஆளுக்கு இரண்டு குடம் தண்ணீர்தான் பிடிக்கமுடியும். லாரி வர நேரமானதால் நான் வீட்டுக்குத் திரும்பிவந்தேன். 'தண்ணி லாரி

வந்தாச்சு' என்ற குரல் கேட்டு நான் ஓடி வந்தபோது முதலில் வைத்த பெண் தண்ணீர் பிடித்து இரண்டாவது பெண் தண்ணீர் பிடித்துக் கொண்டிருந்தாள். நான் போய் என் குடத்திற்குப் பக்கத்தில் நின்றவுடன் ஒரு பதினாறு வயது மதிக்கத்தக்க பெண் வந்து என் குடத்தை எடுத்துத் தூர எறிந்தாள். பிறகு அவள் எனக்கு முன்னால் நின்றாள். இதென்ன என்பதுபோல நான் அவளைப் பார்த்தேன். என் குடத்தை எடுத்து அவளைத் தள்ளிவிட்டு நான் முன்னால் நின்றேன். அவள் தண்ணீர் பிடித்து முடித்தால் பிறகு நான் பிடித்திருக்கலாம். ஆனால் அவள் நடந்து கொண்ட விதத்தை அந்த வயதிலேயே என்னால் பொறுத்துக் கொள்ள முடியவில்லை. நானும் அவளும் அங்கேயே அடித்துக் கொண்டோம். மறுபடியும் அவள் என் குடத்தை வாங்கி தூரத் தூக்கியெறிந்து கெட்ட வார்த்தையில் என்னைத் திட்டினாள். அதைக் கேட்டதும் பொறுமை என்னிடமிருந்து நழுவியது. நான் அவளுடைய முகம் முழுவதும் மின்னல் பரவுவது போல ஒரு அடி அடித்தேன். குடத்தில் தண்ணீரைப் பிடித்து வீட்டிற்கு வந்தேன். பெரியம்மாவிடம் ஒன்றும் சொல்லவில்லை. கொஞ்ச நேரத்திற்குப் பிறகு மூன்று நான்கு குண்டர்கள் சேர்ந்து வீட்டு வாசலில் வந்து நின்று சத்தமாய் கெட்ட வார்த்தைகளில் திட்ட ஆரம்பித்தார்கள்.

''ஏய் மலையாளத்தம்மா எங்க உங்க பொண்ணு?''

''கூப்பிடு அவளை, இன்னக்கி அவளை உண்டு இல்லன்னு பண்றேன் பாரு''

பெரியம்மா பயந்துபோய் வெளியே போனாள். என்ன விஷயமென்று பெரியம்மாவிற்குப் புரியவேயில்லை. அக்கம்ப க்கமெல்லாம் ஒன்று சேர்ந்தார்கள். நான் அடித்த அந்தப் பெண் கோடம் பாக்கத்து பேட்டை ரவுடியின் மகளென்று அப்போதுதான் தெரிந்தது. 'மன்னிப்பு கேள்' என்று ஒவ்வொருத்தரும் சொன்னார்கள். கொஞ்ச நேரத்தில் அந்த குண்டனே மகளையும் கூட்டிக் கொண்டு வந்தான். அவனுடைய பெயர் குப்பன். குப்பண்ணன் என்றுதான் எல்லோரும் கூப்பிடுவார்கள்.

நான் அறைக்குள்ளாக உட்கார்ந்திருந்தேன். என்னை வெளியில் வர முரளியண்ணனும் லலிதாக்காவும் சம்மதிக்கவேயில்லை. குப்பன் பெரியம்மாவிடம் என்னை வெளியே கூப்பிடச் சொன்னான். அந்தப் பெண் என்னைக் காண்பித்தபடி 'இவதான் என்ன அடிச்சா' என்று அழுதபடியே சொன்னாள்.

பாலமந்திரத்திலேயே பிள்ளைகளை அடிக்கும் பழக்கம் எனக்கு இருந்ததால் 'என்னடா' என்ற அலட்சிய பாவத்திலேயே நான் வெளியே வந்து நின்றேன். அந்த ஆள் என்னைப் பக்கத்தில் கூப்பிட்டுக் கேட்டான்.

''எதுக்கு எம்பொண்ண அடிச்சே?''

''நான் அஞ்சரை மணியிலேர்ந்து க்யூவில நின்னுக்கிட்டிருந்தேன். என் பின்னால நிறையபேர் இருந்தாங்க. உங்கப் பொண்ணு மட்டும் திடீர்னு வந்து எங்கொடத்த எடுத்துத் தூர எறிஞ்சா. அசிங்கமாப் பேசினா. என்னால சும்மாப் பாத்திட்டு இருக்க முடியல, அதான் அடிச்சேன்''

அந்த ஆள் சிறிது நேரம் என்னையே பார்த்தபடி பேசாமலிருந்தார். பெரியம்மா அந்த ஆளிடம் மன்னிப்புக் கேட்டபடியிருந்தாள்.

''இனிமே இந்த மாதிரி நடக்காது, மன்னிச்சிடுங்க அய்யா''

''உன்னவிட சின்னப் பொண்ணுதான அது. நீ ஏன் அவ கொடத்த எடுத்து எறிஞ்சே?''

''...............''

''அந்தப் பொண்ணுகிட்ட மன்னிப்பு கேளு.''

அந்தப் பெண் என்னிடம் மன்னிப்பும் கேட்டாள். அநீதிக்கெதிராக நான் போராடிய முதல் போராட்டம். இப்போதும் யாராவது என்னிடம் மோசமான மொழியில் பேசினால் என் கட்டுப்பாட்டை இழந்துவிடுவேன்.

அகங்காரியென்ற பெயர்பெற்று

அதற்குப் பிறகு அங்கேயிருக்கும் எல்லோருக்குமே என்னை மிகவும் பிடித்திருந்தது.

எந்தவொரு எதிர்பார்ப்பும் லட்சியங்களும் இல்லாது வாழ்க்கை நகர்ந்தபடியேயிருந்தது. ஸ்கூல் வாழ்க்கை முடிந்தது. பி.யூ.சி.சேர்ந்தேன். கொஞ்சம் தமிழ் சினிமாக்களில் தலைகாட்ட ஆரம்பித்திருந்தேன். முக்கால்வாசி படங்களில் சின்னசின்னதாய் பின்னணிக் குரல் கொடுக்கத்தான் போய்க் கொண்டிருந்தேன். மனதளவில் எனக்கு இந்த வேலை மிகவும் அசிங்கமாகயிருந்தது. ஆனாலும் கொஞ்சமாவது வருமானம் என் மூலம் வந்தால் பெரியம்மாவிடம் கொடுமை அனுபவிக்காமல் வாழலாம் என்பது மட்டுமே ஆசுவாசமாக இருந்தது. மலையாளத்திலும் தமிழிலும் ஏதாவது சின்ன சின்ன வேடத்தில் நடிப்பேன். டப்பிங் செய்வேன். மெல்ல மெல்ல கதாநாயகிகளின் தங்கைக்குப் பின்னணி குரல் கொடுக்கப் போனேன். வாழ்க்கை கொஞ்சம் தெளிவாக முன்னோக்கி நகர்ந்தது.

பணத்தின்மேல் பெரிய ஆசையிருந்தாலும் பெரியம்மா ஆடம்பரமில்லாமல் கருத்தாக இருந்தாள். ஆண்களுடனோ பெண்களுடனோ அதிகம் பழகவிட மாட்டாள். ஒத்த வயதுடையவர்களோடு கிண்டல் செய்து சிரிப்பது அவளுக்குப் பிடிக்காது. எங்கே போனாலும் கூடவே வருவாள். டப்பிங்கிற்குப் போவதற்குக் கம்பெனியிலிருந்து கார் வரும்போது எல்லா ஆர்ட்டிஸ்டுகளின் வீட்டிற்கும் போய் எல்லோரையும் கூட்டிக்கொண்டு போக வேண்டும். யாருடனும் அம்மாக்கள் வர மாட்டார்கள். அதனாலேயே பெரியம்மா என்னோடு வருவது மற்றவர்களுக்குப் பிடிக்கவில்லை. ஆனால் அவள் என் பெரியம்மா என்று யாருக்கும் தெரியாது. அம்மாவென்றுதான் எல்லோரும் நினைத்திருந்தார்கள். அப்படி சொன்னால் போதுமென்று பெரியம்மா

சொன்னதால் நான் அம்மாவென்றே கூப்பிட்டுக் கொண்டிருந்தேன். உலகத்தில் எந்தவொரு பெண்ணையும் ஆணையும் அவள் நம்பத் தயாராயில்லை. எனக்கு ஒருபோதும் கல்யாணம் பண்ணி வைக்க சம்மதிக்க மாட்டேனென்று சொல்வாள். திருமண பந்தத்தில் அவளுக்கு நம்பிக்கையேயில்லை. எனக்கு என் வயதொத்த பெண்களோடும் ஆண்களோடும் பேசுவதில் மிகுந்த ஆர்வமிருந்தது. யாரிடமாவது பேசுவதைப் பார்த்துவிட்டால் போதும் அன்றைக்கு அடி வெளுத்துவிடுவாள். அடி தாங்கமுடியாமல் நானும் எல்லோரிடமிருந்தும் விலக ஆரம்பித்தேன். அதனால் நான் அகங்காரியென்று எல்லோரும் நினைத்தார்கள்.

சாப்பாட்டு விஷயத்திலும் பெரியம்மா மிகுந்த கட்டுப்பாட்டைக் கடைப்பிடித்தாள். அசைவம் தொடவேமாட்டாள். சாப்பாட்டையும் கொஞ்சமே சாப்பிடவேண்டும். சாப்பாட்டு நேரம் தவிர மற்ற நேரங்களில் ஒன்றையும் சாப்பிடக்கூடாது. மாதத்தில் ஒரு சினிமாவுக்குத்தான் கூட்டிக் கொண்டு போவாள். சினிமாவுக்குப் போனாலும் இடைவேளைகளில் சாப்பிட வீட்டிலிருந்து ஏதாவது கொண்டு போவாள். உணவு விடுதிகளில் சாப்பிடவே கூடாது.

### லாலின், ப்ரியனின் 'திர நோட்டம்' - என்னுடையதும்

ஒரு நாள் காரில் நான்கு பேர் எங்கள் வீட்டிற்கு வந்தார்கள். அன்றெல்லாம் ஒரு படத்திற்கு டப்பிங் பண்ணித் தர ப்ரொடக்ஷன் மேனேஜர் வீட்டிற்கு வருவார். ஒப்பந்தம் செய்து முன்பணம் தருவார்கள். சரியான தேதியில் கார் அனுப்புவார்கள். இதுதான் வழக்கம். அன்று இந்த நான்கு பேரும் வந்து முன் அறையில் உட்கார்ந்தார்கள். வழக்கம்போல பெரியம்மாதான் அவர்களோடு பேசினாள். அவர்கள் சுய அறிமுகம் செய்து கொண்டார்கள்.

"நான் அசோக் குமார், இவர் சுரேஷ் குமார், இவர் ப்ரியதர்ஷன், இவர் மோகன்லால். இவர்தான் இந்த படத்தின் கதாநாயகன். நாயகி ஒரு புதுமுகம். உங்க மகளை டப்பிங்கிற்கு புக் செய்யத்தான் வந்தோம்"

மோகன்லால் என்று அறிமுகப்படுத்திக் கொண்ட ஆள் மட்டும் 'ஹலோ' என்றார். திருப்பி என்ன சொல்வதென்று தெரியாமல் நான் அம்மாவைப் பார்த்தேன். 'உள்ளே போ' என்று அம்மா கண்ணசைத்தாள்.

கொஞ்ச நேரம் கழித்து அவர்கள் போனார்கள். இருநூற்றி ஐம்பது ரூபாய் அட்வான்ஸ் கொடுத்துவிட்டுப் போயிருக்கிறார்கள். ஒரு வாரம் கழித்து காலையில் 'சனல்' என்கிற ஆள் காரில் வீட்டிற்கு வந்தான். அன்று கற்பகம் ஸ்டுடியோவில் டப்பிங் செய்தார்கள். ரெக்கார்டிங்கில் நாதன் சார் இருந்தார். நான் முதல் முதலாக கதாநாயகிக்குக் குரல் கொடுத்த சினிமா ''திரநோட்டம்'' ரேணு சந்திராதான் நாயகி. அன்றெல்லாம் ஒரு சீனில் வரும் கதாபாத்திரங்களெல்லாம் ஒன்றாய் வந்து டப்பிங் செய்ய வேண்டும். அடுத்தடுத்து மைக் இருக்கும். ஒரு காட்சியில் ஐந்து பேர் இருந்தால் மூன்று மைக்குகளில் நிற்க வேண்டும். ரவீந்திரன் மாஸ்டர்தான் என்னை இந்தப் படத்திற்கு சிபாரிசு செய்திருக்கிறார்.

அடிக்கடி சின்னச் சின்ன படங்களில் குரல் கொடுத்துப் பழக்கம் இருப்பதால் நான் சுலபமாக டப் செய்யத் தொடங்கினேன். லால் பக்கத்தில் வந்து நின்று என்னையே கவனித்துக் கொண்டிருந்தார். லால் பின்னணி பேசும்போது எங்கே தொடங்கவேண்டும், எங்கே முடிக்க வேண்டும் என்றெல்லாம் நான் சொல்லிக் கொடுப்பேன். லால் மிகவும் சுலபத்தில் கற்றுக் கொண்டார். பின்னாளில் மலையாள சினிமாவில் நிறைய பேருக்கு நான் டப்பிங் தியேட்டரில் உதவியிருக்கிறேன். 'ஒன்று முதல் பூஜ்யம் வரை' என்ற சுரேஷ் கோபியின் முதல் படத்திற்கு நான் உதவியிருக்கிறேன். அது போல நரேந்திர ப்ரசாத் சாரின் 'சித்ரம்' என்ற படத்தில் பூர்ணம் விஸ்வநாதன், காவ்யா மாதவன், பார்வதிக்குக் குரல் கொடுக்கவும் உதவியிருக்கிறேன். 'காட்ஃபாதர்' என்ற படத்தில் நடித்த என்.என். பிள்ளை சார், அவருக்குத் தன் உதட்டசைவிற்கு ஏற்ப குரல் கொடுப்பதே பெரிய சிரமமாகயிருந்தது. உதட்டைப் பார்க்கும்போது வசனம் தவறிப் போகும். வசனத்தைக் கவனித்தால் உதட்டசைவு

தவறிப் போகும். இப்படி நான் மட்டுமல்ல சொந்த குரல்கொடுக்கும் பல நடிகர் நடிகைகளுக்கெல்லாம் டப்பிங் ஆர்டிஸ்டுகள் உதவி செய்திருக்கிறோம். இந்த அனுபவம்தான் பின்னாளில் ஒரு ''டப்பிங் இன்ஸ்ட்டியூட்'' தொடங்கத் தூண்டுதலாய் இருந்திருக்கலாம்.

'திரநோட்டம்' படத்திற்குப் பிறகு நான் லாலை 'நோக்கெத்தாத தூரத்து கண்ணும்நட்டு' என்ற பட வேலைக்காகத்தான் பார்க்கிறேன். அதற்குள் லால் மிகவும் பரபரப்பான நடிகனாக மாறியிருந்தார்.

### போட்டியும் அலட்சியமும் நிறைந்த உலகத்தில்

'திரநோட்டம்' என்ற படத்திற்குப் பிறகு மீண்டும் சின்னச்சின்ன குரல் கொடுக்கும் பணிதான் கிடைத்தது. அன்று நாயகிக்கு முக்கியத்துவம் இல்லாத ஒரு சினிமாவிற்குப் பின்னணி கொடுத்தால் இறுநூற்றி ஐம்பது ரூபாயிலிருந்து ஐநூறு ரூபாய் வரை கிடைக்கும். கதாநாயகிகளுக்குக் குரல் கொடுப்பவர்கள் ஒன்றிரண்டு சீன்களுக்கு குரல் கொடுப்பவர்களிடம் பேசவே மாட்டார்கள். ஒன்றாய் ஒரு மைக்கில் நின்று டப் செய்யும்போது பெரிய நடிகர் நடிகைகளெல்லாம் நம்மோடு நிற்பதில் ஒரு எதிர்ப்பும் காண்பிக்கமாட்டார்கள். எங்களுக்கு நன்றாகச் சொல்லியும் கொடுப்பார்கள். ஆனால் அன்றைய புகழ் பெற்ற டப்பிங் ஆர்ட்டிஸ்டுகள் ஒரே மைக்கில் நின்று பேச எங்களை அனுமதித்ததேயில்லை. 'இந்தப் பொண்ண வேற மைக்கில் நகர்ந்து நிக்கச் சொல்லுங்க' என்று எந்தச் சங்கடமுமில்லாமல் சொல்வார்கள். தங்கை கதாபாத்திரத்திற்குக் குரல் கொடுத்திருந்த காரணத்தால் அழுகை, சிரிப்புக்கெல்லாம் குரல் கொடுப்பது எனக்கு வசப்பட்டிருக்கவில்லை. ஒரு முறை கோட்டயம் சாந்தா அக்கா ஒரு அழுகை சீனுக்குப் பின்னணி கொடுத்து கொண்டிருந்த போது நான் அவருடைய பக்கத்தில் போய் நின்றேன். இதெப்படி இவ்வளவு நேர்த்தியாய் அழுகிறார்கள், அழும்போது மூக்கு உறிஞ்சுவது, சிரிப்பது என்பதெல்லாம் மிகவும் ஆச்சரியமாக இருந்தது. அதைக் கற்றுக் கொள்ளவே நான் அக்காவின் பக்கத்தில் போய் நின்றேன். ஆனால் அவரோ மிகுந்த கோபத்துடன்,

'பக்கத்திலிருந்து போடி, இந்தப் பொண்ணக் கொஞ்சம் வெளிய அனுப்புங்க' என்று கத்திக் கூப்பாடு போட்டார். எனக்கு அவமானமும் துக்கமும் ஒருசேர வேதனைப்படுத்தியது. அன்று நாதன் சார்தான் அவருடைய ரெக்கார்டிங் அறைக்குக் கூட்டிக் கொண்டுபோய் உட்கார வைத்துச் சமாதானப்படுத்தினார்.

பின்னாட்களில் நான் பல படங்களுக்கும் ரிக்கார்டிஸ்ட்களின் அறையில் உட்கார்ந்துதான் டப்பிங் என்னவென்று பார்த்தும் கேட்டும் கற்றுக் கொண்டேன். நாதன்சார், மூசா சார், மோகன் சார் (ஆர். கே. லேப்) ஏ.வி.எம்.சம்பத் சார், சிவராவ் சார் (ஏ.வி.எம்) வீனஸ் ஸ்டுடியோவில் ரெக்கார்டிஸ்ட்டுகளெல்லாம்தான் என் டப்பிங் உலகத்தின் வளர்ச்சிக்கு உதவியிருக்கிறார்கள். அன்றெல்லாம் டப்பிங் மிகுந்த போட்டி நிறைந்ததாக இருந்தது. ஒரு சினிமாவின் படப்பிடிப்பு முடிந்தால் உடனே பல டப்பிங் ஆர்ட்டிஸ்டுகளும் இயக்குனரைக் கூப்பிட்டு வாய்ப்பு கேட்பார்கள். எங்கள் வீட்டில் தொலைபேசி இல்லாத காரணத்தால் நானோ பெரியம்மாவோ யாரிடமும் பேசமாட்டோம். அது மட்டுமல்ல, அப்படிக் கூப்பிட்டுக் கேட்பதில் எனக்குச் சின்ன ஈகோவும் இருந்தது. ஆனால் அபூர்வமாக சில ப்ரொடெக்ஷன் மேனேஜர்கள் நமக்காக இயக்குனரிடம் சிபாரிசு செய்வார்கள். அவர்கள் நினைத்தால் ஒரு படத்தில் நம்மை சேர்க்கவும் நீக்கவும் முடியும். ஒரு இயக்குனர் நம் பெயரை நிர்பந்தமாகக் கேட்டால் மேனேஜர், அவங்க ஊரில் இல்லையென்று தவிர்க்கவும் முடியும். அங்கே இல்லாத நபரை எப்படியாவது கொண்டுவரச் செய்யவும் முடியும்.

ஒரு மேனேஜர் இருந்தார். அவர் பெரியம்மாவோடு இப்படிப் பேசி முடிவு செய்தார். அவர் வேலை செய்யும் எல்லாப் படங்களுக்கும் வாய்ப்பு வாங்கித் தந்துவிடுவார். ஆனால் ஒவ்வொரு படத்திற்கும் இருநூற்றி ஐம்பது ரூபாய் அவருக்குக் கொடுக்க வேண்டும். அப்படி அவருடைய சிபாரிசில் நிறைய படங்களுக்குப் பின்னணிக் குரல்

கொடுத்தேன். என்னோடு மட்டுமல்லாமல் நிறைய பேரிடம் இப்படிப் பணம் வாங்கியிருந்தார். பிறகு அவர் சினிமாவிலிருந்தே காணாமல் போய்விட்டார்.

### கோபப்படும் ரவீந்திரன் மாஸ்டர்

ஒருமுறை புதிய இயக்குனர் ஒருவர் கதாநாயகிக்குக் குரல் கொடுக்க என்னை அழைத்தார். நானும் பெரியம்மாவும் வாசு ஸ்டுடியோவிற்குப் போனோம். அங்கே வேறு மூன்று பெண்கள் ஏற்கனவே இருந்தார்கள். ஒவ்வொருவரின் குரலையும் டெஸ்ட் செய்து பார்த்தார்கள். எனக்கு பெரிய ஆர்வமில்லாததால் நான் இந்தப் படத்தின் இயக்குனர் யாரென்று பார்க்கவில்லை. 'அரைஞாணம்' என்பதுதான் அந்தப் படத்தின் பெயர். கதாநாயகனுக்குக் குரல் கொடுத்தது மலையாளத்தில் புகழ்பெற்ற இசை இயக்குனரான ரவீந்திரன் மாஸ்டர். அன்று அவர் அப்படியெல்லாம் புகழ் பெற்றிருக்கவில்லை. அவர் பொருளாதார ரீதியாக மிகவும் துன்பங்கள் அனுபவித்த நாட்கள். டப்பிங் தியேட்டரில் உட்கார்ந்திருக்கும்போதும் அவர் யாரோடும் அதிகம் பேசுவதில்லை. எப்போதும் நிராசை நிறைந்த முகத்துடன் ஸ்டுடியோவின் வெளியே உட்கார்ந்திருப்பதைப் பார்த்திருக்கிறேன். பல படங்களிலும் ரவிக்குமாருக்கு அவர் குரல் கொடுத்திருந்தார். என்னையும் பெரியம்மாவையும் அவருக்கு மிகவும் பிடிக்கும்.

''உங்களுக்கு வேற வேலையே இல்லையா? இந்த பொண்ணப் படிக்கப் வக்கலாமில்ல, இல்ல கல்யாணம் பண்ணி வைங்களேன். இந்த டப்பிங்கெல்லாம் யாரையும் காப்பாத்தாது'' என்று அக்கறையோடு திட்டுவார். ஒவ்வொரு பெண்ணின் குரல் பரிசோதனை செய்யும்போதும் அவர் பக்கத்தில் நின்று டயலாக் சொல்லித் தருவார். ஒரு மைக்கில் அவர் மட்டுமே நிற்பார் வேறு யாரையும் உடன் சேர்த்துக் கொள்ளமாட்டார். எனக்கான முறை வந்தது. எங்கள் நான்கு பேரின் குரலும் பரிசோதனை செய்தபின் இயக்குனரும் ரெக்கார்டிஸ்ட்டும் ரவி அண்ணாவும் 'கன்சோலிலிருந்து' விவாதித்துக்

கொண்டிருந்தார்கள். கடைசியாக என்னைத் தேர்ந்தெடுத்தார்கள். மற்றவர்களைப் போகச் சொல்லிவிட்டார்கள். ஒரு பெண் மட்டும் போகவில்லை. அந்தப் படத்திலேயே வேறு ஏதாவது சின்ன குரலாவது செய்ய வாய்ப்பு வருமென்று அவளும் அம்மாவும் அங்கேயே காத்திருந்தார்கள். இவர்களை நான் முன்பே பல ஸ்டுடியோக்களில் பார்த்திருக்கிறேன். நாங்கள் டப்பிங்கைத் தொடங்கினோம். நடுநடுவே ரவி அண்ணாவும் இயக்குனரும் சொல்வதைக் கேட்டு பேசிக் கொண்டிருந்தேன். அப்போதெல்லாம் அந்தப் பெண்ணும் அம்மாவும் பின்னால் உட்கார்ந்து முணுமுணுத்துக் கொண்டேயிருந்தார்கள். அது எங்களை மிகவும் தொந்தரவு செய்தபடியிருந்தது. கொஞ்சம் அமைதியா இருங்கன்னு ரவி அண்ணா அவ்வப்போது சொல்லிக் கொண்டேயிருந்தார். அவர் எப்போதுமே முன்கோபி. ஆனால் அன்று மிகவும் பொறுமையாகவே இருந்தார். இந்த அம்மாவும் மகளும் மீண்டும் ஏதேதோ பேசிக் கொண்டிருந்தார்கள். சற்று நேரம் கழிந்தபோதுதான் அவர்கள் என்னைத்தான் திட்டிக் கொண்டிருக்கிறார்கள் என்று புரிந்தது. நான் மெல்லமெல்ல அசௌகரியமானேன். என்னால் டப் செய்ய முடியவில்லை. டைரக்டர் அவர்களை வெளியே போகச் சொல்லியும் போகவில்லை. கடைசியாக ரவி அண்ணன் பொறுமையை இழந்துவிட்டார்.

"என்ன உங்களோட பிரச்சனை?" என்று அவர்களிடம் கேட்டார்.

"எம்பொண்ணோட குரலை விட அந்தப் பொண்ணோட குரல்ல நீங்க என்னத்தக் கண்டீங்க?"

இயக்குனரும் ரவி அண்ணாவும் முடிந்தமட்டும் அவர்களைச் சமாதானப்படுத்த முயன்றார்கள். அவர்கள் எதையும் கேட்டுக் கொள்ளும் மனநிலையில் இல்லை. என்னைப் பற்றி மீண்டும் மீண்டும் கெட்ட வார்த்தைகள் சொல்லிக் கொண்டேயிருந்தார்கள். நானோ கொஞ்சம் தள்ளி உட்கார்ந்து அழுது கொண்டிருந்தேன். ஸ்டுடியோவுக்குள்ளே பெரிய சத்தமும் அமர்க்களமுமானது.

பலநேரங்களில் பலரும் என்னைச் சின்னச்சின்னதாய் காயப்படுத்தியும் அவமானப்படுத்தியுமிருக்கிறார்கள் என்றாலும் இவ்வளவு மோசமாக பேசும் பேச்சை இப்போதுதான் கேட்கிறேன். சத்தம் அதிகமானபோது ரவி அண்ணன் அந்த அம்மாவின் கழுத்தைப் பிடித்து வெளியே தள்ளவும் அடிக்க கையை ஓங்கவும் செய்தார். யாரெல்லாமோ வந்து ரவி அண்ணனைப் பிடித்துக் கொண்டார்கள். இப்படி வெகுண்டெழுந்த அண்ணனை இப்போதுதான் நான் பார்க்கிறேன்.

இந்தச் சம்பவம் மனதளவில் என்னை மிகவும் பாதித்தது. அன்று டப்பிங் செய்ய முடியாமல் நான் திரும்பி வந்தேன். அடுத்து வந்த இரண்டு நாட்களிலும் என்னால் இயல்பாக முடியவில்லை. மிகவும் அழுததால் எனக்குக் கேவல் அப்படியே இருந்தது. கொஞ்ச நாட்களுக்குப் பிறகுதான் அந்தப் படத்தை முடித்துக் கொடுத்தேன்.

## பள்ளிப் பருவம் முடிந்து வாழ்வெனும் பெரு நதிக்குள் பிரவேசித்து

பிறகும் பல படங்களில் டப்பிங் செய்தேன். இந்தப் படத்திற்குப் பிறகு நான் கதாநாயகிக்கு முக்கியத்துவமுள்ள, 'கோலிளக்கம்' என்ற படத்தில் சுமலதாவுக்குக் குரல் கொடுத்தேன். இதனிடையில் ஐ.வி.சசி சாரின் ஒரு படத்தில் சீமாவுக்காகக் குரல் கொடுத்தேன். ஆனால் அந்தக் குரல் சரியில்லை என்று அவர் வேறு ஒரு ஆர்ட்டிஸ்டை வைத்து டப்பிங் செய்தார். மோகன் சாரின் 'மங்களம் நேருந்நு' என்ற படத்திலும் சாந்தி கிருஷ்ணாவுக்காகக் குரல் கொடுத்து, பிறகு அவர்கள் அதை மாற்றி டப் செய்தார்கள். பெரியம்மாவின் அடியும் திட்டும் எல்லை மீறியது.

''உன்னால ஒண்ணும் முடியாது. எப்போதும் இப்படிச் சின்னச்சின்ன குரல் கொடுத்து எதற்கும் போதாத வாழ்க்கை வாழத்தான் உன்னோட ஆசையா?''

பதிலேதும் சொல்லாத எனக்கு இதில் ஆச்சரியமே மிஞ்சியது.

எதற்கு இப்படி வாழ்நாள் முழுக்க டப்பிங் பேசணும்? கொஞ்ச நாள் போனா கல்யாணம் பண்ணிக்கப் போறேன், பிறகென்ன?

என் அளவில் சினிமா என்பது ஒரு வேலை மட்டும்தான். இதற்கிடையில் படிப்பையும் நிறுத்தியாகிவிட்டது. என்னுடைய படிப்பு சம்மந்தமாக பெரியம்மாவிற்கு எந்த அக்கறையுமில்லை. கல்வியின் மகத்துவத்தை புரியவைக்க அன்றெனக்கு யாருமில்லை. கல்வி இருந்திருந்தால் என்னதான் அனாதையாக இருந்தாலும், ஒரு பெண்ணுக்கு அது எப்படி தன்னம்பிக்கை கொடுத்திருக்குமென இன்றைக்குப் புரிகிறது. யாரையும் அவள் எதிர்பார்த்திருக்க வேண்டாம். படிப்பில் கவனம் செலுத்தாமல் போனதாலும் அம்மா அப்பா இல்லாமல் போனதாலும் எனக்கு வாழ்க்கையில் எந்த லட்சியமும் இல்லாமலிருந்தது. பெரியம்மாவிடம் திட்டும் அடியும் இல்லாமல் வாழவேண்டுமானால் எனக்கு வருமானம் வேண்டும். அதற்காக மட்டுமே நான் டப்பிங்குக்குப் போய்க் கொண்டிருந்தேன். அதனாலேயே நான் டப்பிங் பற்றிப் புரிந்து கொள்ளவோ புதிதாய்க் கற்றுக் கொள்ளவோ ஆர்வம் காட்டவில்லை. அன்று டப்பிங் ஆர்டிஸ்டுகளுக்கு எந்த மரியாதையும் இல்லாமலிருந்தது. டப்பிங் ஆர்ட்டிஸ்டுகளுக்குத்தான் மிகவும் குறைந்த சம்பளமுமிருந்தது. சில நாட்கள் காலையிலிருந்து மறுநாள் விடியும்வரை டப்பிங் தொடரும். வேலையில்லாதவர்கள் ஸ்டுடியோவிற்கு வெளியே மரத்தடியில் போய் உட்கார்ந்து கொள்ளலாம். வெட்டிப்பேச்சு பேசலாம். யாரும் குடித்துவிட்டு உள்ளே வரக்கூடாதென்று கட்டுப்பாடுகள் இருந்தன. நானும் பெரியம்மாவும் ஸ்டுடியோவிற்குள்ளேயே உட்கார்ந்திருப்போம். எனக்கு டப்பிங் இல்லையென்றாலும் மற்றவர்களுடன் போய் உட்கார்ந்து பேச பெரியம்மா அனுமதிக்க மாட்டாள். வெளியே பலவிதமாகவும் பேசிக்கொள்வார்கள், அங்கே போக வேண்டாம் என்று தடுத்து விடுவாள். கிண்டல் பேசுவதும் காதலும் சிணுங்கலும் பரிகாசமும் ஒழுக்கமற்ற பேச்சும் அங்கே இருக்குமென்று சொல்வாள். மற்றவர்கள் டப் செய்வதைப் பார்த்து

கற்றுக் கொள்வது, அவர்களுக்குத் தெரிவதைச் சொல்லிக் கொடுப்பது மாதிரியான சூழலே டப்பிங் உலகில் இல்லை. இங்கே நடிக்க வந்து வாழ வழியில்லாமல் டப்பிங் ஆர்டிஸ்டுகளாக மாறுபவர்களே அதிகம். பல நேரங்களில் ஒரு சினிமா டப் செய்து முடித்தால் சொன்னதை விடக் குறைவாகவே பணம் கிடைக்கும். இல்லையென்றால் மறுநாள் வீட்டில் கொண்டு வந்து தருகிறேன் என்று சொல்வார்கள். பிறகு ஆளையே பார்க்க முடியாது. என்ன செய்யவேண்டும், யாரிடம் சொல்ல வேண்டும் என்பதறியாமல் திகைத்துப் போய் நிற்கும் டப்பிங் ஆர்ட்டிஸ்டுகளாகத்தான் எங்களில் பல பேரும் இருந்தோம்.

## என் பிரியத்திற்குரிய நகரம்.

இதற்கு நடுவில் கோயம்புத்தூரில் இருக்கும் சித்தியுடைய மகள் லலிதா மீண்டும் எங்களோடு வந்து தங்கினாள். அவளுடைய கணவர் துபாயிலோ எங்கோ இருந்தார். இரண்டு குழந்தைகளுமிருந்தார்கள். எல்லோருக்கும் சேர்த்து ஒரு அறையும் சமையலறையுமான அந்த வீடு போதவில்லை. அதனால் நாங்கள் வடபழனியிலுள்ள தங்கவேலு காலனியில் வேறொரு வீட்டிற்கு மாறினோம். எழுநூற்றி ஐம்பது ரூபாய் வாடகை. முன்னால் ஒரு அறை, பிறகு சாப்பாட்டு அறை, படுக்கை அறை, சமையலறை, தமிழின் புகழ்பெற்ற நடிகர் தங்கவேலுவின் வீடு அது. இரண்டு வரிசையில் மொத்தம் இருபது வீடுகள். நடுவே நடைபாதை. பார்க்க அக்ரஹாரம் மாதிரியேயிருக்கும்.

நாங்கள் குடியிருக்கும் வீட்டின் வலது பக்கத்து வீட்டில் கலெக்டர் அலுவலகத்தில் வேலை செய்யும் ஒரு தம்பதி குடியிருந்தார்கள். இடது பக்கம் ஒரு காப்ரே டான்ஸர். எதிரில் ISRO பணியாளர். அவருக்குப் பக்கத்தில் வடபழனி கோவில் குருக்கள். தீபாவளி, பொங்கல் போன்ற பண்டிகை தினங்களை எல்லோரும் சேர்ந்து கொண்டாடினோம். ஒவ்வொரு வீட்டில் செய்யும் உணவுகளை மாற்றிப் பங்கு வைத்து சாப்பிடுவதும் சினிமாவிற்கும் கோவிலுக்கும் போவதுமெல்லாம் ஒன்றாக இருந்தது.

ISRO பணியாளர் இரவு வேலைக்குப் போவதையும் நான் விடியும் வரை டப்பிங் பேசப் போவதையும் அவர்கள் ஒன்றாகவே பார்த்தார்கள். அதனாலேயே யாருக்கும் யாரும் குறைந்தவர்கள் என்ற எண்ணம் இல்லாமலிருந்தது. மதராஸ் சினிமா வாழ்வின் சுகம் எனக்கு கேரளாவிற்கு இடம் பெயர்ந்த பிறகுதான் தெரிந்தது. காலம் இத்தனை வேகமாக வளர்ச்சியடைந்தாலும் கேரள மக்கள் இன்னமும் சினிமாக்காரர்களைக் கேவலமாகத்தான் பார்க்கிறார்கள். அவ்வளவாக புகழ்பெறாத சினிமாக்காரர்களுக்கும் சினிமாவில் நடிப்பல்லாத வேலை பார்க்கும் ஆணுக்கோ பெண்ணுக்கோ தனியாக இருந்தால் கேரளாவில் இன்றும் வாடகைக்கு வீடு கிடைப்பதில்லை. மதராஸில் இதெல்லாம் ஒரு பிரச்சனையேயில்லை. எல்லோரும் வேலை பார்க்கிறார்கள் என்ற அர்த்தத்தில் மட்டுமே அந்த மக்கள் எங்களைப் பார்த்தார்கள்.

இங்கே கேரளத்தில் இரவுகளில் டப்பிங் முடிந்தோ படப்பிடிப்பு முடிந்தோ வருபவர்களை ஆட்டோ டிரைவர், போலீஸ், பக்கத்து வீட்டுக்காரர்கள் எல்லாம் சந்தேகக் கண்ணோடுதான் பார்க்கிறார்கள்.

கேரளாவை விட எனக்குப் பிரியமான நகரம் மதராஸாகயிருந்தது. சினிமா மதராஸின் நரம்புகளில் இருக்கும்போது, அதே சினிமா எனது ரத்த உறவாகயிருப்பதால் மதராஸை நான் எப்படி நேசிக்காமலிருப்பேன்? எனக்கு வாழ தன்னம்பிக்கை தந்த பூமி என்ற வகையிலும் நான் மதராஸை மதிக்கிறேன்.

மதராஸ் போலிருக்கும் நகரத்தில் நம் வேலை என்னவென்பதெல்லாம் பெரிய காரியமில்லை. அங்கே முக்கால்வாசிபேர் சினிமாவில் பணி செய்பவர்களாக இருந்தார்கள். அதனாலேயே நான் நடிகையா, டப்பிங் ஆர்ட்டிஸ்டா என்றெல்லாம் யாரும் கேட்டுக் கொண்டிருக்கமாட்டார்கள். ஏ.வி.எம். ஸ்டுடியோவில் வேலைக்குப் போகும் ஒரு பெண். அதுதான் அவர்களுக்கு என்னைப் பற்றின மனோபாவம். சினிமாவை மட்டுமல்ல

சினிமாக்காரர்களையும் அவர்கள் நிறைந்த இதயத்தோடு ஏற்றுக் கொண்டார்கள். டப்பிங் இன்று தொடங்கி மறுநாள் வரை நீண்டாலும் கேரளாவைப்போல போலி கலாச்சாரக் கண்களொன்றும் எங்களைப் பின்தொடராது.

இந்த உலகத்தில் எல்லோருக்கும் வாழ உரிமையுண்டு என்ற நம்பிக்கை கொடுத்த நகரம் மதராஸ். எல்லோரையும் ஒரே மாதிரி அங்கீகரிக்கவும் ஏற்றுக் கொள்ளவுமான நகரம்.

வடபழனி கோவிலுக்குப் பக்கத்தில் நாங்கள் வாடகைக்குக் குடியிருந்தோம். கேரளாவில் சினிமாக்காரர் என்றால் வீடு கிடைக்க கஷ்டமென்றால் மதராஸில் அப்படியே தலை கீழாக இருந்தது. சினிமாக்காரர் என்றால் ரொம்பவும் நம்பிக்கை. அது போல வீடு வாடகைக்குத் தேடும்போது முன்னால் குடியிருந்தது சினிமா சம்மந்தப்பட்ட ஆட்களென்றால் அவர்களின் வளர்ச்சியைப் பற்றிச் சொல்லி இது மிகவும் ராசியுள்ள வீடென்றும் அது போல நீங்களும் உயர்ந்து வருவீர்களென்றும் ஆசிர்வாதம் செய்வார்கள். அதுதான் மதராஸ்.

ஒருமுறை சினிமாவில் புகழ்பெற்ற மூன்று பேர் வசித்த வீட்டில் நாங்களும் வாடகைக்கு இருந்திருக்கிறோம். இசை ஞானி இளையராஜா, கங்கை அமரன், பாஸ்கர் தான் அவர்கள். ஒரு அறையும் சமையலறையுமுள்ள அந்த வீட்டிற்கு ஐம்பது ரூபாய் வாடகை. மணி சாமி என்பவர் அந்த வீட்டின் சொந்தக்காரர். இளையராஜா அவ்வப்போது மணி சாமியைப் பார்க்க வருவார். எங்களுடைய விலாசம்கூட அன்று இளையராஜா முன்பு வசித்த வீடு என்பதாகயிருந்தது. அப்போதெல்லாம் பெரியம்மா நானும் சினிமாவில் பெரிய ஆளாவேன் என்று முழுமையாக நம்பினாள். என்ன ஆனாலும் அது ராசியான வீடு. அங்கேயிருந்தபோதுதான் ‘‘திரநோட்டம்’’ என்ற படத்திற்கு டப்பிங் செய்ய வாய்ப்பு கிடைத்ததும் பிரியனும் மோகன்லாலும் நண்பர்களோடு டப்பிங்கிற்கு என்னை

ஒப்பந்தம் செய்ததெல்லாம் நடந்தது. அந்தத் தகவல் தெரிந்து மணி சாமி சொன்னார்.

''பாத்தியா பாக்யம், நான் அன்னக்கே சொல்லலே, ஹீரோயின் வாய்ஸ் வந்தாச்சில்ல உனக்கு? எங்க வீடு ராசிதானே?''

அன்று எங்கள் வீட்டின் பக்கத்து வீட்டுக்காரராக இருந்தார் இன்றைய நடிகர் சீனுவாசன். அப்போதெல்லாம் அவர் மிகவும் வறுமையில் கஷ்டப்பட்டார். தினமும் அவர் காலையில் எங்கள் வீட்டிற்கு வருவார். பெரியம்மாவுடன் மிகவும் பிரியமாகயிருப்பார். அது போல் நாங்கள் இருவரும் சேர்ந்து சில நாடகங்களில் நடித்திருக்கிறோம். ஓணத் திருநாளின் ஒவ்வொரு அமைப்புகளின் கொண்டாட்ட நிகழ்ச்சியாகத்தான் நாடகம் நடைபெறும். பெரும்பாலும் நாடகத்தின் கதை இயக்கமெல்லாம் சீனு அண்ணன்தான். நாடகத்தில் நாயகி வேடத்தில் நான் நடிப்பேன். ஓணத்திற்குக் கேரளாவிற்கு போக ஆகும் செலவையெல்லாம் அண்ணன் இதிலிருந்துதான் சம்பாதிப்பார். பெரியம்மாவிற்கு சீனு அண்ணனை மிகவும் பிடிக்கும் என்பதால் இதற்கெல்லாம் சம்மதித்தாள். சீனு அண்ணனைப் போலவே இயக்குனர் ராஜசேனனும் எங்கள் பக்கத்து வீட்டுக்காரர். மிகவும் இயல்பான மனநிலையோடுதான் நாங்கள் எல்லோரும் அந்தக் காலனியில் வசித்தோம். அதனாலேயே அவர்களின் முதல் படங்களிலெல்லாம் நானுமிருந்தேன். இப்போதும் நிலைத்திருக்கிறேன்.

நாடகத்தில் நடிக்கப் போவது போலவே இன்னொரு பக்கம் அரசியல் கட்சிகளுக்கு தேர்தல் காலங்களில் பிரச்சார பாடல்கள் பாடப் போயிருந்தேன். அதே போல 'ராஜு சிம்பொனி' என்ற இசைக் குழுவிலும் நான் பாடப் போயிருந்தேன்.

ஜுனியர் ஆர்ட்டிஸ்ட்களும் காபரே நடனக் கலைஞர்களும் மகூதித் தெருவில்தான் குடியிருந்தார்கள். அந்தத் தெரு வழியாக நாம்

நடந்து போகும்போது சினிமாவில் நமக்குப் பழக்கப்பட்ட முகங்களைப் பார்த்தால் ஒரு படப்பிடிப்பு அரங்கத்திற்குள் வந்துவிட்டோமோ என்ற பிரமை ஏற்படும். அன்றைக்கெல்லாம் அவர்கள் பிரஷ் உபயோகித்து பல் தேய்ப்பதைப் பார்த்து நான் அதிசயித்திருக்கிறேன். நாங்களெல்லாம் சாதாரண உமிக்கரியால் பல் தேய்ப்பவர்களாக இருந்தோம். ஆடம்பரமாக ஆடை அலங்காரம் செய்து அவர்கள் கூட்டம் கூட்டமாக நடந்து போகும்போது நாங்கள் அவர்களை பிரமிப்போடு பார்த்திருக்கிறோம். இதையெல்லாம் உள்ளடக்கிய மதராஸின் நாட்கள் எனக்கு மிகவும் பிடித்தமானவை.

## கதாநாயகிக்கான பின்னணி குரலுக்கு

தங்கவேலு காலனியின் வாழ்க்கை கொஞ்சம் சந்தோஷமாகவேயிருந்தது. சிறியதும் பெரியதுமான கதாபாத்திரங்களுக்குக் குரல் கொடுக்க வாய்ப்புகள் கிடைத்தன. சில படங்களில் தங்கை வேடத்திற்கும் சில படங்களில் கதாநாயகிக்கும் குரல் கொடுக்க முடிந்தது. சினிமாவில் கொஞ்சம் பிஸியாகத் தொடங்கிய நாட்கள் அவை. ராஜசேனனின் ''ஆக்ரஹம்'' , ''சௌந்தர்யப் பிணக்கம்'', பால சந்திர மேனனின் ''சேஷம் காழ்ச்சயில்'' போன்ற படங்களில் கதாநாயகிக்குப் பின்னணிக் குரல் கொடுக்க வாய்ப்பு கிடைத்தது. ஸ்ரீகுமாரன் தம்பி சாரும், ஐ.வி.சசி சாரும், ஜோஷி சாரும், ஹரிஹரன் சாரும் அவர்களுடைய சினிமாக்களில் எனக்கு வாய்ப்பு கொடுத்தார்கள். சினிமாவிற்கு எப்போதும் சீசன் இருக்கிறது. சில மாதங்களில் நன்றாக வேலை கிடைக்கும். சில நேரங்களில் ஒரு வேலையும் இருக்காது. இனி நமக்கு சினிமாவில் வேலையே கிடைக்காதோ என்றெல்லாம் சில சமயங்களில் தோன்றும். அப்போதெல்லாம் முழு நேரமும் படம் தயாரிக்கும் சில ப்ரொடக்ஷன் கம்பெனிகள் இருந்தன. 'மஞ்ஞிலாஸ்', 'செலவூர் பிக்சர்ஸ்', 'முரளி மூவீஸ்', 'திருமேனி பிக்சர்ஸ்', 'செஞ்சுரி ப்ரொடக்ஷன்ஸ்', 'சஞ்சய் ப்ரொடக்ஷன்', 'எவர்ஷைன் பிக்சர்ஸ்'. இதில் எவர்ஷைன் பிக்சர்சுடன்

மட்டும் ஒரு ஒப்பந்தம் இருந்தது. ஜோஷி சார் அவருடைய படங்களை அதிகம் செய்திருந்தார். எல்லாப் படங்களிலும் நானுமிருந்தேன். பிரசாத் ஸ்டுடியோவில்தான் எப்போதும் டப்பிங் இருந்தது. இவருடைய சினிமாக்களைத் தொடர்ந்து டப்பிங் செய்யும் எனக்கு மாதச் சம்பளம் தந்து விடுவார்கள். ஒரு மாதத்திற்கு 3500 முதல் 5000 ரூபாய் வரை வாங்கியிருக்கிறேன். டப்பிங் இல்லையென்றாலும் அவருடைய அலுவலகத்தில் போய் பணம் வாங்கிக் கொள்ளலாம். பிறகு டப்பிங் செய்து கடன் தீர்க்கலாம். என்னைப் பொறுத்தவரை இதொரு பெரிய ஆசுவாசமாயிருந்தது. எப்போதும வருமானம் இருப்பதால் பெரியம்மாவிடமிருந்து அடியோ திட்டோ விழாது.

இந்தக் காலகட்டத்தில்தான் திருவனந்தபுரத்திற்கு டப்பிங்குக்கு அழைக்கப்பட்டேன். பாலசந்திர மேனன், இயக்குனர் அம்பிளியின் படங்களெல்லாம் திருவனந்தபுரம் 'தரங்கிணியிலும், சித்ராஞ்சலியிலும்' படப்பிடிப்பு செய்யப்பட்டன. வின்செண்ட் மாஸ்டர் இயக்கிய '' கொச்சு தெம்மாடி'' சித்ராஞ்சலியில் டப் செய்யப்பட்டது. இந்தப் படம் டப் செய்யும்போது வின்சென்ட் மாஸ்டர் என் குரலில் ஏதோ பிரச்சனை இருக்கிறதென்று புரிந்து கொண்டார். அவர் அதற்காக நிறைய மருந்துகளும் சொன்னார். அதிலிருந்துதான் என் குரலை வளமையாக்க வேண்டுமென்று முயற்சித்தேன்.

### டப்பிங்கில் என் பாதையை மாற்றிய சினிமா

சினிமாவில் நான் மிகவும் பிஸியானேன். வாழ்க்கை ஒரு நல்ல நிலைமைக்குத் திரும்பும் லட்சணமெல்லாம் தெரிய ஆரம்பித்தது. மதராஸில் கொஞ்சம் இடம் வாங்கினேன். கொஞ்சம் தங்கம் சேர்க்க ஆரம்பித்தேன். 1984 - ல் ''நோக்கெத்தாத்த தூரத்து கண்ணும்நட்டு'' என்ற படத்தில் டப்பிங் பேசினேன். அது என் வாழ்வில் திருப்புமுனையாக அமைந்த படம். சினிமா எப்படியென்பதையும் பின்னணி எவ்வளவு முக்கியமென்பதையும் நன்றாகப் புரிந்து கொள்ள

வாய்ப்பு கிடைத்த படம். ரெக்கார்டிஸ்ட் தேவதாஸ் சாரும் இயக்குனர் ஃபாசில் சாரும் அதற்கு முக்கியக் காரணமாக இருந்தார்கள். அவர்கள் இருவரும் எனக்குப் பொறுமையுடன் விஷயங்களைப் புரிய வைத்தார்கள். ஸ்கிரீனில் ஒரு கதாபாத்திரத்தைப் பார்க்கும்போது முதலில் கவனிக்க வேண்டியது அந்தக் கதாபாத்திரத்தை மட்டும்தான், பிறகு உடல் மொழி, அவருடைய செய்கைகளெல்லாம் கவனிக்க வேண்டும். பக்கத்தில் நிற்கும் ஆளிடமும் தூரத்தில் நிற்கும் ஆளிடமும் பேசுவதில் உள்ள வித்தியாசம், கதாபாத்திரம் அழும்போதும் சிரிக்கும்போதும் கவனிக்க வேண்டிய நுட்பங்கள் என எல்லாவற்றையும் இவர்கள் சொல்லித் தந்தார்கள். தமிழருடனான பந்தங்களும் தமிழ் சினிமாக்களும் என்னை மிகவும் ஈர்த்த நாட்களாகயிருந்தன. அதனாலேயே நான் டப் செய்யும்போது சத்தமாய்ப் பேசுவேன். அப்போது சித்திக்கும் லாலும் ஃபாசில் சாரின் உதவியாளர்களாக இருந்தார்கள். அந்த சினிமாவில் நான் முதல் வசனத்தைப் பேச ஆரம்பித்தவுடனேயே இரண்டு பேரும் பக்கத்தில் நின்று ''இது யாருடா பெண் சிவாஜிகணேசனா?'' என கேலி செய்யத் தொடங்கினார்கள். அந்த சினிமாவுக்கு டப் செய்ய பன்னிரண்டு நாட்களானது. ஒரு கதாபாத்திரத்தையோ ஒரு நடிகனையோ ஒரு டப்பிங் ஆர்ட்டிஸ்ட் எவ்வளவு தூக்கி நிறுத்த முடியுமென்று எனக்குப் புரிய வைத்த நாட்கள் அவை. இந்தப் படத்திற்குப் பிறகுதான் ஒரு டப்பிங் ஆர்ட்டிஸ்ட் என்ற அளவில் என் புகைப்படம் '' நாநா வாரிக'' என்ற சினிமா வார இதழில் நடிகை பத்மினியுடன் வெளியானது. மிகவும் கௌரவமான படமாகயிருந்தது அது. அதற்குப் பிறகுதான் எனக்கு விமானத்தில் பயணம் செய்ய வாய்ப்பு கிடைத்தது. அதுபோலவே சம்பளமும் கூடியது. பிறகு என்னை ஒப்பந்தம் செய்ய வருபவர்களிடம் என் சம்பளம் குறித்து பேசலானேன். முன்பெல்லாம் என் சம்பளம் குறித்து விமர்சித்தவர்கள் என்னை அங்கீகரிக்கத் தொடங்கினார்கள். ஒரு பகை தீர்த்தல் போல அவர்களிடம் என் சம்பளத்தைக் கூட்டிக் கேட்க ஆரம்பித்தேன். நிறைய வருடங்களுக்குப்

பிறகு உண்மையில் குரல் எப்படியிருக்க வெண்டுமென்றும் பின்னணி எப்படிப் பொருந்த வேண்டுமென்றும் சரியாய்ப் புரிந்தபோது என் தவறு என்னவென்று புரிந்தது.

பொதுவாகவே எல்லா டப்பிங் ஆர்ட்டிஸ்ட்டுகளும் திறமையானவர்களாகவே இருந்தார்கள். ஆனால் அவர்கள் யாரும் தங்கள் திறமையை உணரவேயில்லை என எனக்குத் தோன்றியது. ஒருமுறை டப்பிங் தியேட்டரில் நாங்களெல்லாரும் இருந்தபோது டப்பிங் ஆர்ட்டிஸ்ட் ஸ்ரீஜா ஆட்டின் குரலில் அழத் தொடங்கினாள். உள்ளேயிருந்து ரெக்கார்டிஸ்ட் வெளியே வந்து தியேட்டரை முழுவதும் சுற்றிப் பார்த்தார். அப்போது ஸ்ரீஜா அமைதியாகயிருப்பாள். அவர் உள்ளே போனவுடன் மீண்டும் ஸ்ரீஜா ஆட்டின் குரலில் சப்தமெழுப்புவாள். அவர் மீண்டும் வெளியே வந்து நாற்காலியின் அடியில் எல்லாம் தேடினார். நாங்கள் கேட்டோம்

''என்ன சார்?''.

''இல்ல... ஒரு ஆடு கத்தற சத்தம் கேட்டிச்சு, எங்கயிருந்துன்னு தெரியலயே''

இப்படி பல திறமைகளைக் கொண்டவர்களாக இருந்தார்கள் டப்பிங் ஆர்ட்டிஸ்ட்டுகள். கோட்டயம் சாந்தா மிக இனிமையாகப் பாடுவாள். மற்ற பலரையும் ஒப்பிடும்போது அவர்கள் அளவுக்கு எனக்குத் திறமையில்லையோ என்று தோன்றியிருக்கிறது. ஆனால் எல்லா டப்பிங் ஆர்ட்டிஸ்ட்டுகளை விடவும் அகங்காரமும் தன்னம்பிக்கையும் எனக்கிருந்தது. அது நானொரு நல்ல டப்பிங் ஆர்ட்டிஸ்ட் என மற்றவர்கள் சொல்வதிலிருந்து வரவில்லை; மாறாக அது என் சொந்த வாழ்க்கை எனக்குக் கற்றுத் தந்த வாழ்க்கை முறையிலிருந்து வந்தது.

தனிமைப்படுத்தப்பட்ட வாழ்க்கையிலும் அனாதைத்துவத்திலும் தனியாகப் போராடி வெற்றி பெற்ற பெண் என்ற சுய திடம் என்னை அப்படிச் செதுக்கியிருந்தது. அந்த மனோதிடம்தான் ஒரு பெண்ணுக்கு

அவசியம் என்று நான் முழுமையாய் நம்புகிறேன். ஆனால் என்னுடைய இந்த குணத்தை மலையாள சினிமா உலகமும் இயக்குனர்களும் டப்பிங் ஆர்ட்டிஸ்டுகளும் எப்போதும் தவறாகவே புரிந்து கொண்டிருக்கிறார்கள். யார் என்னைத் தவறாகப் புரிந்து கொண்டாலும் பரவாயில்லை என்பதாகத்தான் நான் வாழ்ந்திருக்கிறேன். இந்த உலகத்தோடும் சமூகத்தோடும் ஏற்பட்ட கசப்பும் பகைமையும் அப்படியே நிறைந்திருந்தது. என் எல்லா நிறை குறைகளோடும் அன்பு செலுத்த யாருமில்லையே என்கிற கோபம். என் சிந்தனைகளையும் எதிர்பார்ப்புகளையும் ஆசைகளையும் புரிந்து கொண்டு யாரும் என்னை நேசிக்கவுமில்லை, புரிந்து கொள்ளவுமில்லை.

### வாசிப்பிற்குள்ளும் தமிழ் இலக்கிய உலகத்திற்குள்ளுமாக

இப்படி வேலைப் பளுவுள்ள நாட்களிலும்கூட தனிமை என்னை வாட்டியிருக்கிறது. நாங்கள் குடியிருந்த வீட்டினருகில் பச்சையப்பன் கல்லூரிப் பேராசிரியர் மாரிமுத்து என்றொருவர் குடியிருந்தார். அப்போது நான் மிக நன்றாகத் தமிழ் படிக்கவும் பேசவும் கற்றிருந்தேன். பள்ளியில் விருப்ப மொழியாகத் தமிழ் படித்திருந்தேன். என்னைப் பற்றி சில விபரங்கள் அவருக்குத் தெரிந்திருந்தது. என் தனிமையைப் போக்க அவர் கல்லூரியிலிருந்து வரும்போதெல்லாம் புத்தகங்கள் கொண்டு வந்து தருவார். அவர் வாசிப்பினூடே என்னை வேறொரு உலகத்திற்குக் கொண்டு வந்து தமிழ் இலக்கியத்தை எனக்கு அறிமுகப்படுத்தினார். கல்கியின் பொன்னியின் செல்வன் என்ற நாவலை அவர் எனக்கு முதலில் வாசிக்கத் தந்தார். இவ்வளவு பெரிய புத்தகத்தையெல்லாம் என்னால் படிக்க முடியாது என்று நான் சொல்லும் போதெல்லாம் அவர் அதைப் படிக்கச் சொல்லி வற்புறுத்துவார். உறவுகளாலும் அன்பாலும் ஆனது மட்டுமல்ல இந்த உலகம், அது எழுத்துகளோடும் இணைக்கப்பட்டிருக்கிறதென்பதை அவர் எனக்கு உணர்த்தினார். பிறகு ஜெயகாந்தனின், 'சில நேரங்களில் சில

மனிதர்கள்' புத்தகத்தை வாசிக்கத் தந்தார். அப்படியாக நான் என் தனிமையை மறக்கத் தொடங்கினேன். சிவசங்கரி, வாஸந்தியின் எழுத்துகளையெல்லாம் படிக்கப் படிக்க எனக்குள்ளாக வேறொரு பண்பாடு வளரத் தொடங்கியது. என்னைப் பொருத்தவரை வாசிப்பு என் சுயத்தை அடையாளம் காட்டுவதாயிருந்தது.

மலையாளம் பேசுவதைவிட எனக்குத் தமிழ் பேச சுலபமாகயிருந்தது. என் மலையாளத்திற்கு ஒரு தமிழ்ச் சுவை இருப்பதாய் ஸ்ரீகுமாரன் தம்பி சார் சொல்வார். சரிதான், நான் டப்பிங் பேசிய பழைய சினிமாக்களை இன்று பார்க்கும்போது கொஞ்சமும் மொழித் தெளிவு இல்லையென்று எனக்கும் தோன்றியிருக்கிறது. அந்த காலகட்டத்தில் நிறைய படங்களில் நான் வேலை பார்த்திருக்கிறேன். பல புதிய இயக்குனர்களுடனும் சேர்ந்து வேலை பார்த்திருக்கிறேன்.

### எதிர்பாராத திருமண ஆலோசனை

ஒரு நாள் 'சர்கம்' ஸ்டுடியோவில் டப்பிங் பேசிக் கொண்டிருந்தேன். இடையில் ஒரு டீ குடிப்பதற்காக வெளியே வந்தபோது இயக்குனர் ராஜசேகரன் ஸ்டுடியோவின் முற்றத்தில் உட்கார்ந்திருந்தார். நான் அவருடைய நிறைய படங்களில் வேலை பார்த்திருக்கிறேன். வேறு ஒருவர் உள்ளே டப் செய்தபடியால் வெளியிலொரு நாற்காலியில் உட்கார்ந்து அவரோடு பேசிக் கொண்டிருந்தேன். உடன் இரண்டு நண்பர்களும் இருந்தார்கள். அவர்களை எனக்கு அறிமுகப்படுத்தினார். இரண்டு நாட்கள் எனக்கு அதே ஸ்டுடியோவில் டப்பிங் இருந்தது. அந்த இரண்டு நாட்களும் அவர்கள் மூன்று பேரும் அங்கு வந்தார்கள். அப்போதுதான் ராஜசேகரன் சார், இவர் என்னைப் பார்க்கத்தான் தினமும் இங்கே வருகிறார் என்று சொன்னார். அதை நான் விளையாட்டாகவே எடுத்துக் கொண்டேன். அவர் நன்றாக ஹிந்திப் பாட்டு பாடுவார். ஒரு உற்சாகத்திற்காக நானும் உடன் பாடிக் கொண்டிருந்தேன். அந்தப் படம் டப்பிங் முடிந்தவுடன் பிறகு அவரைப் பார்க்கவேயில்லை. மீண்டும் கொஞ்ச நாட்களுக்குப் பிறகு ஏ.வி.எம்.

ஸ்டுடியோவில் நான் டப்பிங் செய்து கொண்டிருந்தபோது இயக்குனர் ராஜசேகரன் அந்த ஆளுடன் வந்தார்.

கொஞ்ச நேரம் பேசிக் கொண்டிருந்துவிட்டு, ஒரு முக்கியமான விஷயம் சொல்ல வேண்டுமென்றவர், உடன் வந்தவர் என்னைத் திருமணம் செய்து கொள்ள விரும்புவதாகச் சொன்னார். யோசித்து மறுநாள் சொல்வதாகச் சொல்லிவிட்டு எழுந்து வந்தேன். மறுநாள் பதிலைக் காத்து இரண்டு பேரும் வந்திருந்தார்கள். வாழ்வில் ஒரு நிலையற்ற தன்மை இருப்பதால் எனக்கு ஒரு நல்ல வாழ்க்கை வேண்டுமென்ற ஆசையுமிருந்தது. ஆனால் ஒரு பழக்கமும் இல்லாத புதிய மனிதன், அவருடைய குடும்பம் பற்றி எதுவும் தெரியாமல் நான் யாரென்று அவருக்குத் தெரியாமல் கல்யாணம் பண்ணிக் கொண்டால் பிறகு அதுவே பிரச்சனையாகாதா? நானோ யாருமில்லாத அனாதைப் பெண். பொருளாதார ரீதியாக மிகவும் மோசமான சூழல். இதெல்லாம் நான் ராஜசேகரனிடமும் அவரிடமும் சொன்னேன். ராஜசேகரன் சொன்னார்.

''ஒண்ணு பண்ணுங்க, அடுத்த வருஷம் இந்த நாள் வரை நாம காத்திருக்கலாம். ரெண்டு பேரும் இந்த ஒரு வருடத்தில் பரஸ்பரம் புரிஞ்சுக்க முயற்சி பண்ணுங்க. குடும்பங்களுக்குள்ளாகவும் பொருளாதார நிலமை பற்றியும் யோசிங்க. அடுத்த வருஷமும் இதேதான் முடிவென்றால் நாம் கல்யாணம் பற்றி பேசலாம்''

சரியெனச் சொல்லி நாங்கள் பிரிந்தோம்.

பிறகொரு முறை திருவனந்தபுரத்திற்கு டப்பிங்கிற்குப் போயிருந்தபோது ராஜசேகரனின் நண்பனைக் குறித்து அங்கே விசாரித்தேன். குடும்பத்தைப் பற்றி யாருக்கும் சரியாகத் தெரியவில்லை. அவருடைய அலுவலகததிலும் விசாரித்தேன். தவறாக ஒன்றும் சொல்லவில்லை. எப்போதாவது நாங்கள் கடிதங்கள்

அனுப்பியிருந்தோம், அவ்வளவுதான். மனசில் பெரிய கனவுகளும் எதிர்பார்ப்பும் இல்லாமல் நாட்கள் நகர்ந்தன.

### பெரியம்மாவும் கடந்து போகிறாள்

இதற்கிடையில் பெரியம்மாவிற்கும் புற்றுநோய் பாதித்திருந்தது. எங்களுக்கு அது தெரியவில்லை. ஒருமுறை திருவனந்தபுரத்தில் பாலசந்திரமேனனின் ''ஆராண்டெ முல்ல கொச்சு முல்ல'' என்ற படத்திற்காக டப்பிங் செய்ய வந்தபோதுதான் பெரியம்மா சாப்பிடச் சிரமப்பட்டாள். உடனே மதராஸுக்குத் திரும்பிப் போனோம். லேடி வெலிங்டன் மருத்துவமனையில் டாக்டர். ராமச்சந்திரனிடம் காண்பித்தோம். அதிக செலவுசெய்து பரிசோதித்துப் பார்த்தபோது தான் தொண்டையில் கேன்சர் என்று தெரிய வந்தது. பிறகு அதற்கான சிகிச்சையையும் உடனே தொடங்கினோம். அன்று என் அம்மாவை இவ்வளவு பணம் செலவு செய்து கவனிக்க யாருமில்லாமல் போனார்களே என்று நான் நினைத்துக் கொண்டேன். பதினொன்று வயதின் என் வாழ்க்கை மீண்டும் எனக்குத் தொடர ஆரம்பித்தது. ஒரு சிறு வித்தியாசம் அன்று மருத்துவமனையும் வீடும். இன்று மருத்துவமனை, வீடு, டப்பிங் ஸ்டுடியோ என மாறியிருக்கிறது. அப்படி ஓய்வில்லாத நாட்களாலானது வாழ்க்கை. வீடும் மருத்துவமனையும் ஸ்டுடியோவுமாக அலைந்தாலும் பெரியம்மாவின் உடல்நிலை தேறி வரவில்லை. மேலும் மேலும் மோசமானாள். பேச்சு மொத்தமும் நின்று போனது. உணவு ட்யூப் வழியாகச் செலுத்தப்பட்டது. என் அம்மா கடைசி நாட்களில் அனுபவித்ததைவிடவும் வலியை பெரியம்மா அனுபவித்தாள். மருத்துவமனையில் இனியும் தங்கியிருப்பது பிரயோஜனமில்லை யென்று வீட்டிற்குக் கூட்டிக்கொண்டு வந்தோம். டப்பிங் இல்லாத நாட்களில் நான்தான் பெரியம்மாவை கவனித்துக் கொண்டேன். எப்போதும் என் முகத்தைப் பார்த்தபடி பேச்சில்லா மௌனத்துடன் அழுது கொண்டேயிருப்பாள். அதுவரை என்னைத் திருமணம் செய்துகொள்ள விரும்பியவரைப் பற்றி நான் பகிர்ந்து

கொண்டதில்லை. பெரியம்மா சாவதற்கு முன்பாக பார்க்கட்டுமென்று நினைத்து அவரை எங்கள் வீட்டிற்கு வரவழைத்தேன். அவரும் வந்து பெரியம்மாவிடம் எல்லா விவரங்களையும் பேசி நிலைமையைத் தெளிவுபடுத்திய பிறகும் பெரியம்மா அதில் அதிக நாட்டம் காண்பிக்கவில்லை. அது அவருக்குப் புரிய சீக்கிரமே வீட்டிலிருந்து கிளம்பிவிட்டார். அதன்பிறகு பெரியம்மா என்னிடம் அதற்காக மிகவும் கோபித்துக் கொண்டாள்.

ஒரு நாள் வாசு ஸ்டுடியோவில் நானும் பிரேம் நசீர் சாரும் ஒன்றாய் டப்பிங் செய்து கொண்டிருந்த நேரம், அவருக்கு ஃபோன் வந்திருக்கிறதென்று வெளியே போனார். அன்று ஸ்டுடியோவில் மட்டுமே ஃபோன் இருந்தது. மொபைல் ஃபோன் இல்லாத காலம். திரும்பி வந்த நசீர் சார் டப்பிங்கை நிறுத்தச் சொன்னார். அப்போது நான் ஒரு நாற்காலியில் உட்கார்ந்திருந்தேன். சார் என் பக்கத்தில் வந்து நின்று, ''இன்னக்கி டப்பிங் செய்யவேண்டாம், வா'' என்று சொன்னபடி என் கையைப் பிடித்து வெளியில் வந்து அவருடைய காரில் ஏறச் சொன்னார். என்ன ஏதென்று புரியவில்லையானாலும் நான் அவரோடு காரில் ஏறினேன். நான் முதன் முதலாய் பென்ஸ் காரில் பயணிக்கும் சந்தோஷத்திலிருந்தேன். வழி முழுக்க அவர் ஒன்றும் பேசவில்லை. வடபழனி கோவிலுக்குப் பக்கத்தில் வந்தபோது அவருடைய டிரைவர் சோமன் கீழே இறங்கி ஒரு பெரிய பூமாலை வாங்கிக் கொண்டு வந்தார். என்னிடம் வீட்டிற்கான வழியைக் கேட்டார். வீட்டின் முன்னால் கூட்டமிருந்தது. எனக்கு விஷயம் புரிந்தது. பெரியம்மா இறந்துவிட்டாள். அழக்கூட முடியாமல் நான் மரத்துப் போய் நின்றேன். நசீர் சார் என்னை அணைத்துப் பிடித்திருந்தார். அவர் வந்ததால் சின்னப் பரபரப்பு ஏற்பட்டது. எல்லா செலவுகளையும் அவரே ஏற்றுக் கொண்டார். உடல் அடக்கம் செய்யப்போகும் வரை கூடவேயிருந்து போகும்போது 500 ரூபாயைக் கையில் தந்தபடி சொன்னார்,

''அழக் கூடாது, யாருமில்லன்னு நெனைக்கவேண்டாம், பணம் தேவைப்படும்போது எனக்குத் தகவல் சொல்லத் தயங்க வேண்டாம்.

எல்லா சடங்கும் முடித்துவிட்டு நீயே வந்து அந்த டப்பிங்கை முடித்துக் கொடு போதும்''

சடங்கெல்லாம் முடிந்தபிறகு எல்லோரும் போய்விட்டார்கள். லலிதாவும் குழந்தைகளும் ஒரு அறையில் போய் கதவடைத்துப் படுத்துக் கொண்டார்கள். அந்த அறையில் மீண்டும் நான் தனியானேன். ஏனோ அப்போதும் நான் அழவில்லை. அம்மாவின் மரணத்திற்குப்பிறகு நான் அழவேயில்லையென்று அப்போதுதான் உணர முடிந்தது.

## குணத்தால் அம்மாவான பெரியம்மா

பிறப்பால் இல்லையென்றாலும் தன் நடவடிக்கைகளினால் பெரியம்மா எனக்கு அம்மாவானாள். என்னைப் பெற்ற அம்மாதான் என்று மற்றவர்கள் நம்பும்படியாக, தன் சிறகுகளில் பொதிந்து பாதுகாத்து என்னை வளர்த்தாள். வாழ்க்கையில் ஏற்பட்ட காயங்கள் அவளை ஒரு முரட்டுப் பெண்மணியாக மாற்றியிருக்கலாம். ஆனாலும் அன்பின் ஊற்றுக்கண் அவளிடம் வற்றாமல் எங்கேயோ ஒளிந்திருந்தது. அதனாலேயேதான் தன் கண்டிப்பாலும் அன்பினாலும் அம்மாவாக எனக்கு உருமாறியிருந்தாள்.

என் வாழ்க்கையைத் திரும்பிப் பார்க்கும்போது இன்று எனக்குள்ள ஆளுமையின் பாதி பெரியம்மாவால் நான் அடைந்ததே. ஒழுக்கமாய் என்னை வளர்த்ததில் அவர் காண்பித்த கட்டுப்பாடு ஒரு ஆளுமையாக பாக்யலஷ்மியை மாற்ற உதவியது. அன்றெல்லாம் எனக்கு பெரியம்மா மீது கோபம் ஏற்பட்டாலும்கூட இன்று என் வாழ்க்கையில் அவருக்குள்ள பங்கு புரிகிறது. கமலாட்சி என்ற பெரியம்மாவைக் குறித்து சரியாக சொல்லவில்லையானால் இந்த வாழ்க்கையும் புத்தகமும் ஒருபோதும் பூர்ணமாகாது.

பெரியம்மா ஒரு ஃபெமினிஸ்டாக இருந்திருப்பாரென்று எனக்குத் தோன்றும். திருமண வாழ்க்கை தோல்வியில் முடிந்ததாலோ

என்னவோ, ஆண்களென்றாலே அலட்சிய மனோபாவத்தோடுதான் பார்த்திருந்தாள். வாழ்க்கையில் எப்போதும் மௌனத்துடன் நின்று வீம்புடனே நடக்கப் பழகினாள். ஆண்களை நம்பக்கூடாது, அவர்களுடைய சதியில் விழக்கூடாது என்று என்னை சதா சர்வகாலமும் எச்சரித்து, கவனமாக விழித்திருக்கும்படி வளர்த்தாள். ஆட்களை அவதானிக்கும் திறமை பிறப்பிலேயே அவளுக்கு இருந்தது. ஒருத்தர் பக்கத்தில் வந்து உட்கார்ந்தால் போதும், அவர் எப்படிப்பட்டவரென்று பெரியம்மா உடனே புரிந்து கொள்வாள். என்னைப் பல பிரச்சனைகளிலிருந்து அப்படித்தான் அவள் காப்பாற்றினாள்.

சினிமா உலகத்தின் ஆட்களை மட்டுமல்ல, பக்கத்தில் குடியிருக்கும் நபர்களைக்கூட அவள் நம்பத் தயாராகவில்லை. நான் யாரிடமும் நெருங்கிப் பழக அவள் விட்டதேயில்லை. என்னுடைய காவல் தேவதையாய் எப்போதுமிருந்தாள். ஆனால் சினிமாக்காரர்களுக்கு பெரியம்மா காவல்தேவதையாய்த் தெரியவில்லை; ராட்சஸியாயிருந்தாள். அப்படித்தான் அவர்கள் கூப்பிடுவார்கள். டப்பிங்கிற்கு அழைத்துக் கொண்டு போக கார் வரும்போது பெரியம்மாவும் காரில் ஏறி உட்கார்ந்து கொள்வாள். மற்ற ஆர்ட்டிஸ்டுகளுக்கு இது பெரிய எரிச்சலை உண்டாக்கியது. ஏனென்றால் ஒரு ஆர்ட்டிஸ்ட் உட்காருமிடத்தில்தான் அவசியமேயில்லாத ஒருத்தர் உட்கார்ந்து வருகிறார். ப்ரொடக்ஷன் ஆட்களுக்கு இதொரு தொந்தரவாகயிருந்தது. அவர்கள் எப்போதும், ‘ இவங்க எதுக்கு எப்போதும் உங்ககூட வராங்க, உங்கள ஏதாவது செய்ய இங்க யாராவது காத்திருக்காங்களா பாக்யலஷ்மி ’ என்று கேட்பார்கள். ஆனால் இதையெல்லாம் பெரியம்மாவிடம் சொல்ல பயமாகயிருந்தது. ஒருவேளை எனக்குப பிடித்தமாதிரி வாழ நான் ஆசைப்படுகிறேன் என்று பெரியம்மா நினைத்துவிட்டால்? தான் அப்படி உடன் வருவது யாருக்கும் பிடிக்கவில்லையென்பதும் அவளுக்குத் தெரியும். அதை என்னிடமும் சொல்லியிருக்கிறாள்.

வாழ்க்கையில் ஒருத்தரை மட்டுமே கல்யாணம் பண்ண வேண்டும்; அவரோடு மட்டுமே வாழ வேண்டுமென்ற கொள்கையிலுமிருந்தாள். பெரியம்மா உயிரோடிருந்திருந்தால் ஒருபோதும் அவருடனான திருமணம் நடந்திருக்காது. நன்றாக விசாரித்து எல்லோரிடமும் அபிப்ராயம் கேட்டபிறகுதான் பெரியம்மா தீர்மானித்திருப்பாள். அவரோடு ஒரு வருட காலம் காத்திருக்கச் சொன்னதை பெரியம்மாவிடம் சொல்லவில்லை. அவளுக்கு உடல்நிலை மோசமான பிறகு இனி அதிக நாட்கள் உயிரோடிருக்கமாட்டாள் என்று புரிந்தபோது அவருக்கு நானொரு கடிதமெழுதினேன்.

அந்த நாட்களில் அவள் பேச்சு நின்றிருந்தது. வலிதான் காரணம் என்று நினைத்தோம். ஆனால் அவளால் பேச முடிந்தது. ஆனால் அவள் பேசவில்லை. உலகத்தோடு ஏற்பட்ட பகையை முடித்துக் கொள்வதுபோல நிசப்தமாக அவள் படுத்திருந்தாள்.

அம்மாவிற்கும் பெரியம்மாவிற்கும் நல்ல நீண்ட கூந்தல். புற்று நோய்க்கான சிகிச்சையில் முடியெல்லாம் கொட்டி, முகத்திலும் உடலிலும் தோல் உரிந்து பார்க்கவே கோரமாக மாறினார்கள். ஒளி நஷ்டப்பட்ட அந்த முகத்தை நேரிட முடியாத அவஸ்தைக்குள்ளானேன்.

கடைசிக்காலங்களில் வாழ்க்கை ஒரு அர்த்தமுமில்லாமல் போய் விட்டதே என்ற துக்கம் அவளுக்குள் இருந்திருக்கலாம் என்று தோன்றுகிறது. வாழ்வின் சுகமெதுவும் அவள் அறிந்திருக்கவில்லை. சொந்தப் பிள்ளைகள் இல்லாததால் தங்கையின் பிள்ளைகளைத்தான் வளர்த்தாள். அதற்காக மிகவும் சிரமப்பட்டாள்.

கடிதமெழுதியதைக் கண்டு அவர் வந்தபோது நான் பெரியம்மாவிடம் அறிமுகப்படுத்தி எல்லாவற்றையும் சொன்னேன். அப்போதுதான் பெரியம்மாவிற்கு எல்லாம் தெரியவந்தது. இதையெல்லாம் கேட்டபோது ஒரு சத்ருவைப் போல எங்களை மாறி

மாறி பார்த்து முகத்தைத் திருப்பிப் படுத்துக் கொண்டாள். அவள் சொல்ல வேண்டியதையெல்லாம் அந்த முகத்திருப்பலில் வெளிப்படுத்தினாள். இதைப் புரிந்துகொண்டு அவரும் சீக்கிரமே வெளியேறினார். ஏன் இப்படி நடந்து கொண்டாளென்று எனக்கும் தெரியவில்லை. என் கண்கள் வழியாகப் பார்த்தபோது எனக்குப் பொருத்தமான பந்தம் இதென்று தோன்றியது. அரசு வேலை, நல்ல குடும்பம், பார்க்கவும் நன்றாகயிருப்பார். ஆனால் இதற்கப்பால் எங்கேயோ பெரியம்மாவின் கண்கள் நிலைத்திருந்திருக்கலாம். அவளை சமாதானப்படுத்த வேண்டி நான் என்னவெல்லாமோ சொன்னேன். பெரியம்மாவுக்குப் பிடிக்கவில்லையென்றால் நான் அவரைத் திருமணம் செய்ய மாட்டேன், உங்களுக்குப் பிடிக்காத எதையும் நான் செய்யமாட்டேன் என்று நான் சொல்லிக் கொண்டேயிருந்தேன். அவள் பதில் பேசவேயில்லை. எனக்கு முகத்தைத் திருப்பியபடியே படுத்திருந்தாள். ஒரு நாள் நோய்மை கூடிப்போய் மருத்துவமனைக்குப் புறப்பட்டபோது என்னிடம் கோபமாக, உனக்கு அந்த ஆளைக் கல்யாணம் பண்ணனுமா? நீ அவரைத் திருமணம் செய்தால் அது ஒருபோதும் நிலைத்திருக்காது'' என்றாள். நான் கேள்விக்குறியோடு சுற்றிலும் பார்த்தேன். அப்போது முரளி அண்ணன் என்னை சமாதானப்படுத்தினார். அதென்னவோ நியாபகம் பிசகி பேசறாங்க. ரொம்ப நாட்களாக பேச முயற்சி செய்யாத பெரியம்மா கடைசியாக பேசியது இதைத்தான். பிறகு நினைவு தவறி அப்படியே இறந்தும் போனாள்.

### என்னை நானாக்கிய ஒழுக்கவியல் வாழ்முறைகள்

இப்போது நினைக்கும்போது பெரியம்மாவுடன் வாழ்நத வாழ்க்கை ருசிகரமானதுதான் என்று தோன்றுகிறது. நினைக்கும்போதே நினைவுகளுக்கு ஒரு நெருக்கமும் ஒழுங்கும் இருந்தன. பெரியம்மாதான் எங்கள் வீட்டில் பணத்தைப் பாதுகாப்பவள். நான் வேலை செய்தாலும் குழந்தையாயிருப்பதால் யாரும் என்னிடம் பணம்

தர மாட்டார்கள். பெரியம்மாவிடமே கொடுப்பார்கள். பணத்தை மிகவும் பத்திரமாகச் செலவு செய்வாள். இரண்டு மாதங்கள் வேலை இல்லாமல் போனாலும் இருக்கும் பணத்தை வைத்துக் கொண்டு வீட்டுக் காரியங்களை மிகச்சரியாய் நடத்துவாள். அவசியமில்லாத எந்த ஆடம்பரத்தையும் அவள் ஒத்துக்கொள்ளவே மாட்டாள். உணவில் மிகவும் ஒழுங்கிருந்தது. அந்தப் பழக்கம் இப்போதும் எனக்கிருக்கிறது. வேலைக்குப் போகிறோம் சம்பாதிக்கிறோம் என்று நினைத்து நான் கொஞ்ச நேரம் தூங்கட்டுமே என்றெல்லாம் யோசிக்கமாட்டாள். எல்லா நாட்களும் காலையில் 5.00 மணிக்கு எழுப்பி விடுவாள். எழுந்ததும் வாசல் பெருக்கி, கோலம் போட்டு, பிறகு பாத்திரம் கழுவி, வீடு பெருக்கி, துடைத்து, பால் காய்ச்சி வைத்து விட்டுக் குளித்து, கோவிலுக்குப் போக வேண்டும். தினமும் கோவிலுக்குப் போயே ஆக வேண்டும். கோவிலுக்குப் போய்விட்டு வந்தால்தான் காலை உணவு. தினமும் இட்லியோ தோசையோதான். எவ்வளவு பசித்தாலும் மூன்று இட்லிக்கு மேல் கிடையாது. பறந்தடித்து சாப்பிடும் பெண்கள் வீட்டிற்கு ஐஸ்வர்யம் இல்லாதவர்கள் என்பதுதான் பெரியம்மாவின் தத்துவம். இந்த மூன்று இட்லிக்குப் பிறகு மதியம்தான் சாப்பாடு. அதற்கான வேலைகளையும் நானே செய்ய வேண்டும். முதலில் மார்க்கெட்டில் போய் காய் வாங்கி வந்து கணக்கெல்லாம் ஒப்படைக்க வேண்டும். சாம்பாருக்கு மிளகாய், தனியா, தேங்காய் வைத்து அரைத்துக் கொடுக்கவேண்டும். இதையெல்லாம் தயார் செய்து கொடுத்தால் பெரியம்மாவோ லலிதா அக்காவோ சமையல் செய்வார்கள்.

பன்னிரெண்டரைக்கு சாப்பாடு முடிந்தால் பெரியம்மா கொஞ்சம் படுப்பாள். என்னைத் தூங்கவிடமாட்டாள். பெண்கள் மதியம் தூங்கினால் அது வீட்டுக்கு நல்லதில்லை. பெரியம்மா வயதானவர் என்பதால் தவறில்லை. நான் வேண்டுமானால் அப்போது படிக்கலாம். ஆனால் கதைகள் படிக்கக்கூடாது. அதிலெல்லாம் காதல் இருக்கும்.

எனக்கு அது குறித்த நினைவுகள் வரலாம். அதெல்லாம் தவறு. பாலரமா போன்ற குழந்தைகளுக்கான புத்தகம் அம்புலிமாமா. அதெல்லாம் வீட்டிற்கு வரும். திரைச்சீலைகளைக் கீழே இறக்கிவிட்டு உட்கார்ந்து படிக்க வேண்டும். வெளியேயிருந்து யாரும் நம்மைப் பார்க்கக்கூடாது.

அடுத்த வீட்டிற்குப் போவதையும் விரும்பமாட்டாள். அவர்களெல்லாம் வம்பு பேசுபவர்களாக இருப்பார்கள். உனக்கு ஏதாவது லவ் இருக்கா என்றெல்லாம் கேட்பார்கள். அப்போது எனக்கு இருந்தாலென்னவென்று தோன்றும். அதனால் அங்கேயெல்லாம் போகக்கூடாது. அதனால் மூன்று மணி வரைக்கும் படிக்கலாம். அப்போதுதான் பெரியம்மா எழுந்திருப்பாள் . நாலரைக்கு காஃபி நேரம். அப்போது வேண்டுமானால் முறுக்கு சாப்பிடலாம். சாப்பிடாமல் இருப்பது உத்தமம். உணவு இடைவேளைகளில் எதுவும் சாப்பிடக்கூடாது. அடுத்து அரிசியும் உளுந்தும் அரைக்க வேண்டிய நேரம். அதுவும் நானே அரைக்க வேண்டும். வேலை முடிந்து கண்டிப்பாகக் குளிக்க வேண்டும். பிறகு தலை வாரி வைப்பதற்கு பெரியம்மா பூ வாங்கித் தருவாள். சாயங்காலம் வாசல் பெருக்கிக் கோலம் போட வேண்டும். கண்டிப்பாக சந்தியாநாமம் சொல்ல வேண்டும். அது முடிந்து படிக்க வேண்டும். படித்து வேலைக்கு அனுப்ப இஷ்டமில்லையென்றாலும் குறைந்தபட்சப் படிப்பாவது வேண்டுமென்று நினைத்தாள். இதுதான் என்னுடைய ஒரு நாளுக்கான வேலை.

### அன்றைய ஆடம்பரங்கள்

எந்தவொரு ஆடம்பரமோ அனாவசியச் செலவோ இல்லாததாக இருந்தது எங்கள் வாழ்க்கை. மாதத்தில் ஒரு முறை டூர் போவோம். பக்கத்தில் திருவேறகாடு காளி கோவில் ஒன்றிருக்கிறது. கருமாரியம்மன் கோவில். அங்கே போவதுதான் எங்கள் டூர். போவதற்கு ஒரு முன் தயாரிப்பு இருக்கிறது. அதிகாலையில் போக

வேண்டுமென்பதால் சாப்பாடு கொண்டு போகவேண்டும். இட்லி, மிளகாய்ப் பொடி, தேங்காய்த் துவையல், காஃபி இதுதான் மெனு. பெட்ஷீட்டெல்லாம் எடுத்துக் கொள்வோம்.

27 சி, பஸ்ஸில்தான் போவோம் என்று நினைக்கிறேன். அன்றைக்கெல்லாம் அது ஆளரவமற்ற இடமாகயிருந்தது. அதிகமாக யாரும் வரமாட்டார்கள். இப்போது அது அதிகக் கூட்டமுள்ள இடமாக மாறியிருக்கிறது. சாமி கும்பிட்டு ஒரு மரத்தடியில் உட்கார்ந்து பெட்ஷீட் விரித்து, காஃபி பலகாரம் சாப்பிட்டுவிட்டுத் திரும்பி வருவோம். இதுதான் எங்கள் வாழ்வின் கொண்டாட்டம்.

மாதத்திலொருமுறை சினிமாவிற்குப் போவோம். அது இன்னொரு கொண்டாட்டம். மாதத்தின் தொடக்கத்திலேயே எந்த நாள் போக வேண்டுமென்று தீர்மானித்து விடுவோம். அங்கே பக்கத்திலேயே தியேட்டர் இருக்கிறது. டூருக்குச் செய்யும் ஏற்பாடுகளெல்லாம் சினிமாவிற்குப் போவதற்கும் இருக்கும். காலை ஐந்து மணிக்கே எழுப்பி விட்டுவிடுவார்கள். சினிமாவிற்குப் போக எனக்கு மிகவும் ஆசை என்பதால் என்னைத்தான் முதலில் எழுப்புவார்கள். சினிமாவிற்குப் போகும் கனவுடன் படுத்திருக்கும் நான், கூப்பிட்டவுடன் துள்ளி எழுந்து விடுவேன். எழுந்து எல்லா வேலைகளையும் சீக்கிரமே முடித்துவிடுவேன். சாப்பாடு முடிந்தவுடன் நான் போய் டிக்கெட் எடுத்துத் திரும்பி வந்திருக்க வேண்டும். ஆனால் சினிமா தொடங்கும் நேரத்தில்தான் தியேட்டருக்குப் போகவேண்டும். சினிமாவிற்குப் போகும்போதும் காஃபியும் சாப்பிட ஏதாவதும் எடுத்துக் கொண்டுதான் போவோம். எல்லாம் முன்பே பேக் செய்து பையில் எடுத்து வைத்துவிடுவோம். அங்கே மற்ற ஆட்கள் ஏதாவது வாங்கிச் சாப்பிடும்போது நாங்கள் கொண்டு போன முறுக்கையும் காஃபியையும் சாப்பிடுவோம். காஃபி குடிக்க டம்ளரெல்லாம் கொண்டு போவோம். டம்ளரை வாயில் வைத்து குடிக்கக் கூடாது. பிராமணர்களுடன் குடியிருந்ததால் அப்படி ஒரு பழக்கம்

பெரியம்மாவிற்கு வந்திருக்கலாம். இரண்டு மூன்று வருடத்திற்கொரு முறை சொர்ணூருக்குப் போவோம். அதற்குள்ள ஏற்பாடுகள் மூன்று வருடங்களாய் நிகழும். ஒவ்வொரு டப்பிங் முடியும்போதும் கிடைக்கும் பணத்திலிருந்து நூறு ரூபாயை ஒரு உண்டியில் போட்டு வைப்போம். மூன்று வருடங்கள் முடியும்போதுதான் அதை உடைப்பது. அதிலிருக்கும் பணத்தை வைத்துத்தான் சொர்ணூருக்குப் போவோம். இதெல்லாம்தான் எங்கள் வாழ்வின் அதீத சந்தோஷங்களாக இருந்தன.

டப்பிங் செய்து கிடைக்கும் பணமெல்லாம் பெரியம்மா தன் அக்கௌண்டில் போடுவாள். பெண்ணைக் கட்டுப்படுத்த வேறொரு ஆள் தேவைப்படுவார்கள் என்பதுதான் அவளின் சித்தாந்தம்.

என்னுடைய பிறந்தநாளை நன்றாகக் கொண்டாடுவாள். அன்று கேக் வாங்கிக் கொண்டு டப்பிங் தியேட்டருக்குப் போவேன். எல்லோருக்கும் கேக் விநியோகம் நடைபெறும். மதியம் வீட்டிற்கு வந்துவிடுவேன். லலிதா அக்கா பாயசம் செய்து வைத்துக் காத்திருப்பாள். விளக்கேற்றி வைத்து அதன் முன்னால் அமர்ந்து இலை போட்டு சாப்பாடு பரிமாறுவார்கள். அது போன்றதொரு பிறந்தநாளை என் வாழ்வில் பிரிதொருநாளிலும் நான் கொண்டாடியதில்லை.

நான் மட்டுமல்ல, எல்லோருமே அழகாகத் திருத்தமாக உடுத்திக் கொண்டு நடந்தால் தான் பெரியம்மாவிற்கு மிகவும் பிடிக்கும். பல நிறத்தில் பட்டுப் பாவாடைகளை எனக்கு வாங்கித் தந்திருக்கிறாள். இன்றைக்கு நான் எப்படி தேர்ந்தெடுத்து உடுத்துகிறேனோ அதேபோல அன்றும் உடுத்தியிருந்தேன். அழகான பட்டுப் பாவாடை உடுத்தி நடந்து போகும்போது எல்லோரும் பார்ப்பதில் சந்தோஷமடைவேன். எனக்கு மூக்கு குத்தியதும் பெரியம்மாதான். அது போல கழுத்துக்குத் தங்கச் சங்கிலிகளை வாங்கித் தருவாள். இதெல்லாம் எங்களை அதிக சந்தோஷப்படுத்தியது.

அன்று எங்கள் வீட்டில் 'தினத்தந்தி' செய்தித்தாளும் ஆனந்தவிகடன், குமுதம், போன்ற வாரப் பத்திரிகைகளும் வாங்கியிருந்தார்கள். ஆனால் அதையெல்லாம் படிக்க எனக்கு அனுமதியில்லை. அதில் வரும் கதைகளில் காதல் இருந்தால் நான் அதில் முழுகி விடுவேனோ என்ற பயம் அவளுக்கிருந்தது. நானோ பெரியம்மாவிற்குத் தெரியாமல் கழிவறைக்குப் போகும்போது சட்டைக்குள் ஒளித்து வைத்துவிடுவேன். அப்போதெல்லாம் பாவாடை சட்டைதான் அணிந்திருப்பேன். கழிவறையிலிருந்துதான் கதைகளைப் படித்திருக்கிறேன்.

ஒரு நாள் கழிவறையிலிருந்து வெளியே வரும்போது பெரியம்மா ஒரு பெரிய கம்பை கையில் வைத்தபடி பத்ரகாளி மாதிரி நின்றிருந்தாள். படீரென்று ஒரு அடி வைத்தாள். வலி தாங்க முடியாமல் நான் சுருண்டு போனேன். புத்தகம் கீழே விழுந்தது. "படிப்பியா, மொளச்சு மூணு எல விடறதுக்குள்ள காதல் கதைகளைப் படிச்சி, கெட்டு நாசமாப் போறதுக்கு இதெல்லாம் படிப்பியா?" என்று திட்டி மீண்டும் மீண்டும் அடித்தாள். நான் லலிதா அக்காவிடம் கேட்டேன்,

"இந்த புத்தகங்களைப் படித்தால் என்ன தப்பு? நீங்க எல்லாம் படிக்கிறதுதானே?"

"நீ வயசுக்கு வந்தபிறகு படிக்கலாம், இப்ப சின்னப் பொண்ணுதானே" அக்கா சமாதானம் சொன்னாள். அதற்குப் பிறகு நான் அந்தப் புத்தகத்தைக் கையால் தொட்டவளில்லை.

ஒரு நாள் பூப்பெய்திவிட்டேன். பெரியம்மா விதவையானதால் பக்கத்து வீட்டு சுமங்கலி பெண்களிடம் சொல்லி எனக்கு எண்ணெய் தேய்த்துக் குளிக்க வைத்தாள். வீட்டின் மூலையில் பச்சை ஓலை வேய்ந்து மறைப்பு தடுத்து, என்னை அதில் தனியாக உட்கார வைத்தாள். நான் பெரியம்மாவை அதிகாரத் தோரணையில் கூப்பிட்டுச் சொன்னேன்.

"பெரியம்மா இப்ப நான் பெரிய பொண்ணாயிட்டேன். அந்த ஆனந்தவிகடன், குமுதம் எல்லாம் எடுங்கள். நானதை இனி படிக்கலாம் இல்லையா?"

பெரியம்மா தன்னை மறந்து வெடித்துச் சிரித்தாள்.

யோசித்துப்பார்க்கும்போது அற்புதமான நினைவுகளாயிருந்தன அவை. அன்று எங்களுடன் ஒன்றாகயிருந்த அவர்களெல்லாம் இன்றெங்கே?

வீட்டிலிருந்து வெளியேறி... அடைக்கலம் தந்த ராஜி அக்கா...

மீண்டும் நானும் சித்தியின் மகள் லலிதாவும் பிள்ளைகளுமாகத் தனியானோம். டப்பிங்குக்கு அதிக வாய்ப்புகள் வந்த நாட்கள் அவை. ஆனால் என்னுடன் வரப் போக யாருமற்றுப் போன நாட்கள். அப்போது சாரதா சித்தி கோயம்புத்தூரில் பார்க்கும் வேலையை விட்டுவிட்டு மொத்தமாய் எங்களோடு வந்து சேர்ந்தாள். வாழ்வு முன்பிருந்ததை விட நரகமானது. யாருக்கு வேண்டுமானாலும் என்னிடம் எதையும் சொல்லவும் கேட்கவும் எதையும் சாதித்துக் கொள்ளவுமான நிலை. சித்தியின் குணம் அப்படியிருந்தது. மனதில் சொல்லமுடியாத கவலை பயமாகப் படரத் தொடங்கியது. வாழ்வு என்னிடமிருந்து நழுவிப் போய்விடுமோ?

அதற்கிடையில் பெரிய ஆசுவாசமாய் அவருடைய கடிதம் வந்தது. ஒரு வருடம் முடிந்தது. இனி கல்யாணத்தைப் பற்றி யோசிக்கலாமா என்று கேட்டிருந்தார். எனக்கும் இங்கிருந்து தப்பித்தால் போதுமென்றிருந்தது. வீட்டில் வந்து பேசச் சொல்லி நான் கடிதமெழுதினேன். ஒரு வாரத்திற்குப் பிறகு அவர் வந்தார். சித்தியிடம் நான் எல்லாவற்றையும் சொன்னேன். சித்திக்கு ஒரே நிபந்தனைதான். கல்யாணம் பண்ணிக்கலாம், ஆனால் மதராஸில் மட்டுமே நான்

வேலை பார்க்க வேண்டும். அப்ப அவரோட வேலை என்று நான் கேட்டதற்கு, அவர் போகட்டும், நீ இங்க இரு. எப்போதாவது வந்தால் போதாதா? என்று கேட்டார். என்னன்னு யோசிச்சு முடிவு சொல்லு என்று சொல்லிவிட்டு அவர் போனார். பிறகுதான் சித்தி ருத்ர தாண்டவமாடினாள். அறையில் பூட்டி வைத்து காட்டுமிராண்டித்தனமாய் அடித்தாள். இனி வேறு வழியில்லை என்று புரிந்தது. கடைசியில் சித்தியே சொன்னாள். ஒண்ணு அவன், இல்லன்னா நாங்கள். இப்போதே தீர்மானிச்சு சொல்லு. எனக்கென்று சொந்தம் என்று சொல்லிக் கொள்ள யாருமில்லையென்று முழுமையாய் புரிந்தது. இனியும் வாழ்க்கையை வைத்து விளையாடிப் பார்க்கக் கூடாதென்று மனசு சொன்னது. நான் அவருடன் போய் வாழத் தீர்மானித்தேன்.

அதை சொன்னவுடன் அப்படீன்னா இப்பவே வெளியே போ என்று மிரட்டினாள். விடியட்டும், காலைல போறேன் என்று கெஞ்சினேன். சித்தி சம்மதிக்கவில்லை. இப்பவே வெளியே போ என்று இழுத்துப் பிடித்து வெளியே தள்ளினாள். அந்த இரவில் அங்கேயிருந்து எதையும் எடுக்க முடியவில்லை. தொலைபேசி எண்கள் எழுதி வைத்திருக்கும் டைரியை மட்டும் எடுத்தேன். எங்கே போவது? இனி வாழ்க்கை எப்படிப் போகும் என்று எந்த நிச்சயமுமில்லை. ராம் தியேட்டருக்கு முன்னால் இருட்டில் கொஞ்ச நேரம் நின்றேன். கையில் காசுமில்லை, மனசில் பாரமுமில்லை. அதனால் எனக்கென்னவோ பயம் வரவில்லை. அந்த இருட்டில் கொஞ்ச நேரம் நின்றபோது சட்டென மனசில் ஸ்ரீகுமாரன் தம்பி சாரின் மனைவி ராஜி அக்காவின் முகம் வந்தது. அவருடைய தொலைபேசி எண் நன்றாக எனக்குத் தெரியும். கூப்பிட்டுப் பேசியவுடன் அவர் வீட்டிற்கு வரச் சொன்னார். ஒரு ஆட்டோ பிடித்து நேராக அண்ணாநகருக்குப் போனேன். பதினைந்து நாட்கள் அங்கே தங்கினேன். இதற்கிடையில் அவருக்குத் தகவல் சொன்னேன். இனி

எங்கேயும் அலைய வேண்டாம், நான்கைந்து மாதத்தில் கல்யாணம் பண்ணிக் கொள்ளலாம் என்று சொன்னார். ராஜி அக்காவின் வீட்டிலிருந்து டப்பிங் போவேன். அக்காவின் உடைகளையே உடுத்தினேன். பிறகு கொஞ்சம் துணிமணிகளும் பெட்டியும் வாங்கினேன். தம்பி சாரின் வீட்டிலும் தொடர்ந்து தங்க முடியாது. என்ன செய்வதென்று ஒன்றும் புரியவில்லை. இதற்கிடையிலும் படங்களுக்கு டப்பிங் செய்தேன். கிடைக்கும் பணத்தை வங்கியில் போடவும் முடியவில்லை. கணக்கு புத்தகமெல்லாம் சித்தியிடமிருந்தது. அதை வங்கியில் போய் சொல்ல வேண்டுமென்றும் தெரியவில்லை. முன்பே வாங்கிச் சேர்த்த நகைகளும் வாங்கின இடத்தின் பத்திரங்களும் அவர்களிடமே இருந்தன. வாழ்க்கையை இனி முதலிலிருந்து தொடங்க வேண்டும். இத்தனை நாட்கள் பெரியம்மாவின் நிழலில் வாழ்ந்தாயிற்று. தனியாய் விடப்பட்டபோது இந்த உலகம் என்னை மிகவும் பயமுறுத்தியது.

ஒரு நாள் முருகாலயா ஸ்டுடியோவில் டப்பிங்குக்குப் போனபோது போஸ் என்ற நண்பரைப் பார்த்தேன். அதற்குள் என்னைப் பற்றி எல்லோருக்கும் தெரிந்திருந்தது. அவர்கள் என்னைப் பரிதாபமாகப் பார்த்தார்கள். போஸிடம் ஒரு வீடு வாடகைக்குப் பார்த்துத் தர முடியுமா என்று கேட்டேன். அன்றைக்கே அவருடைய சொந்தக்காரரின் வீட்டு கீழ் போர்ஷனைப் பார்த்துக் கொடுத்தார். நேராக ராஜி அக்காவின் வீட்டில் போய் சொல்லி, பெட்டியெடுத்துக் கொண்டு வந்தேன். அதுதான் என்னுடைய சொத்து. வாடகை வீட்டிற்கு வந்த பிறகுதான் மற்றப் பிரச்சனைகள் தெரிய ஆரம்பித்தன. சமைக்க பாத்திரங்கள் இல்லை, படுக்க மெத்தையில்லை, உட்கார நாற்காலியில்லை. என்ன ஆனாலும் பாத்திரங்கள் வாங்க வேண்டாமென்று முடிவு செய்தேன். டப்பிங் வேலை அதிகமிருப்பதால் சமைக்க வேண்டிய கட்டாயம் இல்லை. காலையில் ஏழு மணிக்கு கார் வரும். காலை உணவு முதல் இரவு சாப்பாடு வரை

ஸ்டுடியோவிலேயே முடிந்துவிடும். இரவு வீட்டிற்கு வந்தால் படுக்க வேண்டுமே என்று பாயும் தலையணையும் வாங்கினேன். என்றைக்காவது ஸ்ட்ரைக் வந்தால் அன்று பட்டினி. அப்படியான நேரங்களில் எனக்கு சாப்பாடு தருவதெல்லாம் டப்பிங் ஆர்ட்டிஸ்ட் ஸ்ரீஜாதான்.

## புதிய அனுபவங்களோடான ஒரு முதலிரவு

இதற்கிடையில் திருமணத்திற்குத் தேதி குறித்தோம். ராஜி அக்காதான் எல்லாவற்றையும் அவரோடு பேசித் தீர்மானித்தாள். என்னுடைய தனிமையான இந்த வாழ்க்கைக்கு ஒரு முடிவு வர வேண்டுமென்று அக்கா பேசிக் கொண்டிருந்தாள். இரண்டு மாதங்களில் கையில் கொஞ்சம் பணம் சேர்ந்தது. ஏறக்குறைய ஒரு லட்சமிருக்கும். கல்யாணத்திற்காக நகைகள் வாங்கவும் பத்திரிகை அடிக்கவும் ஆரம்பித்தோம். உதவிக்கு ஸ்ரீஜாவும், அம்பிளி என்ற டப்பிங் ஆர்ட்டிஸ்டும் இருந்தார்கள். ராஜி அக்கா, உன்னோட கொஞ்சம் நகைகள் சித்தியிடம் இருக்குமே, நாம போய் கேட்கலாம். கிடைத்தால் அதைக் குறைத்து மீதி நகைகள் வாங்கினால் போதுமே என்றாள். நானும் ராஜி அக்காவுமாக சித்தியிடம் போனோம். அவள் என்னையும் அக்காவையும் திட்டினாளே தவிர ஒன்றும் தரவில்லை. கடைசியாக கல்யாணத்திற்குத் தேதி குறித்தோம். ராஜி அக்காதான் கூடவேயிருந்தாள். எல்லாரையும் அழைக்க நானும் ஸ்ரீஜாவும் அம்பிளியும் போனோம். முதலில் நசீர் சாரைக் கூப்பிட்டேன். உம்முக்கா, பகதூர்க்கா, அடூர் பாசி, நடிகர் வின்செண்ட், சுதிர், இயக்குனர் வின்செண்ட் மாஸ்டர் என கொஞ்ச பேரைத்தான் நான் அழைத்திருந்தேன். டப்பிங்கும் கல்யாண ஏற்பாடுகளுமாக ஒருசேர கஷ்டப்பட்ட நாட்களாகயிருந்தன. அப்படியாக 1985, அக்டோபர் 27 ந்தேதி திருவனந்தபுரம் ராஜராஜேஸ்வரி ஹாலில் கல்யாணம். 25 ந்தேதி சென்னையிலிருந்து திருவனந்தபுரத்திற்குப் புறப்பட்டேன். உடன் நிறைய டப்பிங் ஆர்ட்டிஸ்டுகளும் வந்தார்கள். கோட்டயம்

சாந்தா, பாலா தங்கம், ஆனந்தவள்ளி, அம்பிளி, சந்திர மோகன், ஹரி, ஸ்ரீஜாவின் தம்பி. இவர்களையெல்லாம் திருவனந்தபுரத்தில் ஒரு ஹோட்டலிலும், நான் அவருடைய நண்பர் கோபி கிருஷ்ணனின் வீட்டிலுமாகத் தங்கினோம். கோபி கிருஷ்ணனின் அப்பா செருனியூர் வாசுதேவன் பிள்ளையும் அவருடைய மனைவியும்தான் எனக்கு அப்பாவும் அம்மாவுமாக நின்று எல்லாம் செய்தார்கள். திடீரென அவர்களுக்கு எப்படி இவ்வளவு பெரிய மகள் என்று எல்லோருக்கும் அதிசயமாயிருந்தது. கோபி கிருஷ்ணனும் அப்பாவும் இறந்து போய்விட்டாலும்கூட அந்தக் குடும்பத்தோடு உள்ள உறவை அதே போல நான் காப்பாற்றி வருகிறேன்.

27 ந்தேதி மாலை ஏழு மணிக்குக் கல்யாணம். ஆறு மணிக்கு நாங்கள் எல்லோரும் கல்யாண மண்டபத்திற்குப் போய்ச் சேர்ந்தோம். கோபி கிருஷ்ணனின் அம்மாவும் சகோதரி சந்தியாவும் எனக்கு அலங்காரம் செய்து விட்டார்கள். கல்யாணம் முடிந்து, எல்லோரும் சாப்பிட்டு முடித்து அவருடைய வீட்டிற்குப் புறப்பட்டோம். 8.30 மணிக்கு அங்கு போய் சேர்ந்தோம். வட்டியூர்காவு என்ற இடம் இதென்று அவருடைய சகோதரி சொன்னாள். போய்ச் சேர்ந்தபோது அப்படியொரு கும்மிருட்டு. கரண்ட் இல்லாத வீடோ என்று ஒரு நிமிடம் பயந்தேன். யாரோ விளக்கைக் கொண்டு வந்து தந்தார்கள். விளக்கைக் கையில் பிடித்தபடி வரவேற்பறைக்குள்ளே போனேன். விளக்கைக் கூடத்தில் வைக்கச் சொன்னார்கள். அந்த வெளிச்சத்தில் பார்க்க முடிந்த சோஃபாவில் உட்கார்ந்தேன். சுற்றி நின்றிருந்த ஒன்றிரண்டு பேரும் பிறகு போய்விட்டார்கள். அவரும் எங்கேயோ போனார்.

நான் அந்த விளக்கின் ஒளியில் என்ன செய்வதென்று தெரியாமல் உட்கார்ந்திருந்தேன். யாரும் என்னிடம் எதுவும் பேசவில்லை. சட்டென கரண்ட் வந்து வெளிச்சம் வந்தது. வெளியே காரும் ஆட்களின் சத்தமும் கேட்கிறது. எல்லாரும் அங்கே போனார்கள். யாரையோ கூட்டிக்

கொண்டு ஹாலுக்கு வந்தார்கள். சங்கடத்துடன் உட்கார்ந்திருந்த எனக்கு வந்தவர்களைப் பார்த்தபோது அதிசயமும் மகிழ்ச்சியும் ஏற்பட்டது. நடிகர் பகதூர்க்காவும் ஜகதி ஸ்ரீகுமாரும் வந்தார்கள். கல்யாண நேரத்திற்கு வர முடியாமல் போனதால் வீடு தேடி வந்திருந்தார்கள். என்னவோ பகதூர்க்காவைப் பார்த்ததும் துக்கம் மேலிட்டது. எனக்காக ஒருத்தர் வந்தாரே என்ற சந்தோஷத்தில் மேலிட்ட துக்கம். என்னைப் பற்றி அங்கு கூடியிருந்தவர்களிடம் மிகவும் புகழ்ந்து பேசினார். அன்று பகதூர்க்கா சொன்ன வார்த்தைகள் எனக்கு இப்போதும் நியாபகம் இருக்கிறது. 'எங்க பாக்யத்தைத் தங்கமாட்டம் பாத்துக்கணும். அவளோட கண்ணு கலங்கினா கேக்க யாருமில்லன்னு நெனைக்க வேண்டாம். இந்த சினிமாக்காரர்கள் எல்லாம் சேந்து உன்ன சும்மா விடமாட்டாங்க. அவ்ளோ நல்ல பொண்ணு அவ' என்றார். பாயசம் மட்டும் சாப்பிட்டுவிட்டு பதினோரு மணிக்கு அவர்கள் கிளம்பிப் போனார்கள்.

அவருடைய அம்மா வந்து சாப்பிடக் கூப்பிட்டார். இந்த உடையை மாற்ற வேண்டுமென்று தோன்றினாலும் யாரிடமும் ஒன்றும் சொல்லவில்லை. வந்தவர்கள் எல்லாம் போன பிறகு மீண்டும் நான் தனியானேன். என்ன செய்ய வேண்டுமென்று புரியவில்லை. கொஞ்ச நேரம் கழித்து வந்த அவருடைய சகோதரி கேட்டாள், 'ஏய், இப்பவும் இங்கேயே உக்காந்திருக்கியா, உங்க ரூமுக்குப் போகலயா?'

''ரூம் எங்கேன்னு எனக்குத் தெரியல''

அவள் என்னை வாசலுக்குக் கூட்டிச் சென்றாள். தூரத்தில் இருட்டினூடே கை காண்பித்தாள். 'அதோ ஒரு வெளிச்சம் தெரிகிறதா? அதுதான் அவனுடைய அவுட் ஹவுஸ், அங்க போ.' என் பெட்டியை எடுத்துத் தந்தாள். நான் நடக்க ஆரம்பித்தபோது அவள் உள்ளே போய் கதவைச் சாத்திவிட்டாள். வாசல் ட்யூப் லைட்டின் வெளிச்சத்தில் முன்னோக்கி நடந்தேன். சுற்றிலும் பார்த்தபோது மிகவும்

பயமாயிருந்தது. நிறைய பெரிய பெரிய மரங்கள். வாசல் விளக்கும் அணைந்தது. கும்மிருட்டில் மிகவும் பயந்தபடி நின்றேன். துக்கமாகயிருந்தது. முதன் முதலில் அனாதை விடுதியில் தனிமைப்படுத்தப்பட்ட அதே மனநிலை. கொஞ்ச நேரத்தில் அந்த இருட்டு கண்களுக்குப் பழகியது. முன்னால் நடக்கும்போது பாம்பு இருக்குமோ என்று பயந்தேன். எப்படியோ அவுட் ஹவுஸின் கதவைத் தட்டினேன். அவர் தூங்குகிறாரோ என்று தோன்றியது. வந்து கதவைத் திறந்தார். இரண்டு அறைகளும் பாத்ரூமும் உள்ள வீடு. ஒரு கட்டில். மெத்தையெல்லாம் இல்லை. கிழிந்த இரண்டு தலையணைகள். பெரிய டிஸ்க் போடக்கூடிய ம்யூசிக் ப்ளேயரில் முகம்மது ர.ஃபியின் பாட்டு ஓடிக் கொண்டிருந்தது. மெத்தைகூட இல்லாத வெறும் கட்டிலில் உட்கார்ந்தபோது பெரும் நிராசையாகயிருந்தது. சினிமாவில் காணும் முதலிரவு இல்லை யதார்த்த வாழ்வின் முதலிரவு என்று புரிந்தது. பாட்டு கேட்டு அவர் கட்டிலில் படுத்திருந்தார். நான் குளித்து முடித்து வந்து பார்த்தபோது அவர் தூங்கிப் போயிருந்தார்.

# 3

## படியிறங்கிப் போன தாம்பத்தியம்

காலையில் எழுந்தபோது அவர் நன்றாகத் தூங்கிக் கொண்டிருந்தார். கதவு திறந்து வெளியே வந்தேன். பெரிய நிலத்தை உட்படுத்திய வீடாகயிருந்தது அந்த இடம். மாமரம், பலா மரம், தென்னை, புளிய மரம் என அடர்ந்திருக்கும் இடம். இந்த அவுட் ஹவுஸில் உட்கார்ந்து பார்த்தால் தரவாட்டு வீடு தெரியும். கொஞ்ச நேரம் என்ன செய்வதென்று தெரியாமல் நின்றேன். இந்த வீட்டில் சமைப்பதற்கான வசதிகள் எதுவும் இல்லை. சாப்பிட அங்குதான் போக வேண்டிவரும் என்று நினைக்கிறேன். நான் மெல்ல வீட்டிற்கு நடந்து போனேன். அது பழமையான ஓட்டு வீடு. சின்ன அங்கணமிருக்கும் வீடு. முன்னால் யாருமேயில்லை. இடது பக்க அறையில் அப்பா உட்கார்ந்திருந்தார். அவர் மிலிட்ரியில் பணி முடித்து வந்திருந்தார். மிலிட்ரி உடையுடன் ஒரு புகைப்படம் வாசலில் இருந்தது. நான் அப்பாவைப் பார்த்து சிரிக்க முயன்றாலும் அவர் அதைப் பொருட்படுத்தவில்லை. எனக்கு எப்படியோ இருந்தது. அம்மா சமையலறையில் இருந்தாள். என்னைப் பார்த்தவுடன் 'டீ குடிக்கிறியா' என்று கேட்டாள்.

மதராஸில் எங்கள் வீட்டில் காலையில் டீ குடித்து பழக்கமில்லையென்பதால் நான் வேண்டாமென்று பக்கத்தில் இருந்த நாற்காலியில் உட்கார்ந்தேன். பக்கத்து வீட்டுப் பெண் அம்மாவின் அருகில் உட்கார்ந்து கொண்டிருக்க, இருவரும் சேர்ந்து யாரையோ குறைசொல்லிப் பேசிக்கொண்டிருந்தார்கள். அதில் எனக்கு சம்மந்தமில்லை என்பதால் நான் எழுந்து வராந்தாவிற்கு வந்தேன். மெல்ல நடந்து கிணற்றடிக்குப் போனேன். மீண்டும் திரும்பி நடந்தபோது அந்தப்பக்கம் வேறொரு சமையலறை இருந்தது. அங்கே அக்காவும் அவளின் கணவரும் உட்கார்ந்து காஃபி குடித்துக் கொண்டிருந்தார்கள். என்னைப் பார்த்ததும் உள்ளே கூப்பிட்டார்கள்.

"வா, காஃபி குடிக்கலாம்"

காஃபி குடிக்கும்போது நான் கேட்டேன், "என்ன இந்த வீட்டில ரெண்டு சமையலறை?"

"அம்மா சமைப்பது அண்ணனுக்குப் பிடிக்காது. இப்படி இருந்தா நமக்கு வேண்டியதை நாம சமைக்கலாமே"

எனக்கு ஏதோ உள்ளுக்குள் சொரசொரவென்றானது. அதற்குள் அக்காவின் மகன் வந்தான். பத்து வயதிருக்கும். அவன் காஃபி குடித்துக்கொண்டே என்னிடம் சொன்னான்.

"அத்தை வாங்க, இந்தத் தோட்டத்தையெல்லாம் சுத்திப் பாக்கலாம்" எல்லா இடமும் சுற்றிப் பார்த்தோம். மதராஸிலிருந்து வந்த எனக்கு இந்த இடம் மிகவும் பிடித்துப் போனது. வீட்டைப் பற்றியெல்லாம் அவன் சொன்னான். அவனும் நானும் மிகவும் நெருக்கமானோம்.

மீண்டும் நான் எங்கள் அறைக்கு வந்தபோது அவர் எழுந்து குளித்து முடித்திருந்தார். அலுவலகத்திற்குப் போகத் தயாரானார். இன்னக்கே ஆபிஸ் போகணுமா, வெளில எங்கேயாவது போலாமா? என்று கேட்க ஆசையாகயிருந்தது. ஆனால் அவர் அப்படி பேசமுடிகிற மனிதனாய்

இல்லை. நானோ வாய் மூடாமல் பேசுபவளாகவும் இருந்தேன். அவர் அம்மாவிடம் போய் சாப்பிட்டுவிட்டு அலுவலகத்திற்குச் சென்றார். மீண்டும் நான் தனியானேன். அன்று முழுக்கத் தோட்டத்தைத் சுற்றி நடந்தேன். இந்த மாமரத்திலும் பலாமரத்திலும் எவ்வளவு பழங்கள் பழுக்கும்! நான் ஆச்சரியமாய் பார்த்திருந்தேன். மதராஸில் இதையெல்லாம் நாங்கள் காசு கொடுத்து வாங்கியிருந்தோம். ம்... இனி என் தோட்டத்திலிருந்து இதையெல்லாம் நான் பயன்படுத்தலாம். இந்த நினைப்பு என்னை மகிழ்வுக்குள்ளாக்கியது. அந்த சந்தோஷத்தில் நான் அவரை அலுவலகத்தின் தொலைபேசியில் கூப்பிட்டேன்.

''இன்னக்கி சீக்கிரம் வாங்க, சாயந்தரம் கொஞ்சம் வெளியே போகலாம். ஒரு பெட், தலையணை, பெட்ஷீட்டெல்லாம் வாங்க வேண்டும்''

அன்று நாங்கள் அவற்றை வாங்கினோம். அறையைச் சுத்தப்படுத்தி மெத்தை போட்டு புதிய பெட்ஷீட்டெல்லாம் விரித்து, அந்த இடம் அழகானபோது இதோ ஒரு புதிய வாழ்க்கையை நான் தொடங்கப் போகிறேன் என்றெனக்குத் தோன்றியது.

அதன்பிறகு மதராஸில் ஹோட்டல் பார்ம்குரோவில் ஒரு சின்ன வரவேற்பு கொடுத்தோம். ஒட்டுமொத்த சினிமாக்காரர்களும் வந்திருந்தார்கள். அது முடிந்து கேரளாவிற்குத் திரும்பியபோது, ரயிலில் எங்களுடன் சீமா அக்காவும் ஜெயபாரதி அக்காவும் வந்தார்கள். கல்யாணம் பற்றியெல்லாம் பேசிக் கொண்டிருந்ததற்கு இடையில் இருவருமே ஒன்றுபோல கேட்டார்கள்.

''இப்போதும் டப்பிங்குக்குப் போறேதானே?''

''இல்ல, எனக்கு வேலைக்குப் போகப் பிடிக்கல. வீடும் குடும்பமும் குழந்தைகளுமாக அமைதியாய் வாழ ஆசையாயிருக்கிறது. அதனால் இனி டப்பிங்க்குப் போகப் போறதில்லை''

அன்று அவர்கள் எனக்கு அக்கறையாய் புத்திமதி சொன்னார்கள்.

"கல்யாணமும் குழந்தை குடும்பமெல்லாம் நல்லதுதான் பாக்கி, ஆனால் ஒருபோதும் நீ வேலையை விடக்கூடாது. சொந்தமாக வேலை பார்ப்பதென்பது சுய கௌரவத்தை அதிகப்படுத்தும். அது மட்டுமல்ல எல்லோராலும் கலைஞர்களாக வாழ முடியாது. அதற்குக் கடவுள் அருள் வேண்டும். அது உனக்கு இருக்கிறது. அதைப் புறங்கையால் தட்டி உதாசீனப்படுத்தாதே. இனியும் நீ டப்பிங் பேசணும். உன் வீட்டுக்காரர்ட்ட நாங்க சொல்றோம்"

### பொருத்தமின்மையின் தொடக்கம்

கல்யாணம் முடிந்து ஆறு மாதத்தில் எங்கள் ரெண்டு பேருக்கும் கொஞ்சமும் பொருத்தமில்லை என்று புரிந்துபோனது. எனக்கு பணத்தின் மேல் எந்தப் பற்றும் இல்லாமலிருந்தது. அது மட்டுமே அவருக்குப் பிரதானமாயிருந்தது. எனக்கு எல்லாவற்றிலும் ஒரு ஒழுங்கும் சுத்தமும் தேவைப்பட்டது. அது அவருக்கு கொஞ்சமும் இல்லை. நான் கடுமையான உழைப்பாளியாயிருந்தேன். அவரோ முழுச் சோம்பேறி. எனக்கு எப்போதும் அன்பினை வெளிப்படுத்தவேண்டும். அவரோ அந்த உணர்வைத்தவிர மற்ற எல்லாவற்றையும் வெளிப்படுத்துவார். பயணங்களையும் புதிய உறவுகளையும் நான் மிகவும் விரும்பினேன். மாறாக இதில் எந்த விருப்பமுமற்றிருந்தார்.

ஆனாலும் என் மனதில், நான் இங்கு நன்றாக வாழ்வேன், என்ன பிரச்சனை இருந்தாலும் என் பக்கத்திலிருந்து தவறேதும் நேராமல் பார்த்துக் கொள்வேன் என வைராக்கியமாய் முடிவெடுத்தேன். ஆனால் நினைத்தது போல அது அத்தனை சுலபமானதில்லையென பிறகான நாட்களில் நான் புரிந்து கொண்டேன்.

அங்கே எனக்குச் செய்ய எந்த வேலையும் இல்லை. சும்மா உட்கார்ந்து சலித்துப் போனேன். படிக்க ஒரு புத்தகம்கூட அந்த வீட்டில்

இல்லை. செய்தித்தாள் மட்டுமே வாங்கிக் கொண்டிருந்தார்கள். வீட்டில் எப்போதும் ஒவ்வொருத்தருக்குள்ளும் சண்டையும் சச்சரவுமாக இருந்தன. அம்மாவும் அப்பாவும் இல்லையென்றால் அம்மாவும் அக்காவும் எப்போதும் சண்டை போட்டுக் கொண்டார்கள். முதலில் என்னை அது வெகுவாக பாதித்தது. சண்டை நடந்தால் நான் அவரைக் கூப்பிட்டுச் சொல்வேன். அவருக்கோ இதெல்லாம் ஒரு சம்பவமேயில்லை. எங்கள் கல்யாணத்தில் அவருடைய தம்பியைப் பார்த்தேன். அதன் பிறகு அவனைப் பார்த்ததில்லை. கொஞ்ச நாட்களிலேயே எனக்குச் சலிப்பும் நிராசையும் தோன்ற ஆரம்பித்தது. இந்த வீட்டில் யாருக்கும் பரஸ்பரம் அன்பில்லாமல் எந்திரத்தனமான வாழ்வு. யாரும் முகம் பார்த்து சிரிக்கவோ அன்பின் வெளிப்பாடாய் பேசவோ மாட்டார்கள். என் கணவர் என்னைப் பெயரிட்டுக் கூப்பிடமாட்டார். ஏங்க, நீங்க என்பது போலத்தான் கூப்பிடுவார். இது எனக்கு மேலும் நெருக்கமின்மையை அதிகமாக்கியது.

### மீண்டும் டப்பிங்குக்கு...

இந்த நேரத்தில் ஜோஷி அண்ணன் 'நிறக்கூட்டு' என்ற சினிமாவிற்கு என்னைக் கூப்பிட்டார். எது எப்படியோ டப்பிங்குக்கு போவதென்று தீர்மானித்தேன். அவருடைய வீட்டில் யாரும் சினிமா பார்க்கும் ஆட்களில்லை. அதனால் டப்பிங் என்று சொன்னால் என்னவென்றுகூட அவர்களுக்குத் தெரியாது. சினிமாவில் வேலை பார்ப்பதென்பது நல்ல குடும்பத்தில் பிறந்தவர்கள் செய்யும் வேலையல்ல என்று அவருடைய அம்மாவிற்கு ஒரு அபிப்ராயமிருந்ததை அவருடைய பேச்சிலிருந்து நான் தெரிந்து கொண்டேன். அன்று சோபனா, ஊர்வசி, மேனகா, கார்த்திகா, நதியா மொய்து, பார்வதி, ரேவதி என எல்லோருக்கும் நான் பின்னணி பேசியிருந்தேன். அப்போதுதான் ஒரு வேலை செய்யும்போது நமக்கு எவ்வளவு நிம்மதி கிடைக்குமென்பதை நான் புரிந்து கொண்டேன்.

திருமணத்திற்குப் பிறகு முதல் முறையாக டப்பிங் பேசப் போகிறேன். ஒரு எல்லைவரை என்னுடைய வேலை என்னவென்று கணவர் வீட்டிலுள்ளவர்க்கும் தெரிந்திருக்க வேண்டுமென்று எனக்குத் தோன்றியது. அதனால் அம்மாவையும் கூட்டிக்கொண்டு மதராஸுக்குப் புறப்பட்டேன். 'நிறக்கூட்டு' என்ற படத்தில் ஊர்வசிக்குக் குரல் கொடுக்கப் போகிறேன். அது அம்மாவின் முதல் விமான பயணம். அதன் மூலம் என் வேலை என்னவென்று அவர்களுக்கும் புரிந்தது. திரும்பி கேரளாவிற்கு வந்த அம்மா எல்லோரிடமும் அதைப் பற்றியே பேசிக் கொண்டிருந்தாள். ஊரில் இருப்பவர்களுக்குள் இருக்கும் தப்பான அபிப்ராயத்தை மாற்ற வேண்டுமென்பது அவர்களின் குடும்ப கௌரவத்தைக் காப்பாற்றுவது என்பதையும் உள்ளடக்கியிருந்தது.

அவர்களுடைய குடும்பம் பாரம்பரியமாக திருவனந்தபுரத்தைப் பூர்வீகமாகக் கொண்டது. நிறைய சொந்தங்களிருக்கும் பெரிய குடும்பம். இவருடைய வீட்டு ஆட்கள் தவிர, மீதி எல்லாரும் பொருளாதாரத்தில் நல்ல நிலைமையிலிருந்தார்கள். சீக்கிரமே எல்லாச் சொந்தங்களோடும் நான் நெருக்கமானேன். அவருடைய பெரியம்மாக்களுக்கும் தாய்மாமாவுக்கும் அவர்களின் பிள்ளைகளுக்கும் குழந்தைகளுக்கும் என்னை மிகவும் பிடித்திருந்தன. யாருமேயில்லாத எனக்கு இவ்வளவு சொந்தங்கள் இருக்கிறார்கள் என்பதே கௌரவமாக இருந்தது. சினிமாக்காரர்களுக்கு மத்தியில் நான் நல்ல நிலைமையில் கல்யாணம் பண்ணிக்கொண்டு நன்றாக இருக்கிறேன் என்ற மரியாதையும் அன்புமிருந்தது.

நான் மிகவும் பரபரப்பான ஆளாய் மாறினேன். நான் பின்னணிக் குரல் கொடுக்காத சினிமாவின் எண்ணிக்கை மிகவும் குறைவானது. நல்ல நல்ல சினிமாக்களில் பணியாற்றும் வாய்ப்புகளும் நல்ல இயக்குனர்களோடு வேலை செய்து கற்றுக் கொள்ளும் வாய்ப்புகளுமாக நான் மிகவும் அனுபவித்த நாட்கள் அவை.

ஒவ்வொரு இயக்குனரும் ஒவ்வொரு விதமான 'ஸ்கூல்' என்றே சொல்லலாம். பத்மராஜன் சார், பரதன் சாரின் சினிமாக்கள் வித்தியாசமான அனுபவங்களாக இருந்தன. சினிமாவை மிகவும் காதலிப்பவர்களாகவே இவர்கள் இருந்தார்கள்.

ஒரு வாரத்தில் இரண்டு மூன்று முறை நான் சென்னைக்கு விமானத்தில் போவேன். அங்கே நுங்கம்பாக்கம் ரஞ்சித் ஹோட்டலில் நிரந்தரமாய் தங்கியிருந்தேன். பதினைந்து வருடங்கள் அங்கிருந்தேன். கிடைக்கும் பணம் மொத்தமும் அவரிடம் கொடுத்து விடுவேன். அதைப் பத்திரப்படுத்தி வைக்க வேண்டுமென்று நான் நினைத்ததேயில்லை.வேலைக்குப் போகிறேன் என்றோ, சம்பாதிக்கிறேன் என்றோ நான் நினைத்ததேயில்லை. வீட்டில் நடக்கும் சண்டைகளை நான் பார்ப்பதில்லை என்பதால் என்னைப் பொறுத்தவரை நான் சந்தோஷமாகவே இருந்தேன். போதும், இவ்வளவு பெரிய பாக்யத்தை கடவுள் கொடுத்திருக்கிறாரே என்ற ஆனந்தத்திலேயே வாழப் பழகிக் கொண்டேன்.

### பாழாய்ப்போன சோதனை

ஒரு நாள் காலை அவர் அலுவலகத்திற்குப் போனார். நான் தனியாகயிருந்தேன். தோட்டத்தையெல்லாம் சுற்றியபடி நேரத்தைக் கடத்தினேன். கொஞ்சம் அம்மாவுடன் சமையலறையில் வேலை செய்தபிறகு எங்கள் அவுட் ஹவுஸிற்கு வந்தேன். எங்கள் அறையில் ஒரு டிஸ்க் ப்ளேயர் இருந்தது. பழைய கிராமஃபோன் போன்றது. அதில் பாட்டு கேட்டுக் கொண்டிருக்கும்போது அங்கே ஒரு பெரிய அலமாரி இருப்பதைப் பார்த்தேன். இதில் என்ன இருக்குமென்று ஒரு ஆர்வத்தில் இழுத்துப் பார்த்தபோது திறக்க முடியவில்லை. மேசையில் தேடியபோதும் சாவி கிடைக்கவில்லை. ஸ்டூல் எடுத்துப் போட்டு அலமாரியின் மேலே தேடியபோது சாவி கிடைத்தது. அலமாரி திறந்து பார்த்தபோது நான் விக்கித்துப் போனேன். அதில் நிறைய மது

பாட்டில்கள். இருபத்திஐந்து பாட்டில்கள் இருந்தன. எங்கள் வீட்டில் யாரும் குடிப்பதை நான் பார்த்ததில்லை. மாலை அவர் வரும்வரை அந்த அறையிலேயே இருந்தேன். சாப்பிடவும் போகவில்லை, என்னை யாரும் கூப்பிடவுமில்லை. அப்படியொரு நடைமுறை அந்த வீட்டிலில்லை. மாலையில் அவர் வந்து என் முகத்தைப் பார்த்தபோதே ஏதோ பிரச்சனை என்று அவருக்குப் புரிந்திருக்கும். ஆனால் ஒன்றும் கேட்கவில்லை. ஏழு மணியானபோதும் என்னிடம் எதுவும் கேட்கவில்லை. பொறுமையிழந்து நானே கேட்டேன்.

''நீங்க குடிப்பீங்களா?''

''அதென்ன அப்படி கேக்கறே?''

''இந்த அலமாரி நிறைய பாட்டில்களா இருக்கே?''

''ம்... அது அப்பாவுக்கு மிலிட்டரி கோட்டா கிடைக்கும். அதை எப்போதாவது குடிப்பேன்''

சட்டென நான் அழத் தொடங்கினேன். அவர் வெளியே போனார். லேசான சாரல் மழை பெய்து கொண்டிருந்தது. என்னைக் கூப்பிடுவார் என்ற நம்பிக்கையில் உட்கார்ந்திருந்தேன். ஆனால் அது வெறும் எதிர்பார்ப்புதான். அவர் சாப்பிட்டுவிட்டு திரும்பி வந்தார்.

''போ, போய் சாப்பிடு'' என்றார். நான் அசையவேயில்லை. நான் சாப்பிடாமலிருந்தால் அவர் அதைப்பற்றி யோசிப்பாரா என்று அறிய விரும்பினேன். அவரோ பாட்டைப் போட்டுவிட்டு கட்டிலில் படுத்துக் கொண்டார். வெளியே நல்ல மழை. எனக்கோ அவர் என்னிடம் பிரியமாய் இருக்கிறாரா என்று தெரியவேண்டும். நான் இருட்டில் வெளியில் இறங்கி மாடிக்குச் சென்று நனைந்தபடியே அங்கே உட்கார்ந்திருந்தேன். இரண்டு மணி நேரம் கடந்த பிறகும் அவர் என்னை வந்து கூப்பிடவேயில்லை. பிறகு நானே கீழே இறங்கி வந்தேன். மழையில் நனைந்து ஊறிப் போயிருந்தேன். அவர் பக்கத்தில் போய் நின்று எழுப்பினேன்.

''இங்க பாருங்க எழுந்திருங்க, இங்க பாருங்களேன், நான் மழையில் முழுக்க நனஞ்சிட்டேன், நீங்க ஏன் என்னப் பத்திக் கேக்கல?''

''ம்... தலை தொவட்டிட்டுப் படுத்துத் தூங்கு''

எனக்கு மிகவும் துக்கமாக இருந்தது. என்ன இப்படி ஒரு மனிதன்? ஒருபோதும் இப்படியான குழந்தைத்தனமான சண்டையோ கோபமோ அவர் முன் செல்லுபடியாகாது. கொஞ்சமும் ரொமாண்டிக் இல்லாத ஆள். நாம் சாப்பிட்டோமா, ஏன் சாப்பிடல என்று ஒருபோதும் கேட்கமாட்டார். உடம்புக்கு முடியாமல் படுத்தாலும் அதைப் பெரிய விஷயமாக எடுத்துக் கொள்ளமாட்டார். இதெல்லாம் எனக்கு மிகவும் துயரத்தைத் தந்தது. எவ்வளவு சம்பாதித்தாலும் சொந்தமாக ஒரு ரூபாயைக் கூட நான் செலவு செய்ததில்லை. அவரிடம் கொடுத்துவிட்டு எனக்குத் தேவையானவற்றை வாங்கித் தரச் சொல்வேன். சொன்னாலும் உடனே வாங்கித் தரவும் மாட்டார். மிகவும் கஞ்சத்தனம் உள்ளவர். அதொன்றும் எனக்குப் பிரச்சனையேயில்லை.

**தாய்மை... இனி நான் தனியானவள் அல்ல**

இந்த நேரத்தில் நான் கர்ப்பிணியானேன். கர்ப்பிணி என்பது அந்த வீட்டில் பெரிய விஷயமேயில்லை. என்னைப் பொறுத்தவரை என் அனாதைத்துவம் என்னிலிருந்து நழுவிப் போகப்போகும் சந்தோஷமாகயிருந்தது. அது யார் ரூபத்தில் வந்தாலும், எப்படியாக இருந்தாலும் நான் ஆனந்தத்தில் மூழ்கினேன். கொஞ்சம் வாந்தியும் தலைசுற்றலும் இருந்தாலும் பயணங்களும் டப்பிங் வேலைகளும் இருந்ததால் அதன் களைப்பு தனியே தெரியவில்லை. நான் ஓய்வின்றி உழைத்துக் கொண்டிருந்தேன். நூற்றிஐம்பது படங்களுக்கு அந்த நாட்களில் பின்னணி பேசியிருக்கிறேன். என்னைப் பொறுத்தவரை அதுதான் மிகப் பெரிய சந்தோஷம். மழவில்காவடி, தலையணை மந்திரம் போன்ற படங்கள். பத்மராஜன் சார், பரதன் சார், ஃபாசில் சார்,

இயக்குனர் கமல் சாரின் படங்களில் வேலை செய்வது என்னை மேலதிகம் சந்தோஷமான பெண்ணாய் மாற்றியிருந்தது.

ஒருமுறை பத்மராஜன் சாரின் 'தேசாடனக்கிளி கரயாரில்லா' என்ற படத்திற்கு டப் செய்து கொண்டிருந்தேன். மதியம் இரண்டு மணிக்கு மேலாகியும் சாப்பிடாமல் டப் செய்து கொண்டிருந்தேன். நான் கர்ப்பிணியாக இருந்ததால் மிகவும் தளர்ந்து போயிருந்தேன். ஆனாலும் என் அசௌகரியம் பற்றி நான் யாரிடமும் பேசவில்லை. மறுநாள் மீண்டும் டப்பிங் தொடங்கியது. மதியத்திற்கு மேலும் டப்பிங் தொடர்ந்தது, பசி அதிகரித்ததால் என்னால் நிற்க முடியவில்லை. நான் பத்மராஜன் சாரிடம், ''சார் எனக்கு மிகவும் சோர்வாகயிருக்கிறது. சாப்பிட்டுவிட்டு செய்யலாம்' என்றேன். 'இந்த சீன் முடிந்தபிறகு சாப்பிட்டால் போதும்' என்று அவர் சொன்னார். நான் ஒன்றும் பேசாமல் தியேட்டரின் பக்கவாட்டுக் கதவைத் திறந்து வெளியே போய் வீட்டிற்கு வந்து சேர்ந்தேன். இது அவருக்குத் தெரியவில்லை. சாப்பிட்டுவிட்டு திரும்பி வந்தபோது அவர் என்னை மிகவும் திட்ட ஆரம்பித்தார். அப்போது நான் அவரிடம், 'சார் நான் வேலை பார்ப்பதே வாழவேண்டும் என்பதற்காகத்தான் சார்' என்றேன். பத்மராஜன் சார் கட்டுப்படுத்த முடியாத கோபத்தில் கத்திக் கொண்டிருந்தார்.

''உங்களைப் போன்றவர்கள்தான் சினிமாவின் சாபம். சினிமாவை நேசிக்க கத்துக்கணும். அதை காதலிக்கத் தெரிஞ்சுக்கணும். இல்லன்னா நீங்க ஒருபோதும் ஒரு கலைஞனா வரவே முடியாது.''

மேலும் என்னென்னவோ திட்டினார். எப்படியோ அந்தப் படத்தை முடித்துக் கொடுத்தேன். முடித்துவிட்டு வந்த அன்று பத்மராஜன் சார் என்னிடம் சொன்னார், ''இனி ஒருபோதும் நானும் நீங்களும் ஒன்று சேர்ந்து வேலை பார்க்கும் சந்தர்ப்பம் வராமலிருக்க நான் ஆசைப்படுகிறேன்''

அது பெரிய விஷயமாக அன்றெனக்குத் தோன்றவில்லை.

இந்தப் படம் முடிந்து சீக்கிரமாகவே 'கரியில காற்றுபோல' என்ற படம் தொடங்கியது. ப்ரொடக்ஷன் எக்ஸிக்யூடிவ் லத்தீஃப் என்னை அழைத்தார். கார்த்திகாவிற்கு டப் செய்ய வேண்டுமென்றார். 'தேசாடனக்கிளி' யிலும் கார்த்திகாவிற்கு நான்தான் குரல் கொடுத்திருந்தேன். நான் லத்தீஃப்க்காவிடம் கேட்டேன், ''இனி என்னைக் கூப்பிட மாட்டேன் என்று பத்மராஜன் சார் சொன்னாரே, அதனால் நான் வரவில்லை. நான் மிகவும் ரோஷத்தோடு அகங்காரியாய் வார்த்தைகளை வீசுகிறேன் என்று உணரவில்லை. சிறிது நேரத்தில் மீண்டும் லத்தீஃப்க்கா கூப்பிட்டார்.

''போனதெல்லாம் போகட்டும். அன்னக்கி இருந்த கோபத்தில் அப்படிச் சொல்லிட்டார். பாக்யலஷ்மி வந்து டப்பிங் பேசு''

ஆனால் நான் சம்மதிக்கவில்லை. எனக்கு விருப்பமில்லை என்று சொல்லி தொலைபேசியைத் துண்டித்தேன். ஒரு மணி நேரம் முடிந்திருக்கும். வீட்டு வாசலில் பத்மராஜன் சாரும் லத்திஃப்க்காவும் வந்து நின்றார்கள். நான் இதைக் கொஞ்சமும் எதிர்பார்க்கவில்லை. அவர் என்னிடம் வந்து சொன்னார்.

''இதெல்லாம் சினிமாவில் சாதாரணமானதுதானே பாக்யலஷ்மி, இந்தச் சின்ன விஷயத்துக்கெல்லாம் இப்படி ஈகோ பார்க்கலாமா?, நீங்க ஒரு பெரிய கலாகாரி. உங்களுக்கு இன்னும் நிறைய படங்கள் செய்ய வாய்ப்புகள் வரும். ஆனால், கொஞ்சம் அகங்காரம் இருக்கு. அதைக் கொறச்சுக்கோ சரி காரில் ஏறு, டப்பிங்குக்குப் போகலாம்.''

நான் பூமியின் அடிவரை தாழ்ந்து போனேன். அந்த நிமிடமே அவர் காலில் விழுந்து மன்னிப்பு கேட்டேன். அந்தப் படம் முடிந்தது. பிறகு நாங்கள் நல்ல நண்பர்களானோம். நானும் சினிமாவைக் காதலிக்க ஆரம்பித்தேன்.

கர்ப்ப காலங்களில் என்னுடைய சாப்பாட்டையும் ஆரோக்யத்தையும் கவனித்தது சினிமாக்காரர்கள்தான். தினமும் ஒரு டப்பிங் இருக்கும். இளநீரும் பழச்சாறும் கொண்டு வந்து தருவார்கள். எப்படியோ ஒன்பது மாதம் முடிந்தது. பிரசவ நேரம் நெருங்கியது. காலையில் எழுந்தபோது மிகவும் களைப்பாக இருந்ததால் டாக்டரைப் பார்க்க வேண்டுமென்று எட்டு மணிக்கெல்லாம் ஆஸ்பத்திரியில் இருந்தேன். டாக்டர் சுபத்ரா நாயர் என்பவரிடம் பார்த்திருந்தேன். சோதித்துவிட்டு குழந்தையின் அசைவே தெரியலயே. இனி நாம் காத்திருக்க வேண்டாம். மதியம்வரைப் பார்த்துவிட்டு இப்படியே இருந்தால் அட்மிட் செய்யலாம் என்று சொன்னார். அங்கு பக்கத்தில்தான் சித்ராஞ்சலி ஸ்டுடியோவின் ரெக்கார்டிஸ்ட் ஹரிகுமாரும் அவர் மனைவி ஷாலினியுமிருந்தார்கள். நேராக அங்கே போனேன். தேவைப்பட்டால் அவருடைய வீட்டிலிருந்து ஐந்து நிமிடம் போதும். காஸ்மாபாலிட்டன் மருத்துவமனைக்குப் போய் விடலாம். அங்கு போய் நாங்கள் காஃபி குடித்தோம். என்னை அங்கே விட்டுவிட்டு அவர் எங்கேயோ போனார். மாலைவரை வரவேயில்லை.

ஷாலினிக்கு ஒரே கவலையாய் போனது. ஹரியும் ஸ்டுடியோவில் இருக்கிறார். ஒரு அவசரம் என்றால் யாருமே இல்லையே உதவிக்கு என்று கவலை அவளுக்கு. மொபைல் ஃபோன் இல்லாத நாட்கள். என்ன ஆனாலும் இனி காத்திருக்க வேண்டாம் என்று நினைத்து ஷாலினியே கார் ஓட்டி என்னை மருத்துவமனையில் சேர்த்தாள். மருத்துவர் பரிசோதித்துவிட்டு திட்ட ஆரம்பித்தார். மதியம்தானே வரச் சொன்னேன், இப்படியா கொஞ்சமும் பொறுப்பில்லாம நடந்துக்கறது என்று டாக்டர் திட்ட, பாவம் ஷாலினி எல்லாவற்றையும் எனக்காகக் கேட்டுக் கொண்டாள். என் கணவர் வீட்டுக்குத் தொலைபேசி செய்யலாம் என்றால் அது அவரின் அறையிலிருக்கும். அறைக் கதவை அவர் பூட்டி விட்டுதான் வெளியே போவார். அதனால் வீட்டிற்குத் தகவல் கொடுக்கவும் முடியவில்லை. இரவு பத்து மணியானது. அவர்

வராமல் டாக்டர்களால் எந்த முடிவும் எடுக்க முடியவில்லை. எனக்கு வலியும் பெரிதாக இல்லை. ஆனாலும் குழந்தை அசைவே இல்லாமல் இருப்பதால் டாக்டருக்கு ஒரே டென்ஷனாயிருந்தது. கடைசியாக இரவு பத்தரை மணிக்கு அவர் வந்தார். ஷாலினிக்கும் ஹரிக்கும் கடுங்கோபம் வந்தது, ஆனாலும் இரண்டு பேரும் அதை வெளிக் காண்பிக்கவில்லை. டாக்டர்களின் திட்டுமுழுக்க வாங்கிக் கட்டிக் கொண்டார். பிறகு டிரிப் ஏற்றி வலி வர ஆரம்பித்தது. காலையில் தான் குழந்தை பிறந்தது. ஆண் குழந்தை. அப்புறம்தான் வீட்டில் எல்லோருக்கும் தகவல் தெரிகிறது. மூன்று நாட்கள் கழித்து வீட்டிற்கு வந்தேன். பிரசவ வேலைகளுக்கு ஒரு பெண்ணை வேலைக்கு வைத்திருந்தார்கள். பிறகு வந்த நாட்களில் நான் அவரைப் பார்க்கவேயில்லை. எங்கேயோ அலுவலக டூரிலிருந்தார். இந்த நாட்களில் வந்த டப்பிங் எல்லாவற்றையும் நான் தவிர்த்தேன். இதே மாதத்தில்தான் போன வருடம் எங்கள் திருமணம். அக்டோபர் 27 அன்று முதல் திருமண நாளைப் பற்றி யோசிக்கவோ கொண்டாடவோ அவர் ஊரில் இல்லை. இருபத்தியெட்டு நாட்கள் சடங்கு முடிந்து நான் மீண்டும் டப்பிங் பேச ஆரம்பித்தேன். குழந்தையைப் பார்த்துக் கொள்ள ஒரு வேலையாளைக் கூடவே கூட்டிக்கொண்டு போவேன். அப்படியாக குழந்தைக்கு ஆறு மாதமானது.

### வாடகை வீட்டிற்கான மாற்றம்

இதற்கிடையில் அவருக்கும் அக்காவுக்குமிடையில் என்னவோ சண்டையாகி, அக்கா அந்த வீட்டிலிருந்து வெளியே போனாள். என்னை அது மிகவும் வேதனைப் படுத்தியது. நான் அங்கே இருந்திருந்தால் அப்படிப் போக விட்டிருக்க மாட்டேன். அவருக்கோ அது பெரிய விஷயமேயில்லை. ஆனால் அது சரியில்லை என்றெனக்குத் தோன்றியது. இங்கேயிருந்து வேறு வீட்டிற்குப் போக வேண்டும், இல்லையென்றால் நான் காரணமாகத்தான் அக்கா வெளியே போய்விட்டார்கள் என்று மற்றவர்கள் சொல்லுவார்கள்

என்று நினைத்து நான் செய்த தொடர் தொந்தரவினால் அவர் சம்மதித்தார். அப்படி நாங்கள் வழுதக்காடு காந்தி நகரில் ஒரு வீட்டில் வாடகைக்குப் போனோம். 500 ரூபாய் வாடகை. ஒரே ஒரு பெட் ரூம், ஹால், சமையலறை. கல்யாணத்திற்குக் கிடைத்த பொருட்கள் எல்லாம் இருந்தன. தனி வீட்டிற்குப் போக வேண்டாம் என்று அம்மா சொன்னாள். அப்பா ஒன்றும் சொல்லவில்லை. குழந்தையையும் கூட்டி நாங்கள் படியிறங்கினோம். எனக்கு அதில் துக்கமேதுமில்லை. அக்கா இங்கே வருவதானால் வரட்டும். நாங்களும் அடிக்கடி வரோம்.

அப்படியாக காந்திநகர் வீட்டிற்குப் போனோம். சாமான்களெல்லாம் இறக்கி வைத்துக் கொண்டிருக்கிறார்கள். நான் மகனை இடுப்பில் வைத்து வெளியில் நின்றிருந்தேன்.

'ஏய்' என்று பக்கத்து வீட்டிலிருந்து ஒரு சத்தம். மிக அழகான பெண், நீண்ட முடியுமாக பார்க்க ஐஸ்வர்யமாக இருந்தாள். என்ன? என்று கேட்டபடி நான் பக்கத்தில் போனேன்.

''அந்த குழந்தையை எங்கிட்ட குடு, நான் பாத்துக்கறேன், மதியம் இங்கேயிருந்து சாப்பாடு தரேனே''

எனக்கு ஆச்சரியமாக இருந்தது. ஒரு பழக்கமும் இல்லாத ஒரு பெண் குழந்தையையும் தூக்கிட்டுப் போய் பார்த்துக் கொள்கிறாள், சாப்பாடும் தருகிறேன் என்று சொல்கிறாளே!

சொன்னபடி அவளே மதியச் சாப்பாடும் கொண்டுவந்து தந்தாள். குழந்தை அங்கே தூங்குகிறான் என்றும் சொன்னாள். கொஞ்ச நேரத்தில் நான் பக்கத்து வீட்டிற்குப் போனேன். அங்கே அந்த அக்காவும் அண்ணனும் ஒரு மகனுமான குடும்பமாகயிருந்தார்கள். மகன் பத்தாவது படிக்கிறானாம். அக்காவின் பெயர் சாந்தா. மணி அக்கா என்று கூப்பிடுவோம். அண்ணன் பி.எஸ்.நாயர். மகன் கண்ணன். 1986 மார்ச்சில் தொடங்கிய அந்த பந்தம் இதோ இன்றும் அதே போலத்

தொடர்கிறது. என் வாழ்க்கையின் எல்லா சம்பவங்களுக்கும் ஒரு பிரதான சாட்சியும் உதவியுமாக இருந்தாள் மணி அக்கா.

### நெருங்கிய நட்பை மீண்டும் பார்க்கிறேன்

காந்தி நகரில் ஒரு வேலைக்காரியைப் பணியமர்த்தினேன். நான் மிகவும் பரபரப்பாய் ஓடிக் கொண்டிருந்த நாட்கள். குழந்தையைப் பார்த்துக் கொள்வது மணி அக்காதான். அவன் ஆறு மாதக் குழந்தை. குளிப்பது விளையாடுவது தூங்குவதெல்லாம் அங்கேதான் . அக்காதான் அவனை வளர்த்தார். அக்காவிடம் எனக்கும் மகனுக்கும் தீர்க்கமுடியாத நன்றிக்கடன் இருக்கிறது. அக்காதான் கொஞ்சம் சமையல் சொல்லிக் கொடுத்தாள்; அழகாக புடவை கட்டச் சொல்லிக் கொடுத்தாள். நான் நன்றாகச் சம்பாதித்தேன். ஒரு நாள் நகைக் கடைக்கு அக்காவுக்கு ஏதோ வாங்கப் போனேன். ஒரு நல்ல கம்மல் பார்த்தபோது வாங்கலாமா என்று யோசித்தேன். ஆனால் என் கையில் பணமில்லை. அப்போதுதான் நான் சம்பாதிக்கும் பணமெல்லாம் அவரிடமே கொடுத்துவிடுகிறேன் என்று அக்காவிற்குத் தெரியவந்தது. எனக்கு அந்தக் கம்மல் வாங்க வேண்டுமென்று ஆசையாகயிருந்தது.

அப்படீன்னா ஒண்ணு செய்யலாம். காதில் போட்டிருக்கும் கம்மலை மாற்றி வாங்கிக் கொள்ளலாம் என்று முடிவு செய்து அந்தப் புதிய கம்மலை வாங்கி வந்தேன்.

மாலையில் அவர் வந்தவுடன் நான் அதைக் காண்பித்தேன். இது வாங்க பணம் எங்கேயிருந்து வந்தது என்று கேட்டார்.

''பழைய கம்மலை மாத்தி வாங்கினேன்''

''அப்போ அதனோட எடை எவ்வளவு, இதோட எடை எவ்வளவு, நஷ்டம்தானே இது'' என்று பேசிப் பேசி பெரிய சண்டையானது. பக்கத்து வீட்டிலிருந்து மணி அக்கா எல்லாவற்றையும் கேட்டுக் கொண்டிருந்தாள்.

அதற்குப் பிறகு நான் மெட்ராஸ் போய்விட்டு வரும்போது கொண்டுவரும் பணத்தில் நூறோ இருநூறோ குறைந்தாலும் வீட்டில் அது பெரிய சண்டையாகிவிடும். எனக்கு இது பெரிய மனத் தொந்தரவாய் மாறியது. இவ்வளவும் சம்பாதிக்கும் எனக்கு அதிலிருந்து செலவு பண்ண உரிமை இல்லையா?

ஒருநாள் நான் மெட்ராஸிலிருந்து வந்தபோது நான்கு புடவைகள் வாங்கி வந்தேன். டப்பிங் செய்ததில் கிடைத்த பணம் மொத்தமும் அவரிடம் கொடுத்தவுடன் உடனே எண்ணிப் பார்த்தார். 1500 ரூபாய் குறைந்தது. நான் நாலு புடவைகள் வாங்கினேன் என்று சொன்னேன். அன்றுதான் அவருடைய வேறொரு முகத்தைப் பார்த்தேன். கையில் கிடைத்ததையெல்லாம் எடுத்துத் தூக்கியெறியத் தொடங்கினார். மணி அக்கா உடனே வந்து குழந்தையைத் தூக்கிக் கொண்டு போனாள். ஹாலிலிருந்த கண்ணாடி டீபாயை தூக்கித் தரையிலடித்தார். அது உடைந்து சுக்குநூறாய் ஆனபோது அவர் கோபம் தணிந்திருந்தது. இரண்டரை வருடம் நாங்கள் அந்த வீட்டில் குடியிருந்தோம். இந்த இரண்டரை வருடமும் இதே அவஸ்தையில் கழிந்தது.

ஒருமுறை கொஞ்சம் ரூபாய் நோட்டுகளைக் கிழித்துப் போட்டார். எனக்கு வாழ்க்கையில் மிகவும் சலிப்பேற்படத் தொடங்கியிருந்தது. இதற்கிடையில் நிறைய நண்பர்களோடு வந்து வீட்டிலேயே குடிக்க ஆரம்பித்தார். ஒன்றும் கேட்கவும் முடியவில்லை.

### மலையாள மொழியின் ஆழத்திற்கு...

அது மிகவும் தனிமையை அனுபவித்த நாட்களாகயிருந்தன. யாரிடமும் எதுவும் சொல்லமுடியாத, யாருமே எனக்கில்லையோ என்று தோன்றின நாட்கள். அம்மா இருந்திருந்தால் நன்றாகயிருக்குமே என்றெல்லாம் யோசிக்கத் தொடங்கினேன். என் மனதை சாந்தமாக்க என்ன வழியென்று தெரியவில்லை. தனியாக வெளியே போக அனுமதிக்க மாட்டார். நட்பு கூடாது. ஒரு வழியுமில்லை. டப்பிங் - வீடு

, வீடு - டப்பிங். ஒரு சினிமாவிற்குக் கூட வெளியில் செல்வதில்லை. நான் மெல்ல மெல்ல என் கவனத்தை வாசிப்பிற்குக் கடத்தினேன். அவருடைய அக்கா கணவரின் புத்தக சேமிப்பிலிருந்த புத்தகங்களிலிருந்து படிக்க ஆரம்பித்தேன். மாதவிக்குட்டி, எம்.டி.வி.யின் புத்தகத்திலிருந்து ஆரம்பித்தேன். சொல்ல முடியாத பரவசமான சுகானுபவமாகயிருந்தது. தமிழ் இலக்கியத்திலிருந்து மாறுபட்ட அனுபவம். மலையாள அகராதியை வைத்துப் படிக்க ஆரம்பித்தேன்.

அவருக்குக் கோழிக்கோட்டிற்கு வேலை மாறுதல் வந்தது. ஒரு நாள் கோழிக்கோட்டிற்குத் திரும்பிப் போகும்போது நானும் உடன் போகத் தயாரானேன். அங்கே லாட்ஜ் அறையில் எங்களை விட்டுவிட்டு அவர் அலுவலகத்திற்குப் போனார். சட்டென எனக்கொரு நினைவு வந்தது. பழைய பாலமந்திரத்திற்குப் போய் வரலாமா என்று யோசித்து ஆட்டோ பிடித்து நானும் குழந்தையும் போனோம். நான் அங்கே படித்தவள் என்று சொல்லி எல்லா இடமும் சுற்றி நடந்து பழைய காலங்களையெல்லாம் அசை போட்டேன். மறுநாள் அதே தனிமை. லாட்ஜில் டெலிஃபோன் டைரக்டரி எடுத்து லட்சுமி மேனன், லட்சுமி ராஜா என்ற பெயரையெல்லாம் தேடி எல்லா லட்சுமிகளையும் கூப்பிட்டேன். கோழிப்புரத்து மாதவமேனனின் மகளைத் தேடும் முயற்சியது. கடைசியில் ஏதோ ஒரு லட்சுமி கோழிப்புரத்து மாதவ மேனனின் எண்ணைத் தந்தார். உடனே கூப்பிட்டேன். அன்று லட்சுமியம்மா 'பந்நியங்கர' வீட்டிலிருந்தார்கள். என்னவோ அவரிடம் பேசியது எனக்கு அம்மாவிடம் பேசியது போலிருந்தது. முன்பு பார்த்ததற்குப் பிறகு நான் மீண்டும் லட்சுமியைப் பார்த்தது 24 வருடங்களுக்குப் பிறகாயிருந்தது.

### புதிய வீடு, ''ஸ்வரம்''

அடிக்கடி அவருடைய அப்பா வருவார். அப்பா மெல்ல என்னைப் புரிந்துகொண்டு என்னோடு பிரியமாயிருக்கத் தொடங்கினார். ஒருநாள் அப்பா என்னிடம் சொன்னார்.

"லஷ்மி, இங்க என் பெயரிலிருக்கும் இடத்தை உனக்கு எழுதித் தரேன், அங்க ஒரு வீடு கட்டு. இந்த வீட்டில் இப்படி அவஸ்தைப் படவேண்டாம். அங்கே நாங்களெல்லாம் இருக்கிறோமே"

நான் சம்மதித்தேன். ஆனால் இடம் என் பெயரில் வேண்டாம், அவர் பெயருக்கு எழுதிக் கொடுங்கள். இனி அதற்கும் சேர்த்து அவர் பிரச்சனை பண்ணுவார். நான் மிகவும் நிர்பந்தித்ததால் அவர் பேருக்கு பதினைந்து சென்ட் இடம் எழுதி வைத்தார். நாங்கள் வீட்டு வேலைகளைத் தொடங்கினோம். ஸ்ரீகுமாரன் தம்பி சாரின் மனைவி ராஜி அக்காவின் அப்பா வைக்கம் மணியும் அப்பாவும் சேர்ந்து முதல் கல்லெடுத்து வைத்து வேலையைத் தொடங்கினார்கள். வீட்டு வேலை தொடங்கியவுடன் என் கஷ்டமும் ஆரம்பித்தது. எந்தப் படம் வந்தாலும் ஒத்துக் கொண்டேன். உடன் வீட்டு வேலைகளையும் நானே பார்க்கவேண்டும். குழந்தையைப் பார்க்கவே நேரமிருக்காது. அதற்குள் அவனுக்கு மூன்று வயதானது. எல்லாக் குழந்தைகளையும் போலல்ல அவன். அதிக விளையாட்டோ சிரிப்போ ஏதுமில்லை. எப்போதும் ஒரு வேதனை பூசிய முகம். என்னைப் பார்த்தவுடன் உதட்டைப் பிதுக்கி பிதுக்கி அழ ஆரம்பித்துவிடுவான். அவன் என்னை அதிகம் தேடுகிறான் என்றெனக்குத் தெரியும். வீட்டு வேலைகள் அதிகமாக, காந்திநகர் வீட்டை காலி செய்தோம். பழைய அவுட் ஹவுஸிற்கே போய்விட்டோம். தரவாட்டு வீட்டில் அம்மாவும் அப்பாவும் மட்டுமிருந்தார்கள். அக்கா வருவதேயில்லை. டப்பிங் செய்த பணம் முழுக்க வீட்டு வேலைக்கே செலவு செய்தேன். மகனைப் பள்ளிக்கூடத்தில் சேர்த்தேன். மாதத்தில் ஒரு நாள் அவர் வருவார். சிமெண்ட், மணல், கூலி பற்றி கணக்கு கேட்பார். அதில் பத்து ரூபாய் கணக்கு சரிவரவில்லையென்றால் பித்தேறிவிடும்.

நான் மெலிந்து மெலிந்து எலும்பும் தோலுமானேன். வீட்டு வேலை முடிய ஒன்றரை வருடமானது. அந்த வீட்டின் எல்லா வேலைகளிலும் நானும் கூடவேயிருந்தேன். நானே கான்க்ரீட்டில் தண்ணீர் ஊற்றுவேன்.

லாரியில் சிமெண்ட் இறங்கிய போது கூலி கொடுப்பதில் சண்டை வந்தது. இறக்க யாருமேயில்லை. நான் லாரியில் ஏறி லோடை இறக்கினேன். அவ்வளவு கஷ்டப்பட்டு அந்த வீட்டைக் கட்டினேன். ஸ்ரீகுமாரன் தம்பி சார் தான் "ஸ்வரம்" என்று அந்த வீட்டிற்குப் பெயர் வைத்தார். ஸ்வரம், பாக்யலஷ்மியின் குரலால் சம்பாதித்து கட்டிய வீடு அதனால் "ஸ்வரம்" என்று வைக்கலாம் என்றார். அதுவே முடிவானது. அப்படி நாங்கள் புதிய வீட்டிற்குக் குடி வந்தோம். மூன்று படுக்கையறைகள், பெரிய வரவேற்பறை, இரண்டு பெரிய சமையலறைகள், சாப்பாட்டு அறை. அற்புதமான வீடு. முன்னால் பெரிய புல் தரையும் நிறைய செடிகளும் இருந்தன. நிறைய வேதனையிலும் மக்கள் நெருக்கடியிலும் தனிமை உணர்ந்தவளாக இருந்தாலும் என்னுடையது என்று சொல்லிக் கொள்வதற்கு ஒரு வீடு உருவானதில் மகிழ்ச்சியாக இருந்தது. நடிகர் ஜனார்த்தன அண்ணனும் கொச்சின் ஹனீஃப்க்காவும் வந்து வீட்டைப் பார்த்து என்னை சந்தோஷமாக ஆசிர்வதித்தார்கள்.

### மீண்டும் அன்பில்லாமைக்கு நடுவே

அவருக்கு திருவனந்தபுரத்திற்கே மாறுதல் கிடைத்தது. எப்போதும் அவரும் நானும் புதிய வீட்டில் பணத்திற்காகவோ அல்லது கணக்கு சம்பந்தமாகவோ சண்டை போட்டுக் கொண்டேயிருந்தோம்.. எனக்கு கணக்குப் பார்ப்பதே பிடிக்காது. அவருக்கு வாழ்க்கையே கணக்குப் போடுவதாகயிருந்தது. இரண்டும் ஒரு நேர்க்கோட்டில் சந்திக்கவே முடியவில்லை.

வீட்டுவேலையின்போது லாரியில் ஏறி லோடு இறக்கியதாலோ என்னவோ எனக்கு முதுகுவலி ஆரம்பித்தது. டப்பிங்குக்குப் போனால் நிற்க முடியாமல் அவஸ்தைப்பட்டேன். மெட்ராஸில் ஒரு முறை 'ராதா மாதவம்' என்ற படத்திற்காக டப்பிங் செய்யும்போது வலி அதிகமாகி மயங்கி விழுந்தேன். திலகன் அண்ணாவெல்லாம் அங்கேயிருந்தார். எல்லாரும் என்னை விஜயா மருத்துவமனையில் சேர்த்தார்கள். டிஸ்க்

பிரச்சனை, டிரேக்ஷன் போட்டு படுக்க வேண்டும் என்று சொன்னார்கள். உடன் பார்த்துக் கொள்ள யாருமில்லையென்று சொல்லி, நான் காரில் ஸ்ரீகுமாரன் தம்பி சாருடைய வீட்டிற்குப் போனேன். எழுந்திருக்கவும் நடக்கவும் முடியாமல் எப்போதும் படுத்தே கிடந்தேன். தம்பி சார் அவருக்குத் தகவல் கொடுத்தார். 'நான் வரவேண்டிய அவசியமிருக்கா? வேற ஏதாவது பிரச்சனையிருக்கா?' என்று அவர் கேட்டார். சாருக்கு மிகவும் கோபம் வந்தது. ஃபோன் கட் செய்து சார் அக்காவிடம் பொரிந்து தள்ளினார்.

''அவனுக்குக் காசு போதும், பாக்யலக்ஷ்மியைப் பற்றிக் கவலையில்லை''

எனக்கு மிகவும் துக்கமாகயிருந்தது. நான் அழுவதைப் பார்த்து அக்கா சமாதானப்படுத்தினாள்.

''பரவாயில்ல லக்ஷ்மி, சில ஆண்கள் அப்படித்தான். ஒன்றையும் வெளிப்படுத்தமாட்டார்கள். இனி அதை நினைத்து நீ கலங்க வேண்டாம்.''

ஒரு வாரம் படுத்திருந்தேன். எழுந்திருக்க முடியுமென்றானபோது 'ராதா மாதவம்' படத்தை முடித்துக் கொடுத்தேன். ஊருக்குப் போக இருந்தபோது 'இன் ஹரிஹரன் நகர்' என்ற படத்தின் டப்பிங் பேசக் கூப்பிட்டார்கள். சித்திக் லாலின் படம். அங்கே போய் நின்றும், உட்கார்ந்தும், படுத்தும், ஓய்வெடுத்தும் அந்தப் படத்தை முடித்துக் கொடுத்தேன். உடன் 'வ்யூகம்' என்ற படத்திற்குக் கூப்பிட்டார்கள். சங்கீத்சிவனின் முதல் படம். அதையும் பேசி முடித்தேன். இந்த நாட்களிலொன்றும் அவர் கூப்பிட்டு எப்படியிருக்கிறாய் என்றுகூடக் கேட்டதில்லை. எனக்கோ மகனைப் பார்த்து ரொம்ப நாட்களான வேதனை. மெட்ராஸிலிருந்து திருவனந்தபுரம் ஏர்போர்ட்டில் வந்திறங்கி ஆட்டோ பிடித்து நேராக மகனுடைய பள்ளிக்கூடத்திற்குப் போனேன். என்னைப் பார்த்தவுடன் குழந்தை கேவி அழ

ஆரம்பித்தான். எனக்கும் துக்கத்தைக் கட்டுப்படுத்த முடியவில்லை. ஆட்டோவில் வீட்டிற்கு வந்தபோது அவர் வீட்டிலிருந்தார். எனக்குக் கோபமும் துக்கமும் தாங்கமுடியாமல் போனது. அப்படியே தாண்டிப் போய் கட்டிலில் படுத்தேன். முதுகு வலி சகிக்க முடியவில்லை. ஒரு வார்த்தை கூட அவர் என் சுகவீனம் பற்றிக் கேட்கவேயில்லை. என் கைப்பையைத் திறந்து பணம் முழுக்க எடுத்துக் கொண்டார். ஏறக்குறைய 75000 ரூபாய் இருந்தது. இது 1990 காலகட்டம். கொஞ்ச நேரம் கழித்து திரும்பி வந்தார். இந்தப் பணத்தையெல்லாம் என் கணக்கில் வைப்பதேயில்லை. அவருடைய வங்கிக் கணக்கில்தான் போடுவார். பாஸ் புத்தகமெல்லாம் அலமாரியில் வைத்து பூட்டிக் கொண்டு போவதால் சகிக்க முடியாமல் நான் கேட்டேன்.

''என் முதுகுவலி எப்படியிருக்குன்னு கேக்கலாமே, இத்தனை நாள் நான் அங்கே படுத்திருந்தபோது நீங்க ஒரு முறை கூடக் கூப்பிடவில்லயே ஏன்?''

''ம், ஒரு முதுகு வலியை இவ்வளவு பெரிய விஷயமாக்கணுமா?''

''ஆமாம், எனக்கு வலி பொறுக்க முடியவில்லை, என்னை ஏதாவது ஆஸ்பத்திரிக்குக் கூட்டிக்கொண்டு போயே ஆக வேண்டும்''

நான் பிடிவாதம் பிடித்ததால் 'வாசுதேவ விலாசத்திற்கு' கூட்டிக் கொண்டுபோய் சேர்த்தார். அவ்வளவுதான். பிறகு நான் அவரைப் பார்க்கவேயில்லை. அந்த மருத்துவமனையில் தனியாக படுத்திருக்கும்போது நான் யோசித்தேன், இந்தத் தனிமை என் வாழ்நாள் முழுக்க என்னுடனே வருமா!

பதினைந்து நாட்கள் அங்கே படுத்திருந்தேன். அப்போதுதான் பத்மராஜன் சார், 'நான் கந்தர்வன்' என்ற படத்திற்குச் சென்னைக்குக் கூப்பிட்டார். நான் அவரிடம் என் இயலாமையைச் சொன்னேன். அப்படி அந்தப்படம் எனக்கில்லாமலானது. அவருடைய எல்லாப்

படங்களிலும் டப்பிங் பேசிய எனக்கு இந்தப்படம் பேச முடியாமல் போனது வேதனையாயிருந்தது.

மருத்துவமனையில் உணவை வெளியேயிருந்துதான் வாங்கவேண்டும். டாக்டர். வாரியர் சார், 'ஆயுர்வேத மருந்து எடுத்துக்கொள்ளும்போது பத்தியமாய் உணவு சாப்பிடவேண்டும், வீட்டில் சாப்பாடு கொண்டு வர யாருமில்லையா?' என்று கேட்டார்.

வீட்டில் அம்மாவிற்குப் பையனைப் பார்க்க வேண்டும். வட்டியூர்காவிலிருந்து கிழக்குகோட்டை வரை பயணம் செய்யும் ஆரோக்யம் அப்பாவிற்குமில்லை. எப்போதாவது மணி அக்கா சாப்பாடு கொண்டு வருவாள். ஏழு நாட்கள் முடியும்போது தனியாய் படுத்திருக்க முடியவில்லை. மகனைப் பற்றிய ஏக்கம் ஒரு புறம். அவனைக் கொண்டுவந்து காண்பிக்கக்கூட யாருமில்லை. அவர் ஏதோ அலுவலக டூரிலிருந்தார். இதற்கிடையில் காந்திமதி பாலன் ஒரு நாள் வந்திருந்தார். அவர்களுடைய 'தணுத்த வெளுப்பாங்காலத்து' என்ற படத்தில் சுமலதாவுக்காகப் பின்னணி குரல் கொடுக்க அழைத்தார்கள். இந்த அறையில் இப்படியே படுத்திருந்தால் பைத்தியமே பிடித்துவிடும் என்ற நிலைமை. அதனால் சித்ராஞ்சலி ஸ்டுடியோவில் டப்பிங் பேசப் போனேன். டப்பிங் முடிந்து ஐந்து மணிக்குள்ளாகத் திரும்பி வருவேன். இரண்டு நாட்கள் அப்படிப் போனேன். அந்தப் படத்திற்குப் பேசிய பணத்தை வைத்து மருத்துவமனையின் கட்டணம் செலுத்தினேன். அப்போது அடுத்த பிரச்சனை. வீட்டிற்குக் கூட்டிட்டு போக யாருமில்லை. மணி அக்காவைக் கூப்பிட்டேன். அவர்தான் காரெடுத்து வந்து என்னைக் கூட்டிக் கொண்டு போனார். வீட்டில் வேலையாள் இல்லாததால் நானே எல்லாவற்றையும் செய்ய வேண்டும். அவர் சின்ன உதவிகூட செய்யமாட்டார். வேலைக்கு ஆள் போட்டால் சரியாகச் சம்பளம் கொடுக்க மாட்டார். அதனால் யாரும் வேலைக்கு வருவதில்லை. கொஞ்சமும் ஓய்வில்லாமல் வீட்டு வேலையும் டப்பிங்கும் சேர்ந்து பெரிய அவஸ்தையானது. மன

ரீதியாகவும் உடல் ரீதியாகவும் நான் தொய்வடையத் தொடங்கினேன். ஒரு ஆசுவாசத்திற்காகக்கூட பேச அந்த வீட்டில் யாருமில்லை. என் நண்பர்கள் என்று சொல்லிக் கொள்ள எனக்கு இரண்டு பேரிருந்தார்கள். மணி அக்காவும் ராஜி அக்காவும். ஆனால் அவர்களிடம் இதையெல்லாம் சொல்லவும் தயக்கமிருந்தது. சினிமா நண்பர்கள் யாரிடமும் என் துக்கத்தைப் பகிர்ந்து கொள்ளவில்லை. நான் சந்தோஷமாக வாழ்கிறேன் என்றுதான் எல்லோரும் நினைத்திருந்தார்கள். அப்படியே இருக்கட்டுமென்று நானும் தீர்மானித்தேன். இரண்டு கார்கள் வாங்கினோம். ஒரு அம்பாசிடர், ஒரு மாருதி. டப்பிங் போகும்போது அவர் கொண்டு விடுவார். அவருக்கு முடியவில்லையானால் கம்பெனி கார் வரும். என்னுடைய சொந்தக் காரில் போக எனக்கு மிகவும் ஆசையாகயிருந்தது. யோசித்தால் எனக்கு எல்லா சொந்தங்களும் இருக்கின்றன. ஆனால் என்னைப் புரிந்துகொள்ள யாருமில்லை. இப்போது அவசியத்திற்குத் தேவையான சொத்து இருக்கிறது, ஆனால் என் விருப்பத்திற்குப் பயன்படுத்தும் சுதந்திரமில்லை.

சினிமா என்பது சில நேரங்களில் திரும்பிப் பார்க்கக்கூட நேரமிருக்காத துறை. சில நேரங்களில் யாரும் நம்மைத் திரும்பிப் பார்க்கமாட்டார்கள். நாம் நம்முடைய சினிமா வாழ்க்கை முடிந்துவிட்டது என்று நினைத்துவிடுவோம். அந்த மாதிரியான நாட்களில் என் மகனும் செடிகளும் மட்டுமேதான் எனக்கு ஆறுதலாக இருந்தார்கள். அவனும் அந்தப் பருவத்தில் தனிமையை அனுபவித்திருந்தான். அவனுக்கு யாரோடும் நெருக்கமில்லை. நான் மட்டுமே அவனுடைய அம்மாவும் ஸ்நேகிதியுமாக இருந்தேன். அதனாலேயே நான் நாட்கணக்கில் மெட்ராஸில் தங்க வேண்டிய நிர்பந்தம் ஏற்பட்டபோது அவனிடம் தனிமை மிக அடர்த்தியாய் ஒட்டியிருந்தது. அவனுக்கும் அவருக்குமிடையில் அப்பா மகன் என்ற நெருக்கமே இருந்ததில்லை. யாரோ வருகிறார்கள் போகிறார்கள் என்ற நிலைமைதானிருந்தது. இந்த அவஸ்தைக்கிடையில் நான் இரண்டாம்

முறையாக கர்ப்பிணியானேன். அதைக்கூட கவனிக்க எனக்கு நேரமோ மனசோ இல்லாமலிருந்தது. அவரிடமும் வீட்டிலுள்ளவர்களிடமும்கூட நான்கு மாதங்கள் முடிந்தபிறகுதான் சொன்னேன். பிறந்த நாட்கள், திருமணநாட்கள், ஓணம், விஷுப் பண்டிகை என எதுவும் அவருக்குப் பெரிய விஷயமில்லை. ஒரு பரிசோ சந்தோஷ வார்த்தையோ இல்லை. பதினைந்து வருடம் உடன் வாழ்ந்தும்கூட ஒரு நிமிடமும் எனக்காய் அவரிடமிருந்து கசிந்ததில்லை.

## அடுத்த மகனும் முதல் விருதும்

அந்த காலகட்டத்தில் மலையாளத்தில் ஏறக்குறைய எல்லா கதாநாயகிகளின் குரலும் நானாக இருந்தேன். இயக்குனர் பரதன், ஃபாசில், பத்மராஜன், சத்யன் அந்திக்காடு, ப்ரியதர்ஷன், சிபி மலயில், கமல், பாலசந்திரமேனன், ஜோஷி, சித்திக் லால், ராஜசேனன் என மலையாளத்தில் புகழ்பெற்ற எல்லா இயக்குனர்களின் படங்களிலும் பின்னணி பேசிக் கொண்டிருந்த காலம். ஒரு வருடத்தில் 120 படங்களுக்கு மேல் செய்திருக்கிறேன். சினிமாவில் வேலை பார்க்கும் நேரங்களில் மட்டுமே நான் சந்தோஷம் என்பதை உணர்கிறேன். ஸ்டுடியோவிற்குள்ளே மட்டும் என் சந்தோஷம் எனக்காய் காத்திருக்கிறதென்று நான் நினைத்திருந்த நாட்கள். ஆகஸ்டு 17 அன்று எனக்கு இரண்டாவது பிரசவம். 13 ந்தேதி சென்னையிலிருந்து ஒரு ஃபோன் இயக்குனர் கமலின் 'உள்ளடக்கம்' என்ற படத்திற்காக டப் செய்து தர முடியுமாவென்று கேட்டார்கள். 17 ந்தேதி பிரசவ நாள் குறித்திருக்கிறார்கள். நாளை மறுநாள் அட்மிட்டாக சொல்லியிருக்கிறார்கள் என்று எவ்வளவு சொல்லியும் அவர்கள் சம்மதிக்கவில்லை. பிறகு சுரேஷ் பாலாஜி கூப்பிட்டார். ப்ரொடியூசர் மிகவும் நிர்பந்தித்ததால் நான் சம்மதித்தேன். கொஞ்சமும் சிரமப்படுத்தாமல் கமல் சார் என்னிடம் வேலை வாங்கினார். அமலாவும் அங்கே வந்திருந்தாள். அழுகையும் கூச்சலுக்குமான

சத்தமெல்லாம் அமலாவே முடித்துவிடுவாள். டயலாக் மட்டுமே நான் சொல்லுவேன். டப்பிங் முடிக்க இரவானது. கணவர் என்னுடன் வந்திருந்தாலும் லாட்ஜிலேயே இருந்தார். கிளைமாக்ஸ் வந்தபோது அமலா போயிருந்தாள். அதை முழுக்க நானே செய்து கொடுத்தேன். பூங்கொத்து எடுத்து அமலா சோபனா தலையில் அடிக்கும் கடைசி கூக்குரலின்போது எனக்கு அசாதாரணமாக தோன்ற ஆரம்பித்தது. நான் கமல் சாரிடம் சொன்னேன். அவர் முற்றிலும் பயந்துபோனார். ஒரு பெண்கூட என்னுடன் இல்லை. என்ன செய்ய? அவரே ஆனந்தவள்ளியைக் கூப்பிட்டார். அவள் என்னை மருத்துவமனைக்குக் கூட்டிக் கொண்டு போனாள். டாக்டர் அதிர்ந்து போனார். என் முதல் பிரசவத்திற்கு வலி தெரியவில்லை. டிரிப் ஏற்றி வலி வரவழைத்தார்கள் என்று டாக்டரிடம் சொன்னேன். என்ன ஆனாலும் பார்த்துக் கொள்ளலாமென்று அங்கிருந்து நேராக விமான நிலையத்திற்குப் போனோம். பெரிதாய் வயிறு தெரியாததால் நிறைமாதமென்று யாரும் சொல்லமாட்டார்கள், நான் மெலிந்த உருவமாகவுமிருந்தேன். ஒரு தைரியத்துடன் விமானத்தில் ஏறினேன். சென்னையிலிருந்தே டாக்டர் சுபத்ரா நாயரிடம் நேராக அங்கேதான் வருகிறேன் என்று கூப்பிட்டுச் சொல்லியிருந்தேன். இரவு ஒன்பதரை மணிக்கு மருத்துவமனைக்குப் போய் பத்தரைக்குப் பிரசவமானது. டாக்டர் விளையாட்டாக, ‘இவளைக் கட்டிப்போடு, இல்லன்னா இவள் இங்கிருந்துகூட டப்பிங் பேசப் போய்விடுவாள்’ என்று சொன்னார்.

நான் சாயும்போது தாங்கிக் கொள்ள யாருமில்லாததால், எல்லாவற்றையும் சகிக்கக் கூடிய உடல் உறுதியையும் மன அளவிலான பலத்தையும் கடவுள் எனக்குத் தந்திருந்தார்.

மூன்றாம் நாள் வீட்டிற்கு வந்தேன். எப்போதும்போல இருபத்தியெட்டாம் நாள் சடங்கு முடிந்து டப்பிங் பேசப் போனேன். குழந்தையையும் கூட்டிக் கொண்டு போவேன். அந்த வீட்டில் ஒருத்தர்கூட என்னிடம் இப்போது போக வேண்டாமென்றோ,

கொஞ்சம் ஒய்வெடுத்துக் கொள் என்றோ சொன்னவர்களில்லை. எல்லா நேரங்களிலும் என்னைக் கட்டுப்படுத்தவோ அறிவுறுத்தவோ யாராவது இருந்தால் நன்றாகயிருக்குமென்று நான் ஆசைப்பட்டிருக்கிறேன். ஆனால் இங்கே பண விஷயத்தில் மட்டுமே கட்டுப்பாடும் ஆலோசனைகளும் வழங்கப்பட்டன. காசோலைகளில் கையெழுத்திட மட்டுமே நான் பயன்படுத்தப்பட்டேன். அது மட்டுமே என் வேலை. யாரோடும் வாழ்தலின் ருசியைக் கொடுக்கவும் பெறவும் இல்லாத வாழ்க்கைக்கு நான் பழகியிருந்தேன். அதிகமாக இதைப்பற்றி யோசித்தால் நிம்மதி போய்விடும். குடும்ப வாழ்க்கை தாறுமாறாகிவிடும். குடும்ப வாழ்க்கை இல்லையென்றால் சினிமாவிலோ சமூகத்திலோ எனக்கு ஒரு மரியாதையுமிருக்காது என்று நான் நினைத்திருந்தேன். ஏதாவது பிரச்சனை வந்தாலும் நான் யாரிடமும் போய் சொல்வதில்லை. நான் சொந்த பந்தங்கள் யாருமில்லாதவளாயிருந்தேன். இந்தச் சமூகத்தில் இப்படியெல்லாம் நினைத்து அட்ஜஸ்ட் செய்தும் யார் யாருக்காகவோ வாழும் நிறைய பெண்களும் ஆண்களும் இருக்கலாம். சரியாய் சொன்னால் தாம்பத்ய வாழ்க்கை என்பதே பெரிய நடிப்புதான் என்று இந்த ஆறு வருஷத்தில் நான் நன்றாகப் புரிந்து கொண்டேன். எந்த உணர்வையும் வெளிப்படுத்த எனக்கு உரிமையில்லை. கல்யாணம் முடிந்து ஆறு வருஷமானாலும் இரண்டு குழந்தைகளானாலும் ஒருபோதும் என் கணவரிடமிருந்து அன்பின் வெளிப்பாடோ ஒரு வார்த்தையோ ஒரு பார்வையோ கூட என்னிடம் வந்து சேர்ந்ததில்லை.

கொஞ்சம் யோசித்துப் பார்த்தால் யாரிடமிருந்து எனக்கு கிடைத்திருக்கிறது? கருத்து தெரிவதற்கு முன்பே அப்பா இறந்து போயிருந்தார். என்னைப் பேணிக் காக்கவேண்டிய அம்மாவை நான்தான் அம்மாவாய் பார்த்துக்கொண்டேன். அம்மாவும் என்னை விட்டுப் போய்விட்டாள். ஒருபோதும் சகோதர பாசம் என்னவென்று சொல்லிப்புரிய வைக்காமலேயே அண்ணனும் எங்கேயோ போய்விட்டான். உயிரோடிருக்கும் சகோதரிக்கு அன்பை

வெளிப்படுத்த மனமில்லை. இனி கணவனிடமிருந்து மட்டும் எதிர்பார்ப்பது எதற்காக? குடும்பமாய் வாழ வேண்டியது எனக்கான தேவையேயில்லை, அது என் பிள்ளைகளுக்கானதுதான். அவர்களுக்காக நான் எல்லாவற்றையும் சகித்துக் கொள்ள வேண்டும். மகன்கள் இருவரும் நானுமாக எங்கள் உலகம் சுருங்கிப்போனது. இரண்டு பேருக்கும் ஐந்து வயது வித்தியாசம். அதனால் சின்னவனைப் பெரியவன் பார்த்துக் கொள்வான். சிறுநீர் கழித்தால் துணி மாற்றி விடுவான். காஸ் பற்றவைத்து பால் காய்ச்சி பாட்டிலில் ஊற்றிக் கொடுப்பான். அவனுக்குத் தம்பியை மிகவும் பிடிக்கும். சின்னவனை தாத்தாவுக்கு மிகவும் பிடிக்கும். நான் எப்போதும் போல பரபரப்பாகவே இருந்தேன். 1991 ல் எனக்கு முதல் மாநில விருது கிடைத்தது. சின்னவனை கர்ப்பமாயிருக்கும்போது 'உள்ளடக்கம்' என்ற படத்தில் பேசிய டப்பிங்கிற்காக கிடைத்த விருது. அன்றுவரை டப்பிங் ஆர்ட்டிஸ்டைத் தெரியாமலிருந்த கேரளம் டப்பிங் ஆர்ட்டிஸ்டுகளைத் திரும்பிப் பார்க்க ஆரம்பித்தது.

### விரோதமும் குற்றசாட்டும்

இந்த நேரத்தில் அவருடைய நண்பர்களும் தம்பியுமெல்லாம் சேர்ந்து ஒரு சினிமா எடுக்க முடிவெடுத்தார்கள். 'இலையும் முள்ளும்' அன்றுவரை அவர்களுடனிருந்த என்கணவரை எதனாலோ அவர்கள் அந்தப் படத்தில் உட்படுத்தவில்லை. அது அவருக்கு மிகுந்த மனக்காயத்தை ஏற்படுத்தியதென்று நான் புரிந்து கொண்டேன். அவரை ஒதுக்கிவிட்டதில் எனக்கும் கஷ்டமிருந்தது. எப்போதும் ஒன்றாய் இருந்தவர்கள் ஒதுக்கிவிட என்ன காரணமென்று தெரியவில்லை. அவர்களுக்கு அவர்களுக்கான நியாயம் இருக்கலாம். அந்த சினிமாவில் சம்மந்தப்பட்ட நடிகர் நடிகைகளை ஒப்பந்தம் செய்வதும் அவர்களை இங்கே கூப்பிடுவதுமெல்லாம் எங்கள் வீட்டுத் தொலைபேசியின் வழியே நடந்தது. அப்படியாக படம் முடிந்து டப்பிங் வேலைகள் தொடங்கின. பல்லவி ஜோஷியும் சாந்தி

கிருஷ்ணாவும் நடித்திருந்தார்கள். பல்லவிக்காக நான் மோகன் சார் படத்தில் டப் செய்திருந்தேன். ஒரு நாள் அவர் தம்பி என்னிடம் வந்தார். நான் சமையலறையில் தோசை சுட்டுக் கொண்டிருந்தேன். தம்பி உள்ளே வந்து தோசை சாப்பிட்டு கொண்டே என்னிடம் பேசினார்.

''அண்ணி, நம்ம படம் பல்லவி ஜோஷிக்காக டப் செய்யவேண்டும்''

அவ்வளவு அன்யோன்யமாய் அதுவரை அவன் என்னிடம் பேசியதேயில்லை.

''செய்யலாமே''.

''ஆனா பணம் தரமாட்டோம்''

''ஓ...பணமெல்லாம் ஒண்ணும் வேண்டாம், ஆனா நீ ஒண்ணு செய், போய் உங்க அண்ணன்கிட்ட சொல்லு, எங்க படத்தை அண்ணிகிட்ட டப்பிங் பண்ணித் தர சொல்லுங்கன்னு கேளு''

''நான் ஏன் அவர்கிட்ட கேக்கணும்? நான் ஒரு கம்பெனி ஆளாய் பேசுகிறேன். உங்களைக் கூப்பிடும் எல்லா கம்பெனிக்காரர்களும் அவர்கிட்டயா பேசறாங்க? உங்களால இந்தப் படத்துக்கு டப்பிங் பண்ண முடியுமா முடியாதா? அதை மட்டும் சொல்லுங்க''

''நீ ஒரு கம்பெனியோட ஆளா எங்கிட்ட பேசறேன்னுதானே சொல்ற, என்கிட்ட பேச வரும் கம்பெனிக்காரர்கள் சமையலறைக்கு வந்தா பேசறாங்க? நீ வரவேற்பறையில் வந்து உக்கார். நாம அஃபிசியலா பேசலாம்'' நாங்கள் ஹாலில் உட்கார்ந்தோம்.

நான் சம்பிரதாயமாகவே கேட்டேன்.

''என்ன கேரக்டர்? எவ்வளவு பணம் தருவீர்கள்?''

"பணமா? நான் முன்பே சொன்னேனே, நாங்க பணத்துக்கு ரொம்பச் சிரமப்படறோம். பணமெல்லாம் தர முடியாது. நாம ரொம்ப நெருங்கின சொந்தம் இல்லையா? அப்படியாவது எங்களை கன்சிடர் பண்ணலாம் இல்லையா?''

"யாரோட சொந்தம்? என்னோடதில்ல இல்லையா? அதனால்தான் சொன்னேன், என் புருஷங்கிட்ட போய் சொல்லு. அவர் எங்கிட்ட சொன்னா நான் ஒரு ரூபா வாங்காம செஞ்சு தரேன்'' நானும் விட்டுக் கொடுக்கவில்லை.

"ம்... அப்படி யாரோட இரக்கமும் கருணையும் எங்களுக்கு வேண்டாம். நாங்கள் வேற யாரையாவது வச்சு செஞ்சுக்கறோம்'' சொன்னவன் கோபத்துடன் வெளியே போனான். நாங்கள் பேசியதை முழுக்க படுக்கையறையில் உட்கார்ந்து கேட்டுக் கொண்டிருந்தவர் வெளியே வந்து சந்தோஷத்துடன் என்னிடம் சொன்னார்.

"நீ சொன்னது ரொம்பச் சரி''

அந்தப் படத்தை பிறகு ஆனந்தவள்ளி டப் செய்தாள். அவள் சரியாக பணமும் வாங்கினாள். அதன் கோபம் அவருடைய தம்பிக்கு இருந்திருக்க வேண்டும். பின்னால் அவர் நடந்து கொண்ட நடவடிக்கைகளில் காண்பித்துக் கொண்டேயிருந்தார்.

இதற்கிடையில் அப்பாவிற்கு உடல்நலமில்லாமல் போனது. பிள்ளைகள் யாரும் கூட இல்லை. மருத்துவக் கல்லூரி மருத்துவமனைக்கு நான் கூட்டிக்கொண்டு போனேன். பரிசோதனையெல்லாம் முடிந்தது. ஹிரண்யா என்றும் உடனே அறுவை சிகிச்சை செய்யவில்லையென்றால் நிலைமை மிகவும் மோசமாகிவிடும் என்றும் சொன்னதால் அப்போதே சேர்த்துவிட்டு எல்லோருக்கும் தகவல் சொன்னேன். மறுநாளே அறுவை சிகிச்சையும் முடிந்தது. பத்து நாட்கள் மருத்துவமனையில் இருக்க வேண்டும்.

இரவில் அம்மா படுத்துக் கொள்வாள். காலையில் வீட்டில் போய் குளித்து மத்தியானத்திற்கும் இரவிற்கும் சாப்பாடு கொண்டு வருவாள். அதுவரை மருத்துவமனையில் நான் இருப்பேன். அப்போது உலகக் கோப்பை கிரிக்கெட் நடக்கும் நேரம். அப்பா அதைப் பார்க்கவேண்டுமென்று மிகவும் ஆவலோடு இருந்தார். அப்போதுதான் என் கணவர் வந்திருந்தார். நான் அவரிடம் சொல்லி ஒரு சின்ன டி.வி. வாங்கி அறையில் வைத்தேன். அப்பாவை அந்தப் பத்து நாட்களும் நன்றாக கவனித்துக் கொண்டேன் என்ற சுய திருப்தி இருந்தது எனக்கு.

வீட்டில் பிரச்சனைகள் நடக்கும்போதெல்லாம் என் கணவர் எடுக்கும் முடிவுகள் என்னை மிகவும் சோர்வடையச் செய்திருந்தன. கெட்ட வார்த்தைகள் உபயோகிப்பதை நான் மிகவும் வெறுத்தேன். வீட்டில் யாராவது என்னிடம் அப்படி பேசினால்கூட அவர் மௌனமாய் இருந்துவிடுவார். இது என்னை கோபமடையச் செய்தது. பாதுகாப்பாய் நான் இல்லை என்ற உணர்வு எனக்குள்ளே வளர்ந்தது. அவரிடம் கொஞ்ச நஞ்சம் இருந்த மரியாதையும் பல காரணங்களால் எனக்கு இல்லாமல் போனது.

அவருடைய தம்பி சினிமா டப் செய்யாமல் போன காரியத்தில் என்னிடம் விரோத மனப்பான்மையிலிருந்தான். அந்தக் கோபத்தில் கொஞ்சநாள் வெவ்வேறு விதத்தில் சிரமப்படுத்தவும் செய்தான். என் பிள்ளைகளிடம் என்னைப் பற்றி தேவையில்லாததைச் சொல்லிக் கொடுக்கவும் செய்தான். இந்த சந்தர்ப்பங்களில் அவர் கேட்கவில்லை என்று மட்டுமல்ல, அதை ஒரு பெரிய விஷயமாகவே கருதவில்லை. இவையெல்லாம் என்னை மனதளவில் மிகவும் சோர்வடையச் செய்தன. இந்தக் காரணங்களாலும் மேலும் சில பிரத்யேக காரணங்களாலும் நான் அவரிடமிருந்து விலகத் தொடங்கினேன். அவரும் என்னோடு சேர்ந்திருக்க விரும்பவுமில்லை.

## வாழ்க்கையை மாற்றி வைத்த சினிமா

ஸ்டுடியோவிலிருந்து ஸ்டுடியோவிற்கு என் வாழ்க்கை எந்திரத்தனமாக நகர்ந்து கொண்டிருந்தது. அக்காவும் மாமாவும் இங்கே பக்கத்திலேயே வீடெடுத்துத் தங்கினார்கள். எப்போதாவது எங்கள் வீட்டிற்கு வருவார்கள், நானும் போவேன். பழைய மனச் சங்கடங்கள் லேசாக மறையத் தொடங்கின. இரண்டு வருடங்களாக நானும் அவரும் இரண்டு அறைகளில் தனித்தனியாகத்தான் வாழ்கிறோம். அத்தியாவசியமாய் தேவைப்பட்டால் மட்டுமே பேசுவோம். ஒரு நாள் எதிர்பாராத நேரத்தில் அவர் என் அறைக்கு வந்தார். நான் ஒரு படம் எடுக்கப் போகிறேன் என்று என்னிடம் சொன்னார்.

நான் அதிர்ந்து போனேன். கடவுளே, படம் இயக்குவதென்பது அத்தனை சுலபமா? என்ன சொல்வதென்று தெரியாமல் அப்படியே நின்றேன்.

''யார் ப்ரொட்யூசர்?''

''எனக்குத் தெரிந்த ஒருத்தர்''

நான் பயந்தபடி கேட்டேன், ''படம் எடுக்கணுமா, உங்களால் முடியுமா?''

''ம்... அதற்கு நல்ல உதவியாளர் இருந்தால் போதுமே''

பிறகென்ன சொல்ல. ரொம்ப நாட்களுக்குப் பிறகு ஒரு மாலையில் நான் வீட்டிற்கு வந்தபோது ஒரு முதியவர் எங்கள் வீட்டில் உட்கார்ந்திருந்தார். அவர்தான் ப்ரொட்யூசராம். சினிமா எடுப்பதற்கான ஆரம்பம் என்று தெரிந்தது. நான் அதில் தலையிடவில்லை. ஒருநாள் என்னிடம், நாம் ஒரு கதாசிரியனைக் கண்டுபிடிக்க வேண்டும், நீங்களும் எனக்கு உதவணும் என்றார். ரசிதரன் ஆரா' டுவழி

என்பவரை எனக்கு நன்றாகத் தெரியும். அன்றைக்கு அவர் செய்த அத்தனை படங்களையும் நான் டப்பிங் செய்திருக்கிறேன். **'யோத்தா, அயலத்தே அத்யஹம், வார்த்தக்ய புராணம்'** என நிறைய படங்கள். எல்லாமே வெற்றிப் படங்கள். நான் கணவரையும் கூட்டிக் கொண்டு கதாசிரியரின் வீட்டிற்குப் போய் எல்லாம் சொன்னேன். அவரும் சம்மதித்தார். என் வேலை முடிந்துவிட்டது என்று நான் நிம்மதியானேன். இல்லை தொடங்கித்தானிருந்தது. பிறகு நடிகர்கள், கேமரா, இசை, இணை இயக்கம் என்ன சொல்ல, லேப் வரை நானே ஏற்பாடு செய்தேன். அன்று என் பெயரில் ஒரு தொலைக்காட்சி ப்ரொடக்ஷன் கம்பெனியிருந்தது. 'பனோரா விஷன்' என்று தூர்தர்ஷனில் நிறைய நேர்காணல்கள் செய்திருந்தேன். அதன் பெயரிலேயே இந்த சினிமாவையும் கொண்டு வந்தோம்.

ஒரு பேருக்காக மட்டுமே நம் கம்பெனி, பணமெல்லாம் அவங்க செலவு பண்ணுவாங்க, வேறு சட்டச் சிக்கல்கள் ஒன்றும் இருக்காது என்றெல்லாம் சொல்லி என்னைச் சம்மதிக்க வைத்தார். திலீப், மஞ்சு வாரியர் என்று முதலில் தீர்மானித்தார். பிறகு என்ன காரணத்தாலோ அவர்கள் விலகிக் கொண்டார்கள். நான் அதில் தலையிடவேயில்லை. நடிகர் மனோஜ் கே.ஜெயன் என்று, பிறகு யாரோ சொன்னார்கள். பிறகு அதுவும் மாறியது. அன்று நான் சொன்னேன். இப்படி ஒவ்வொரு ஆர்ட்டிஸ்டுகளும் மாறும் நிலையில் இந்தப் படம் செய்ய வேண்டுமா? அவர் ஒன்றையும் கேட்கும் மனதோடில்லை. கடைசியில் ஜெகதீஷ் என்று முடிவானது. நடிகர்கள் இன்னொசன்ட், நெடுமுடி, லலிதா அக்கா, திலகன் சேட்டன் என எல்லோரையும் நானே புக் செய்து கொடுத்தேன். சென்னை ஏ.வி.எம். ஸ்டுடியோவில் பூஜையும் போட்டாயிற்று. சோபனாவும் பானுப்ரியாவும் ப்ரியனும் சத்யா அண்ணனும் வந்திருந்தார்கள். படம் தொடங்குவதற்கு முன்பு விநியோகஸ்தர்களைப் பார்க்கவேண்டாமா? அதற்கும் என் உதவி தேவைப்பட்டது. இந்தத் திரை உலகில் எனக்கு உதவ நிறைய பேர் இருக்கிறார்கள். நான் கேட்டுக் கொண்டால் யாரும் என்னை நிராகரிக்க

மாட்டார்கள் என்ற நம்பிக்கை எனக்கு இருக்கிறது. ஆனாலும் அவருடைய இந்த சினிமா ஏற்பாடுகள் எங்கள் வாழ்க்கையைத் தகர்த்துவிடுமோ என்ற பயம் எனக்குக் கனல் மாதிரி தகித்துக் கொண்டிருந்தது.

எனக்குக் குடும்பமாக வாழ வேண்டும். அதற்குப் பொருளாதாரம் அத்தியாவசியமானது. ஒரு எல்லைக்கு அப்பாற்பட்ட பெயரோ பொருளோ எனக்குத் தேவையில்லை, விரும்பவுமில்லை. எந்தப் புகழும் தேவையுமில்லை. ஆனால் இதெல்லாம் அவருக்குத் தேவைப்படுகிறது. அதற்காக கடினமாக உழைக்கவும் தயாராகயில்லை என்பதுதான் அவர் பற்றிய அபிப்பிராயம். அதுதான் என் பயமே. கடின உழைப்பு செலுத்துபவர்களுக்கு மட்டுமே பணமும் புகழும் வேண்டுமென்று ஆசைப்படும் அருகதையிருக்கிறது. இல்லையென்றால் கிடைப்பது கைவிட்டு போய்விட அதிக நாட்கள் தேவைப்படாது. மனிதனுக்கு வாழ கோடிகள் வேண்டாம். நிம்மதியும் சந்தோஷமும் கடின உழைப்பு செலுத்தும் மனதும் மட்டுமே போதுமென்று இப்போதும் நான் நம்புகிறேன். இவ்வளவு படங்களில் வேலை பார்த்துச் சம்பாதிக்கும்போதும் நகைகள் வாங்கவோ, ஆடம்பரப்பொருட்கள் வாங்கவோ சொத்து சேர்க்கவோ நான் விரும்பியவளில்லை. நிம்மதியும் சந்தோஷமும் ஒருபோதும் எனக்கு அந்த வீட்டிலிருந்து கிடைத்ததேயில்லை. அவரோடு வாழ்ந்த இந்தப் பதினைந்து வருடங்களும் இந்த மன உளைச்சலைத் தாங்க முடியாமல் நான் தவித்திருக்கிறேன்.

ஸ்ரீகுமாரன் தம்பி சார் என் கணவருக்கு புத்திமதி சொன்னார். தம்பி சார் ஜாதகம் பார்த்து சொல்லும் பழக்கம் உடையவராதலால் அவர் அதையும் பார்த்தார். இந்தப் படம் ஜெயிக்காது, அதற்கு வாய்ப்பில்லை. நீங்கள் ரொம்ப கஷ்ட நிலைமைக்குப் போய்விடுவீர்கள். பாக்யலஷ்மிக்கு ஒருபோதும் உங்களால் மட்டுமல்ல எந்த ஆணாலும் ஒரு பிரயோஜனமும் இல்லை. அவங்க

மரணம் வரைக்கும் அவங்களோட சொந்த உழைப்பில மட்டுமே வாழ விதிக்கப்பட்ட பெண் என்றும் சொன்னார். ஆனால் கணவர் அது எதையும் கேட்கத் தயாராகயில்லை. அது மட்டுமல்ல வீட்டில் அதிபயங்கரமான மனநிலை வாய்த்தது. அவர் ஏதோ மனநிலை பிழன்றது போலிருந்தார். எல்லாவற்றையும் தூக்கிப் போட்டு உடைப்பார். குழந்தைகளைக் காரணமேயில்லாமல் அடிப்பது என நரகமானது வாழ்க்கை. முடிவில் அவர் தன் கடைசி ஆயுதத்தைக் கையிலெடுத்தார். இந்த அக்ரிமென்ட்டில் கையெழுத்திட உங்களுக்கு விருப்பமில்லையென்றால் நாம் பிரிஞ்சிடலாம் என்று அவர் சொன்னதைக் கேட்டு நான் நடுங்கிப் போனேன்.

நான் எங்கே போவேன்? எனக்கு யார் இருக்கிறார்கள்? ஓடிப்போய் அப்பாவிடம் சொன்னேன். "பிரியறதானா பிரியச் சொல் லஷ்மி, நான் பாத்துக்கறேம்மா உன்னையும் பிள்ளைகளையும். எனக்குப் பென்ஷன் வருகிறது" மனம் நொந்து அப்பா சொன்னார்.

என்ன செய்வதென்று தெரியாமல் எப்போதும் கையும் காலும் நடுங்குகிறது. சாப்பாடும் தூக்கமும் இல்லை. கடைசியில் நான் சம்மதித்தேன். வெள்ளிக்கிழமை ராகுகாலத்திற்கு முன்பு கையெழுத்திட முடிவானது. கையெழுத்திடும் நாளன்று நான், என்னை இதிலிருந்து விடுதலை செய்ய வேண்டுமென்று காலில் விழுந்து அழுதேன். இந்த சம்பவங்களுக்கெல்லாம் சாட்சிகள் இரண்டுபேர் இருந்தார்கள். அவர்கள் இரண்டுபேரும் இன்று உயிரோடில்லை. அவருடைய அப்பாவும் சசிதரன் ஆராட்டுவழியும். அப்படி கையெழுத்திட்டேன். ஒப்பந்தத்தின் ஒரு சாட்சி சசிதரன் ஆராட்டுவழி. படப்பிடிப்பு தொடங்கியது.

படப்பிடிப்பில் நிறைய பிரச்சனைகள் ஏற்பட்டது. நான் அந்தப்பக்கம் திரும்பிப் பார்க்கவேயில்லை. ஒரு நாள் மிகவும் வற்புறுத்தியதால் தலை காண்பித்துவிட்டு திரும்பி வந்தேன். அவருடைய சினிமா அனுபவமின்மைக்கு நடுவில் மிக அதிக

பிரச்சனைகளுடன் சினிமா முடிந்தது. படத்தின் ரஷ் பார்த்து நான் உடைந்து போனேன். அப்போதே இந்தப் படம் ஓடாதென்று எனக்குப் புரிந்தது. இதற்கிடையில் மீண்டும் முதுகுவலி காரணமாக நான் மருத்துவமனையில் அனுமதிக்கப்பட்டேன். படம் டப்பிங் தொடங்கியிருந்தது. திலகன் அண்ணன் மட்டும்தான் இனி டப்பிங் பேச வேண்டும். அவருக்குக் கொஞ்சம் பணம் கொடுக்க வேண்டியது பாக்கியிருந்தது. இனி நான் போய் பேசினால்தான் அது நடக்கும். நான் மருத்துவமனையிலிருந்து வந்த இரண்டு நாட்களில் திலகன் அண்ணன் டப்பிங் பேச வந்தார். அவருக்குக் கொடுக்க பணமில்லை. டப்பிங் முடியுமுன்னே நானும் அவரும் திலகன் அண்ணனும் ஒரு அறையில் உட்கார்ந்து பேசிக் கொண்டிருந்தோம். ஒரு மேசையின் இந்தப் பக்கமும் அந்தப் பக்கமும் உட்கார்ந்து எங்கள் பணக் கஷ்டம் பற்றிப் பேசினோம். கடைசியில் நான் அண்ணனிடம், தர வேண்டிய பணம் எப்படியும் தந்துவிடுவோம். டப்பிங் முடித்துத் தரவேண்டுமென்று கேட்டுக் கொண்டேன். 'நீ நல்ல கலாகாரிதானே, உன்னை நான் மிகவும் மதிக்கிறேன். உனக்காக நான் இந்தப் படத்திற்கு பணம் வாங்கலம்மா' என்று கை குலுக்கி விடைபெற்று அந்தப் படத்தை முடித்துக் கொடுத்தார்.

நாங்கள் வீட்டிற்குத் திரும்பி வந்தவுடன், அவர் என் கன்னத்தில் பளீரென அடித்தார். எதற்காக அவனிடம் கை குடுத்தே, அதுவும் என் முன்னால அப்பிடி செய்வியா?

"அவ்வளவு ரோஷம் இருந்தா, நீங்க என்ன வச்சு அவர்கிட்ட பேசியிருக்கக் கூடாது"

எனக்கும் கோபம் தாங்கவில்லை, அதன்பிறகு எப்போதும்போல நாங்கள் பேசிக் கொள்ளவேயில்லை.

## அவர் படத்தின் வீழ்ச்சி... வாழ்க்கையுடையதும்

சினிமா வெளிவந்தது. முதல் நாளே படம் சரியாக ஓடவில்லை. தியேட்டகாரர்கள் தவிர்க்க முடியாமல் ஒரு வாரம் ஓட்டினார்கள். இதுநாள் வரை நானோ என் பிள்ளைகளோ, ஏன் அவர் வீட்டில் யாரும் அந்த படத்தைப் பார்க்கவில்லை. ஒரு வாரம் முடிந்து விநியோகஸ்தர்கள் நஷ்ட கணக்கையும் எடுத்துக்கொண்டு வந்தார்கள். அவர்களுக்குப் பெரிய நஷ்டம். கேரளா முழுவதும் படம் ஓடி பத்து லட்சம்தான் வசூலானது. பாக்கிப் பணத்திற்காக இருபத்திஐந்து லட்சம் முதலீடு செய்த தயாரிப்பாளர் தினமும் வீட்டிற்கு வந்து ரகளை செய்ய ஆரம்பித்தார்.

அவருக்கு இதைப் பற்றிய எந்தக் கூச்சமுமில்லை. விநியோகஸ்தரிடம் கேஸ் கொடுங்க, இல்லன்னா அடுத்த படம் எடுக்கும்போது விநியோகத்திற்கு உங்களிடமே தருகிறேன் என்றும் சொன்னார். இந்த ஆளுக்குப் பைத்தியமா என்ன என்று அவர்கள் என்னிடம் கேட்டார்கள். சினிமான்னா ஜெயிக்கும் தோற்கும். இதெல்லாம் சாதாரணம்தான் என்று தயாரிப்பாளரிடம் சொல்வார். இந்த மூன்று பேருக்கு நடுவில் நான்தான் நரகம் அனுபவித்தேன். ஒரு நாள் தற்கொலைக்குக் கூட முயற்சித்தேன். அப்பாதான் கண்டுபிடித்து காப்பாற்றினார். வீடு விற்றுக் கொடுக்கவேண்டியவற்றை எல்லாம் கொடுத்துவிடலாம் என்று சொல்லிப்பார்த்தேன்.

ஒரு நாள் இவர்களில் யாரோ கம்ப்ளெயிண்ட் கொடுத்து போலீஸ் வீட்டிற்கு வந்தது. கணவர் அறைக்குள் போய் கதவைச் சாத்திக் கொண்டார். என்னவெல்லாமோ சொல்லி நான் போலீஸை அனுப்பினேன். அப்படியாக இந்த வீட்டின் நிம்மதி பறிபோனது. ஆனாலும் யாரிடமும் ஒன்றும் சொல்லாமல் எல்லாவற்றையும் உள்ளே ஒதுக்கி மிதித்து வாழ்ந்தேன்.

அந்த வீட்டில் அப்பா மட்டும்தான் என் பெரிய ஆசுவாசம். அக்காவும் மாமாவும் பையனும் எப்போதாவது வருவார்கள். ஆனால் இந்த மன அவஸ்தையை அவர்களாலும் பார்த்துக்கொண்டு மட்டுமேயிருக்க முடிந்தது. சண்டையும் சச்சரவுகளும் பிரச்சனைகளுமாக வாழ்க்கை, நாட்களைக் கடத்திக் கொண்டிருந்தன. சந்தோஷப்பட இரண்டு பிள்ளைகளும் என் தொழிலும் மட்டுமே எனக்குச் சிறு தூறலாயிருந்தார்கள்.

## மிகப் பெரிய நஷ்டம்

அப்பாவின் உதவியோடு நான் ஒரு வங்கிக் கணக்கைத் துவங்கியிருந்தேன். அவருக்குத் தெரியாமல் ரகசியமாகக் கொஞ்சம் பணம் சேர்க்க அப்பா காண்பித்த வழிதான் அது. அக்கௌண்ட் புக், செக் புக்கெல்லாம் அப்பாதான் பத்திரப்படுத்தியிருந்தார். ஒரு துரதிஷ்டமான, கொஞ்சமும் எதிர்பாராத நாளில் அப்பா இறந்தார். என் தலையில் வானம் இடிந்து விழுந்து நொறுங்கியது போலானது. எனக்கிருந்த ஒரே நிழலாயிருந்தார் அப்பா. அதுவும் இல்லாமலானபோது வாழ்க்கை சூன்யமானது.

பால்யத்தில் நஷ்டப்பட்டுபோன பாதுகாப்பும் அன்புமெல்லாம் கிடைக்குமென்று நம்பித்தான் திருமண பந்தத்துக்குள் நான் என்னைப் புகுத்திக் கொண்டேன். திருமணம் முடிந்தபிறகு வேலை செய்ய வேண்டுமென்று விரும்பியவளில்லை. நிம்மதியாகக் குடும்ப வாழ்க்கையில் திளைத்திருக்க வேண்டுமென நினைத்தவள். ஆனால் இதெல்லாம் எனக்குக் கிடைக்கவில்லை என்பது மட்டுமல்ல, நான் மேலும் மேலும் தனிமைப்படுத்தப்பட்டேன். இந்தத் தனிமையிலும் அப்பா எனக்குக் கொஞ்சம் ஆறுதலாயிருந்தார். அதனாலேயே இந்த அன்பு இல்லாமலாகிவிடுமோ என்று ஒரு பீதி தொடக்கத்திலிருந்து அப்பாவின் மரணம் வரை என்னில் படர்ந்திருந்தது.

இப்போதும் எனக்கு நியாபகமிருக்கிறது. நான் முதன்முதலாய் கல்யாணத்திற்கு மறுநாள் காலையில் நாங்கள் தங்கியிருந்த அவுட் ஹவுஸிலிருந்து குடும்ப வீட்டிற்கு வரும்போது அப்பா ஒரு அறையில் தனியாக உட்கார்ந்திருந்தார். நான் பக்கத்தில் போனாலும் அப்பா என்னை கவனிக்கவேயில்லை. நான் நெருங்க முயலும் போதெல்லாம் இப்படியாகத் தானிருந்தது அவருடைய அணுகுமுறை. பிறகுதான் அப்பாவுக்கும் கணவருக்கும் நல்ல உறவுமுறை இல்லையென்று புரிந்தது. அப்போது இயல்பாகவே என்னையும் பிடிக்காதில்லையா?

முதலில் நெருக்கமின்மையோடிருந்தாலும் மெல்ல மெல்ல அப்பா என்னைப் புரிந்து கொண்டார். பிறகு நாங்கள் வழுதக்காடு வீட்டில் வாழ ஆரம்பித்தபோது குழந்தையைப் பார்க்கவேண்டி அடிக்கடி வர ஆரம்பித்தார். வரும்போதெல்லாம் நான் அப்பாவுக்குப் பிடித்தமான சாப்பாடு செய்து கொடுக்கவும், பேசிக் கொண்டிருக்கவுமாக இருந்தேன். அப்படி எனக்குக் கிடைக்காமல் போன அப்பாவின் அன்பை நான் வளர்த்தெடுத்தேன், அப்பாவின் கட்டாயத்தின் பேரில் நாங்கள் குடும்ப வீட்டிற்கு பக்கத்திலேயே வீடு கட்ட வேண்டுமென்று தீர்மானித்தோம். வீட்டு வேலைகளின் நேரத்தில் அதைப் பற்றியெல்லாம் பேசவும் அப்பாவின் அபிப்ராயங்களுக்கு மதிப்பும் கொடுத்தபோது அவர் மிகவும் மகிழ்ச்சியாகயிருந்தார். பிறகு புதிய வீட்டில் குடியேறியபோது நான் வீட்டிலிருக்கும் போதெல்லாம் அவர் எங்கள் வீட்டிற்கு வருவதும் சாப்பிடுவதும் வழக்கமானது. நாங்கள் ஒன்றாய் சங்குமுகம் தேவி கோவிலுக்கும் கடற்கரைக்கும் போவோம். இப்படி அப்பாவுடன் மிகவும் நெருக்கம் வந்த நாட்களில்தான் கணவருடனான என் பிரச்சனைகளை எல்லாம் அப்பாவுடன் பகிர்ந்து கொள்ளலாம் என்ற நிலை ஏற்பட்டது. அப்படி நான் எல்லாவற்றையும் சொன்னேன், அபபா எல்லாவற்றையும் கேட்பார். அதற்குப்பிறகு அப்பா நான் வீட்டிலிருக்கும்போது எங்களோடு இருக்க ஆரம்பித்தார். அவருடைய மூத்த மகள் பத்மம் அக்காவிற்குப் பிறகு அவருக்கு என்னைத்தான் மிகவும் பிடித்திருந்தது.

நடுவில் மெட்ராஸ் போகும்போது அப்பாவிற்கு ஏதாவது வாங்கிட்டு வரட்டுமா என்று கேட்டால் ஆச்சர்யப்படுவார். அதுவரைக்கும் அப்பாவிடம் யாரும் அப்படி கேட்டதில்லை. அந்த வீடு வேறொரு உலகத்திலிருந்தது. யாருக்கும் யாரோடும் பிணைப்பில்லாத உலகம். அங்கே அப்பா மிகவும் தனிமைப்பட்டவராய் வாழ்ந்திருந்தார். நானும் அதே அவஸ்தையிலிருந்தேன். நான் முடியாமல் படுத்திருந்தாலோ அழுதாலோ என்ன ஆச்சு என்றுகூட கணவர் கேட்காமல் இருக்கும் நிலையில், என்ன லஷ்மி முடியலயா? டாக்டர்ட்ட போலாமா? ஏதாவது சாப்பிட்டியா? ஏம்மா அழறே? என்றெல்லாம் விசாரிக்கும்போது அது எனக்கு மிகுந்த ஆறுதலைத் தந்தது. அப்பாவைப் பற்றி நினைக்கும்போது கண்கள் நனைவதை உணர்கிறேன்.

மெட்ராஸில் பொன்னி அரிசிதான் பயன்படுத்திருந்தேன். இங்கே திருவனந்தபுரத்தில் சம்பா அரிசி. பொன்னி அரிசி பழகியிருந்த எனக்கு சம்பா அரிசியின் ருசி பிடிக்காமலிருந்தது. இதைப் புரிந்து கொண்ட அப்பா நிலத்தில் ஒரு துண்டு பொன்னி அரிசி நடவு நட்டார். 'இந்த முறை லஷ்மிக்காக பொன்னி நெல் நட்டிருக்கேம்மா' என்று அவர் சொல்லும்போது சத்தியமாய் என்னைப் பெற்ற அப்பாவைப் பார்ப்பது போலவே உணர்ந்தேன். அது போலவே எனக்குப் பால் குடிப்பதற்காக பசுவை வாங்கவும், நான் பிரசவமாகிப் படுத்திருக்கும்போது சாப்பிட வேண்டிய மருந்துகளையெல்லாம் தேடிப்பிடித்து வாங்கிக் கொண்டும் வருவார் அப்பா. இந்த அன்பைப் பார்க்கும்போதெல்லாம் இதெனக்கு இல்லாமலாகி விடுமோவென பயந்தேன்.

2000 பிப்ரவரி 2 ந்தேதி அப்பா இறந்தார். அன்று நான் பக்கத்திலிருக்கும் நண்பரின் சஷ்டியப்த பூர்த்தி விழாவிற்குப் போயிருந்தேன். நான் அங்கேயிருக்கும்போது என் மகன் வந்து, தாத்தாவிற்கு ரொம்ப முடியல, அம்மாவை வரச்சொன்னாங்க என்று சொல்கிறான். பதைத்துப்போய் நான் ஓடி வந்து பார்க்கும்போது

அப்பா மூச்சுவிட மிகவும் சிரமப்பட்டுக் கொண்டிருந்தார். வீட்டிலேயே சீக்கிரமாகச் சிகிச்சை தொடங்கப்பட்டது. அதற்கு முன் நாட்களில் அப்பாவிற்கு மருந்து கொடுக்கவும் ஹிரண்யா அறுவை சிகிச்சை முடிந்தபோதும் நான்தான் கவனித்திருந்தேன். அதனால் அப்பாவின் மருந்து பற்றி எனக்கு நன்றாகத் தெரிந்திருந்தது. ஊசி போட்டவுடன் கொஞ்சம் ஆசுவாசப்பட்டாரானாலும் அப்பாவுக்குச் சுடுதண்ணீரும் டீயும் கொடுத்து நான் பக்கத்திலேயே இருந்தேன். விளக்கு வைப்பதற்காக நடுவில் வீட்டிற்குப் போன நேரத்தில்தான் மீண்டும் அவருக்கு உடல்நிலை மோசமானது. அது தெரிந்து மீண்டும் ஓடினேன். அப்பா மூச்சு விடமுடியாமல் துடித்துக் கொண்டிருந்தார். நான் அப்பா என்று கூப்பிட்டபோது என்னைப் பார்த்து ஏதோ சொல்ல முயன்றார். பிள்ளைகள் இருவரும் பக்கத்தில் நின்று அழுது கொண்டிருந்தார்கள். அவர்களையும் என்னையும் மாறி மாறிப் பார்த்து ஏதோ சொல்ல நினைத்தார்.

நான் சட்டென அப்பாவை என் மடியில் தூக்கி நெஞ்சில் சாய்த்து படுக்க வைத்தேன், கணவனோ, அக்காவோ, தம்பியோ யாரும் வரவில்லை. அப்பாவிற்கு மூச்சிரைப்பு கூடியது. வீட்டில் நானும் பிள்ளைகளும் அம்மாவும் மட்டுமேயிருந்தோம். அம்மா பயந்து விலகிப் போய் நின்றிருந்தாள். எனக்கு அப்போது கார் ஓட்டத் தெரியாது. யாரைக் கூப்பிட என்ன செய்யவென்று புரியவில்லை. அப்பாவின் கண்களிரண்டும் மேலே மேலே சொருக ஆரம்பித்தன. என்னவோ பேச முயல்கிறார். நாக்கு மேலெழவில்லை, கண்களிலிருந்து கண்ணீர் வழிய ஆரம்பிக்கிறது. அதொரு மரணத் துடிப்பாக இருந்தது. என் பிள்ளைகள் சத்தமிட்டு அழ ஆரம்பித்தார்கள். ' செத்து போகாதீங்க தாத்தா, செத்து போகாதீங்க தாத்தா ' என்று சிறியவன் கத்துகிறான். பககத்து வீட்டு டிரைவர் ஓடி வருவதற்குள் நானும் பிள்ளைகளும் கொஞ்சம் தண்ணீர் கொடுத்தோம். தண்ணீர் கொடுப்பதற்கிடையில் எதையோ என்னிடம் சொல்ல நினைத்தார். என்னங்கப்பா என்று நான் கேட்பதற்குள் அப்பா அசைவற்றுப்

போயிருந்தார். வாய் திறந்து கண்ணை விழித்துப் பார்த்து என் நெஞ்சில் சாய்ந்து என்னைப் பார்ப்பது போல விழுந்திருந்தார். அப்பா நிச்சலனமாயிருந்தார். நான் மயங்கியிருப்பாரோ என்று நினைத்தேன். பக்கத்து வீட்டு நர்ஸ் பல்ஸ் பார்த்துவிட்டு 'முடிந்தது லஷ்மி' என்று சொன்னாள். அப்பா இறந்திருந்தார். நர்ஸ் அதைச் சொல்ல முற்படும்போது நான் தடுத்தேன். 'இல்ல அப்பாவோட நினைவு தப்பிப் போயிருக்கலாம், நாம ஆஸ்பத்திரிக்குக் கொண்டு போலாம் என்று சொன்னேன். பக்கத்திலிருக்கும் ஆஸ்பத்திரிக்குக் கொண்டு போனாலும் அவர்களும் அதையே சொன்னார்கள். நான் அதைச் சம்மதிக்கவில்லை. மீண்டும் இன்னொரு மருத்துவமனைக்குக் கூட்டிக் கொண்டு போனேன். என் மனசு எதனாலோ அந்த யதார்த்தத்துக்கு முன்னால் கீழடங்க மறுத்தது. நான் என்னைப்பற்றி மட்டுமே யோசிக்கிறேனோ? அப்பாவின் மரணம் என்பதைவிடவும் அது என் தனிப்பட்ட இழப்பு என நான் கருதிவிட்டேனோ? அதனால்தானோ என்னவோ நான் அதை அங்கீகரிக்க மறுக்கிறேனோ? கடைசியாக வீட்டிற்குத் திரும்பி வந்தவுடன் கணவர், சகோதரி, சகோதரர்களையும் கூப்பிட்டுச் சொன்னேன். வீட்டில் வேண்டியதையெல்லாம் செய்தேன். எனக்கு ஏனோ அழுகை வரவில்லை. என் அம்மா இறந்தபோதும், பெரியம்மா இறந்தபோதும் தோன்றிய அதே உணர்வற்ற அவஸ்தை. ஆறு மணிவரை என்னோடு பேசிக் கொண்டிருந்த மனிதன் இறந்துபோவதா? ஒரு விதமாக நான் மரத்துப் போயிருந்தேன். இப்படியெல்லாம்கூட மரணம் வருமா? ஆட்கள் வந்து போய்க் கொண்டிருந்தார்கள். மனசு முழுக்க அப்பாவுடன் மாலைகளில் உட்கார்ந்து பேசிய நினைவுகளில் இருந்தன. அடக்கம் முடிந்து எல்லோரும் போனார்கள். தனியாக ஒரு அறையில் உட்கார்ந்தபோதுதான் கடவுளே, இந்த வீட்டின் ஒரே சுமைதாங்கி எனக்கு இல்லாமலாகியிருந்த வெற்றிடம் துருத்தி நின்றதை அதிகமாய் உணர முடிந்தது. இனி யாரிடம் போய் என் வேதனையைச் சொல்வேன்? இனி யார் இருக்கிறார்கள் என்னைச் சமாதானப்படுத்த?

முழுவதுமாக நான் தனியானேன். எதற்காக என்னை நேசிப்பவர்களையெல்லாம் என்னிலிருந்து மாற்றி நிறுத்துகிறார் கடவுள் என்று புரியவில்லை. இதுவரை உள்ள என் வாழ்க்கையில் இறந்த ஒரு மனிதருக்காக ஒருபோதும் அழாத மாதிரி நான் கூக்குரலிட்டு அழுதேன்.

மிலிட்டிரியில் லெஃப்டினெட் கர்னலாகயிருந்தார் அப்பா கிருஷ்ணன் நாயர். ஒரு ஒழுங்கை எப்போதும் வாழ்க்கையில் கடைப்பிடித்திருந்தார். ஒழுங்கின்மையோடு பொருந்திப் போகாமல் போனதாலோ என்னவோ அப்பா இந்த வீட்டில் தனித்திருந்தார்! நான் டிரைவிங் கற்றுக் கொள்ள வேண்டுமென்று அப்பாதான் மிகவும் கட்டாயப்படுத்தினார். ஒரு முறை கார் மோதி அழுது கொண்டே வீட்டிற்கு வந்தபோது அப்பா கேலி செய்தார். சின்ன குழந்தையாக பாவித்து என்னை சமாதானப்படுத்தினார். வண்டின்னா இப்படித்தான் எங்கயாவது இடிக்கும். அதற்காக வேதனைப்பட்டால் எப்படி? இது மாதிரியெல்லாம் இடிச்சுதான் கத்துக்கணும் என்பார். இப்போதும் நான் கார் ஓட்டும்போது அப்பாவை நினைத்துக் கொள்வேன். தனியாக வண்டி எடுக்கும்போதெல்லாம் அப்பா சொல்வார் - start early, drive slowly reach safely - அப்பாவின் உடனிருந்த 15 வருடமும் நான் ஒரு மகளாகவேயிருந்தேன். இப்போதும் அப்பா இருந்திருந்தால் நான் அந்த வீட்டை விட்டு வெளியேற நேர்ந்திருக்காது. எல்லாப் பிரச்சனைகளுக்கும் அவர் சுலபமாய் தீர்வு சொல்லியிருப்பார். இன்றைக்கு பாக்யலஷ்மியை சமூகம் அங்கீகரிக்கும்போதும் அன்பு செலுத்தும்போதும் அப்பா எந்த எதிர்பார்ப்புமில்லாமல் அங்கேயிருந்து சந்தோஷப்படுவார்.

### வாழ்வின் மூன்றாம் கட்டம்

அந்த வீட்டில் என் வாழ்க்கை மேலும் மேலும் நரகமானது. எல்லாவற்றையும் சகித்துக் கொண்டேன். யாரோடும் ஒன்றும் சொல்லாமல், வெளியே காண்பித்துக் கொள்ளாமல் நான் நன்றாக

வாழ்கிறேன் என்று சொல்லிக்கொள்ள அற்புதமாக நடிக்க முயன்றேன். ஒரு எல்லைக்கு மேல் அதிகமாக அந்த நடிப்பை முன்செலுத்திக் கொண்டு போக முடியவில்லை.

பிரச்சனைகள் சிக்கலாகத் தொடங்கியபோது, அப்பா இல்லாத வெற்றிடத்தை மகன் முழுக்க தனக்கு சாதகமாக்கிக் கொண்டு ருத்ரதாண்டவம் ஆட ஆரம்பித்தார்.

இந்த வீட்டில் இருக்கவேண்டாம். இங்கேயிருந்து போய்விடலாம் என்று மகன் அடிக்கடி சொல்ல ஆரம்பித்தான். வாழ்க்கையில் பல கஷ்டங்கள் இருக்கலாம், அதைச் சந்திக்க வேண்டும், அதைப் பார்த்து ஒளிந்து கொள்ள வேண்டாம் என்று நான் சொன்னாலும், இல்லன்னா நான் எங்காவது போய்விடுவேன் என்று சொல்ல ஆரம்பித்தான். அது என்னை மிகவும் வேதனைப்படுத்தவும் பயப்படவும் வைத்தது. ஏனென்றால் ஒருமுறை என் அண்ணன் உண்ணியும் இதையேதான் என்னிடம் சொன்னான். அன்று அதைப் பெரிய விஷயமாக எடுக்காமல் போனதால் இன்று என்னுடன் அவனில்லை. அது போல என் மகனும் போய்விட்டால் எனக்கு யார் இருக்கிறார்கள்? அந்தச் சூழலில் நான் என் பிள்ளைகளை இழக்க விரும்பவில்லை. அவர்கள்தான் எனக்கு எல்லாமுமாக இருந்தார்கள். குடும்ப வாழ்க்கைக்கு முக்கியத்துவம் கொடுத்து பிள்ளைகளை இழந்து விடுவேனோ, பின்னாட்களில் இவருடைய குணம் எப்படி மாறும் என்ற பயத்தில் எந்தவொரு தீர்மானமும் எடுக்க முடியாமல் உழன்றேன். என்னை அவமானப்படுத்தும் விதமான பேச்சும் நடத்தையும் கணவனிடமிருந்து அதிகமாய் வெளிப்பட்டது. அவருடைய சொத்தில் எனக்கு எந்தவொரு உரிமையும் இல்லையென்று அவர் அறிவித்தார். பாதுகாப்பற்ற வாழ்வு. என்னால் இதெல்லாம் சகிக்க முடியவில்லை என்றெல்லாம் அக்காவின் கணவரிடம் நான் சொல்லியும் பிரயோஜனமில்லை.

ஒரு பெண்ணின் பிறவியையும் ஆளுமையையும் அவமானப்படுத்தும் ஒரு சம்பவம் நடந்த நாள். இதற்குமேல் கெட்ட வார்த்தைகள் கேட்க முடியவில்லை என்று முடிவான நாள். என் பிள்ளைகளின் மனநிலை சிதறத் துவங்கிய நாள். இந்த வீட்டில் ஒரு உரிமையும் உனக்கில்லை என்று சொன்ன நாளில் நான் அங்கிருந்து வெளியேறினேன். இனி என்னை சமாதானப்படுத்தி வாழவைக்க இங்கே யாருமில்லை. நான் வெளியே போனாலும் யாருக்கும் எந்த வருத்தமும் இல்லை.

வாழ்வின் மூன்றாம் கட்டம். முன்பு சென்னையில் சித்தி வீட்டிலிருந்து இரவில் வெளியேற்றியபோது ஏற்பட்ட பயமேதும் இப்போதில்லை. இரண்டு கைகளிலும் பிடித்து நடக்க இரண்டு பிள்ளைகள் இருக்கிறார்களே. அவர்கள்தான் என் சக்தி. வாழ முடியுமென்ற நம்பிக்கை வந்தது. நேராக மணி அக்காவின் வீட்டிற்குப் போனேன். என்றும் எனக்காகத் திறந்திருக்கும் கதவு. பத்து நாட்கள் அங்கே தங்கினோம். அப்பாவும் நானும் என் கணவருக்குத் தெரியாமல் சேர்த்திருந்த கொஞ்சம் பணம் கையில் இருந்தது. ஒரு பிளாட் வாடகைக்கு எடுத்தோம். எங்கள் வாழ்க்கையிலிருந்து ஒரு மனிதன் விட்டுப் போய்விட்டார் என்பதைத் தவிர வேறு ஒன்றும் எங்கள் மூன்று பேருக்கும் ஏற்படவேயில்லை.

வேலை, வேலை, வேலை... நான் ஓடிக் கொண்டேயிருந்தேன். மனசு முழுக்க வைராக்கியம் நிறைந்திருந்தது. எடுத்த முடிவில் தோற்றுவிடக் கூடாது. இவ்வளவு அன்புடனும் ஆளுமையுடனும் இருக்கும் மனைவியையும் ஒன்றும் தெரியாத பிள்ளைகளையும் அன்பு செலுத்த முடியாமல் அவர்களை இழந்ததில் அவர் துக்கப்பட வேண்டும். என்றாவது எல்லாவற்றையும் புரிந்துகொண்டு அவர் திரும்பிவந்தால் என் பிள்ளைகளுக்காக மீண்டும் சேர்ந்து வாழலாம் என்று காத்திருந்தேன். அப்படி ஒரு எண்ணம் அவரிடம் ஏற்படவேயில்லை. என் பிரிவுகூட போகட்டும், பிள்ளைகளை இழந்து

விட்டோமே என்ற சங்கடம்கூட இல்லாத அப்பாவை என்னால் சகித்துக் கொள்ள முடியவில்லை. என் பிள்ளைகள் என்னிடம் அப்பா வேண்டுமென்று ஒரு முறை சொல்லியிருந்தால்கூட அவர் என்னிடம் காண்பித்த எல்லா அநீதிகளையும் நான் பொறுத்திருப்பேன். ஆனால் என்ன செய்ய? அப்பாவிற்குப் பிள்ளைகளையும் பிள்ளைகளுக்கு அப்பாவையும் வேண்டாம். என் பிள்ளைகளுக்கு அம்மாவும் அப்பாவும் நானானேன். அவர்களுடைய துக்கமும் சந்தோஷமும், சிரிப்பும் கோபமும் என்னோடு மட்டுமே பங்கு வைக்கப்பட்டன. அப்பாவைப் பற்றி ஏன் பேசுவதேயில்லை என்று அவர்களிடமே கேட்டேன். என்னை ஆச்சர்யப்டுத்தும் பதில்தான் என் மூத்த மகனிடமிருந்து வந்தது.

‘ பிள்ளைகள் எப்போதும் சுயநலக்காரர்கள். அவர்களுக்குத் தேவையானவற்றை யார் அழகாகக் கொண்டு போகிறார்களோ அவர்களிடம் மட்டுமே அன்பு செலுத்தவும் பெறவும் முடியும். என்னை நீங்கள் அன்போடு வைத்தால் மட்டுமே திரும்பவும் அதை நீங்கள் எதிர்பார்க்கவும் முடியும். எனக்கு வேண்டிய கல்வி, பாதுகாப்பு, உடை எல்லாம் யாரிடமிருந்து கிடைக்கிறதோ அவர்களிடம் மட்டுமே எனக்கும் கொடுக்கத்தோன்றும். இதொரு வித கொடுக்கல் வாங்கல்தானம்மா ’

சரிதான், குழந்தைப்பருவம் முதல் அவர்கள் பார்ப்பதும் அனுபவிப்பதும் அதுதான். அம்மாதான் உழைத்து, பணம் கொண்டு வந்து, அவர்களின் தேவைகளையும் பூர்த்தி செய்து தருகிறாள்.

பனிரெண்டு வருடங்களாக இன்றுவரை என் பிள்ளைகளைப் பார்க்க அவர் ஆசைப்பட்டதுமில்லை; முயற்சி எடுக்கவுமில்லை. பாவம் என் பிள்ளைகள் ஒருபோதும் அப்பாவின் கடுமையோ, அன்போ, கவனிப்போ, அக்கறையோ ஒன்றும் கிடைக்காமலேயே வளர்ந்தார்கள். அவர்களுக்கான சந்தோஷங்களையும், துக்கங்களையும் பகிர நான் மட்டுமேயிருந்தேன். அதனாலேயே

எங்களுக்குள் இருக்கும் பந்தம் அம்மா பிள்ளைகள் என்பதைவிட நண்பர்களைப் போன்ற பந்தமாக வளர்ந்தது.

அப்பா இறந்தபோது யாரோடும் துக்கத்தைச் சொல்ல முடியாமல் நிசப்தையாய் மாறிப் போயிருந்தேன் நான். அந்த நேரத்தில்தான் சினிமா வெளியீடு சம்மந்தபட்ட பிரச்சனைகள் வீரியமாயின.

இன்று யோசித்துப் பார்க்கும்போது அப்பா இருந்திருந்தால் இப்படியெல்லாம் நடந்திருக்காது. நான் வீட்டிலிருந்து வெளியேறி வரும்போது அப்பாவும் என்னுடன் வந்திருப்பார். இல்லையென்றால் நான் அப்பாவிற்கு வேண்டி எல்லாவற்றையும் சகித்திருப்பேன்.

# 4

## தனிமையில் துடுப்பிட்டு வாழ்வின் கரையோரத்திற்கு

நினைவுகளின் நதியில் நல் அலைகள் ஏதும் இல்லாமல் போனதால்கூட இருக்கலாம் பிரிந்து வந்தபோது ஈரமின்றி உலர்ந்திருந்தேன். ஒரு முறைகூட அவரை மீண்டும் பார்க்க வேண்டுமென்று தோன்றியதில்லை. அதனாலேயே மன அடுக்குகளில் ஒரு எல்லைக்கு மேல் வெறுப்புமில்லை.

என் வாழ்க்கையில் எல்லா நேரத்திலும் ஒரு வெளியேற்றமிருந்தது. மெட்ராஸில் இருந்து வரும்போது தனியாக என்றால் இங்கேயிருந்து வெளியேறியபோது இரண்டு கைகளிலும் பிள்ளைகளிருந்தார்கள். இன்னொருமுறை இந்த வீட்டிற்குத் திரும்பி வர மாட்டோம் என்று உறுதியோடுதான் படியிறங்கினோம். அப்பா இறந்து போய்விட்டதால் அப்படி யாருக்காகத் திரும்பி வரப்போகிறோம் என்ற உணர்விருந்தது. அப்பாதான் எப்போதும் திரும்பி வருவதற்கான உந்துசக்தியாகயிருந்தார். ஆனால் இந்த உறவை முழுவதுமாக முடித்துக் கொள்ள வேண்டுமென்ற உணர்வும் எனக்கில்லை. நாங்கள் அம்மாவும் பிள்ளைகளுமாய் உருவாக்கிக்கொண்ட ஒரு உலகத்தில், கேட்கத் தகாத வார்த்தைகளும் சுவாரஸ்யமற்ற நிகழ்வுகளும் நிறைந்த வெளியிலிருந்து தள்ளி நிற்கிறோம். அங்கே குழந்தைகளுடன்

இன்னும் நெருக்கமாக இருக்கவேண்டும். இதெல்லாம்தான் நான் விரும்பியது.

மணி அக்காவின் வீட்டில் அதிகமான விவாதங்கள் நடந்தன. என்னைப் பாதுகாத்துக் கொள்ள நான் மட்டுமே இருக்கிறேன் என்பதுதான் இந்த விவாதத்தின் அடிப்படை. அன்று என் கையில் மொத்தம் இருந்ததே அப்பாவும் நானுமாய் ரகசியமாய் சேர்த்து வைத்த நாற்பத்தி ஓராயிரம் ரூபாய் மட்டுமே. ஒரு பிளாட் வாடகைக்கு எடுத்து அங்கே குடி போனோம். மணி அக்கா மிகவும் உதவினாள். என் வாழ்க்கையை யோசித்து அக்கா மிகவும் பயந்தாள். மீண்டும் கூடிச் சேர்ந்து வாழச் சொல்லும் விவாதங்கள் நடந்தன. 'எனக்கு வேறெதுவும் வேண்டாம். குழந்தைகளிடமும் என்னிடமும் கொஞ்சம் அன்போடு நடந்து கொண்டிருந்தாலே போதுமாயிருந்தது. ஆனால் அவருக்குப் பணம் மட்டுமே வேண்டியிருந்தது. நான் சம்பாதிக்கும் பணத்திற்கு மட்டுமே முக்கியத்துவம் கொடுக்கப்படுகிறது என்ற நிதர்சனம் என்னைப் பித்தாக்கியது. என்றாவது பணம் சம்பாதிக்க முடியாத நிலை எனக்கு வந்தால் என்ன ஆவேன்?'

காலங்கள் மாறும்போது யாருக்காவது ஒருத்தருக்கு மீண்டும் சேர வேண்டுமென்று தோன்றினால் அப்போது பார்த்துக் கொள்ளலாம். ஆனால் இத்தனை காலம் கடந்தபின்னும் இரண்டு பேருக்கும் அப்படித் தோன்றவில்லை.

தனியானபோதுதான் வாழ்க்கையில் தாங்கிக் கொள்ளவேண்டிய கஷ்டங்களை உணர்ந்தேன். மகன்களைப் படிக்கவைக்கவும் நல்ல மனிதர்களாக வளர்க்கவும் வேண்டும் என மனசுக்குள் சங்கல்பமெடுத்திருந்தேன். பயணங்கள் அதிகம் கோருபவையாக என் வேலைகள் இருந்ததால் என்னால் எதையும் செய்ய முடியவில்லை. வாழ்வின் அடுக்கும் ஒழுங்கும் நஷ்டப்படுகிறதோ என பயந்தேன். பிள்ளைகளைப் படிக்க வைக்க ட்யூஷன் ஏற்பாடு செய்தேன். அப்படி ஒவ்வொரு விஷயத்திற்கும் ஒவ்வொருவரையும் நம்ப

வேண்டியதாகயிருந்தது. பெண் தனியாக இருக்கும்போதுதான் அவளுக்கு ஒன்றும் செய்யத் தெரியவில்லை என்று தெளிவாய் புரிகிறது. ஆனால் அப்படியான சிக்கல்களைத் தாண்டும்போதுதான் அவளிடம் ஆளுமைத்திறன் கருக்கொள்கிறது. பலரும் உபதேசிக்கும் அனேகம் வழிகளிலிருந்து சரியான வழியைத் தேர்ந்தெடுப்பதென்பது ஒரு பெரிய சவால். இதில் மணி அக்கா எனக்கு மிகவும் உதவியாக இருந்தாள்.

வீட்டை விட்டு வெளியே வரும்போது பெரியவன் பத்தாம் வகுப்பிலும், சின்னவன் ஐந்தாம் வகுப்பிலும் படித்துக் கொண்டிருந்தார்கள். இன்று பெரியவன் என்ஜினியரிங் முடித்து வேலை பார்க்கிறான். சின்னவன் படிப்பின் கடைசி கட்டத்திலிருக்கிறான். ஒரு முறை, பெரியவர்களான பிறகு அப்பாவை வேண்டாமென்று வந்ததற்காக இவர்கள் என்னைக் குறை சொல்லக்கூடுமோ என்று எனக்குத் தோன்றியது. நான் இந்த மன சஞ்சலத்தை ஒருமுறை பெரியவனிடம் பகிர்ந்து கொண்டேன்.

''நாம் வேணும்னா திரும்பிப் போகலாம். நான் விட்டுக் கொடுக்கத் தயாராகயிருக்கிறேன்''

''அம்மா எங்களுக்காகப் போகவேண்டாம். ஒருபோதும் நாங்க அம்மாவைக் குற்ற உணர்வுக்கு ஆளாக்க மாட்டோம். அதே மாதிரி அம்மாவைத் தங்கமாட்டம் பாத்துக்கறேன் என்பது மாதிரியான ஆசை வாக்குறுதிகளையும் கொடுக்க மாட்டோம். உங்களுக்கு இந்த நிமிஷம் சந்தோஷமிருக்கிறதா, நிம்மதியாய் இருக்கிறீர்களா, அது போதும். அம்மா திரும்பிப் போய்விட்டீர்கள் என்று வைத்து கொள்ளுங்கள். மறுபடியும் அதே அடியும் உதையும்தானே. கொஞ்ச நாளில் நாங்கள் வேலை என்று எங்காவது போய்விடுவோம். நீங்க மறுபடியும் தனியாயிடுவீங்க. மறுபடியும் பொருத்தமின்மைகளைச் சகித்து வாழ்க்கையை உந்தித் தள்ள வேண்டிய நிர்பந்தம் ஏற்படும். நான் என் விருப்பத்திற்கிணங்க வாழ ஆசைப்படும் ஒருத்தன். அதனால் உங்களை எனக்கு நல்லாப் புரியும்''

மீண்டும் சேர்வதற்கு நேரமோ காலமோ இல்லை. அப்படியான சூழலையெல்லாம் அவரே இல்லாமலாக்கினார். மொட்டைக் கடிதங்களும், ஃபோன் அழைப்புகளும் மேலும் மேலும் வெறுப்பை ஊதிப் பெரிதாக்கவும் விலக்கவும் செய்தன. இன்றெனக்கு வெறுப்புமில்லை, அன்புமில்லை. பிள்ளைகளின் வாழ்க்கையின் முக்கியமான முடிவெடுக்கும் கட்டங்களில் அவர் வரவேயில்லை. அதனாலேயே அவர்களுக்கும் இனி அப்பா இல்லையென்றாலும் பிரச்சனையில்லை என்றானது. வரைந்து வைத்த ஓவியம் தூசி படர்ந்து மங்கலாவது போல அவர் எங்கள் மூவரின் நினைவுகளிலிருந்தும் அழியத் தொடங்கினார்.

பிள்ளைகளைக் கூட்டிக் கொண்டு வீட்டிலிருந்து வெளியேறியபோது வேலை ஒரு பெரிய பலமாயிருந்தது. இதுதான் இன்றைய பெண் குழந்தைகளுக்குத் தேவையானது. படிப்பும் வேலையுமிருந்தால் நம் தன்னம்பிக்கை வளரும். சுயமரியாதை ஊற்றெடுக்கும். யாருக்கும் நம்மை மிதித்துப் புறந்தள்ள முடியாது.

### பந்தம் பிரிகிறது

வாடகை வீட்டிற்கு மாறினாலும் வருடக் கணக்கில் தள்ளியே வாழ்ந்திருந்தாலும் விவாகரத்தை ஃபைல் செய்யவில்லை. நீதிமன்ற அறைகளுக்குப் பிள்ளைகளை இழுத்துச் செல்ல விருப்பமில்லாததே முக்கியக் காரணம். சட்டென விவாகரத்து செய்யலாம் என்று தீர்மானித்ததற்கு அவர் எடுத்த சினிமாவுடன் எனக்கு ஏற்படுத்தி வைத்திருந்த சிக்கல்களே காரணமாயிருந்தன. வருடங்களாக நடந்து கொண்டிருந்த சினிமாவின் வழக்கின் தீர்ப்பு 2007 ல் வெளியானது. அந்த நேரத்தில் விநியோகஸ்தர்கள் என்னைக் கூப்பிட்டு, வழக்கின் தீர்ப்பு வரபபோகிறது. அது உங்களுக்கு சாதகமாயிருந்தால் நான் உங்களைத் தொந்தரவு செய்யமாட்டேன், அப்பீலுக்குப் போகவும் மாட்டேன். ஆனால் எனக்கு சாதகமாக வழக்கு முடிவானால் முழுத் தொகையையும் நான் வாங்கி விடுவேன். அதற்கு முன்பு

வேண்டுமானால் நாம் ஒரு உடன்பாட்டிற்கு வரலாம். ஏறக்குறைய 45 லட்சம் நான் கொடுக்க வேண்டிவரும் என்றார்.

நான் உடன்பாட்டைக் குறித்து பலரோடும் பேசினேன். அப்போது எல்லாரும் தீர்ப்பு வரட்டுமென்றும் அதற்கு முன்பே உடன்பாட்டிற்கு வரவேண்டிய அவசியமில்லையென்றும் சொன்னார்கள். நான் நன்றாக யோசித்தேன். அப்போது எனக்குத் தோன்றியது, இந்தப் பணத்தை அவரிடம் சினிமாவுக்காக வாங்கியதுதான். அதை இல்லையென்று சொல்லிவிட முடியாது. இந்த சினிமா தோற்றுப்போனது என்று எல்லோருக்கும் தெரியும். ஒரு பிடிவாதத்திற்காக சினிமா என்றால் அப்படியெல்லாம் இருக்கும் என்று சொல்லலாமே தவிர நிஜம் நிஜமற்றுப் போய்விடாது. கடவுளுக்குப் பொறுக்காமல் நாம் ஏதாவது செய்தால் அதற்குக் காலம் திருப்பிப் பதில் சொல்லும் என்று நிச்சயமாய் நம்புபவள் நான். இந்த விநியோகஸ்தர் ஒப்பந்தத்தில் கையெழுத்திட்டது என் மேலிருந்த நம்பிக்கையால் மட்டுமே. சினிமாவிலிருக்கும் என் ஸ்தானத்தை மட்டுமே கருதி அவர் முதலீடு செய்திருந்தார்.

உடன்பாடு செய்யலாம் என யோசித்தவுடனேயே இவ்வளவு பணம் என்னிடம் இல்லையெனத் தோன்றியது. முதலில் சம்பாதித்ததை சித்தி கொண்டு போனாள். பிறகு சம்பாதித்ததை நான் வேண்டாமென்று உதறி வந்துவிட்டேன். பிறகு நான் மிகவும் கஷ்டப்பட்டு வேலை பார்த்து பிள்ளைகளையும் படிக்க வைத்து குடும்பத்தையும் பார்த்துக் கொண்டு சிக்கனமாய் சேர்த்து வைத்திருந்த 13 லட்சம் ரூபாய் மட்டுமே என்னிடமிருந்தது. நான் அதை விநியோகஸ்தர்களோடு மறைக்காமல் சொல்லிவிட்டேன். என் கையில் மொத்தம் இவ்வளவு பணம்தான் இருக்கிறது. முடியுமானால் நாம் ஒரு உடன்படிக்கைக்கு வரலாம். இல்லையென்றால் தீர்ப்பு வரும்போது ஜெயில் தண்டனைதான் அனுபவிக்க வேண்டுமானால் அதையும் அனுபவிக்கிறேன்.

அந்த நேரத்தில் காந்திமதி பாலன் இதில் தலையிட்டார். விநியோகஸ்தர்களோடு எல்லாம் சொல்லிச் சம்மதிக்க வைத்து, அப்படியாக அவர் 11 லட்சம் ரூபாய்க்கு முடித்துவிடலாமென்று சம்மதித்தார்.

முதலில் நான் அவருக்கும் இந்தப் படத்தின் தயாரிப்பாளரான 'சைனுலப்தீனுக்கும் தகவல் சொன்னேன். வக்கீல் மூலமாக உடன்பாட்டிற்குச் சம்மதம் தெரிவித்திருக்கிறோம். உங்களுக்கு தரமுடியுமென்ற பணத்தைத் தருவீர்களேயானால் மீதியிருக்கும் பணத்தை நான் தந்து இதை முடித்து விடலாம். அப்போது சைனுலப்தீன் தன் கையில் பணமெதுவுமில்லை என்றும் தான் எந்தப் பேப்பரிலும் கையெழுத்திடவும் சம்மதம் என்றும் சொன்னார். அவர் சொன்னதை என்னால் புரிந்து கொள்ள முடிந்தது. ஏனென்றால் 75 வயதான, பெயிண்ட் கடை நடத்தும் சாதாரண நபர் அவர். அவரை ஏமாற்றி ஆசை காட்டி மட்டுமே இந்தப் படத் தயாரிப்புக்குக் கொண்டு வந்திருந்தனர். அதனால் அவர் மட்டும் உடன்பாட்டிற்குச் சம்மதிக்கவில்லை. முதலில் தீர்ப்பு வரட்டும், தீர்ப்பு எதிராக இருந்தால் அப்பீலுக்குப் போகலாமென்ற நிலைப்பாட்டிலிருந்தார். இதைக் கேட்டபோது எனக்கு மிகவும் வைராக்யம் தோன்றியது. நான் சிரமப்படுவதைப் பற்றி ஒரு நிமிடம் சிந்தித்திருந்தால் அவர் இப்படிச் சொல்லியிருக்கமாட்டார். வழக்கு என் பெயரில் இருந்ததால் அதற்கு பின்னால் நான் மட்டுமே அலைய வேண்டியிருந்தது. நான் வேலை பார்த்து கணவரோடு சேர்ந்து வளர்க்க வேண்டிய பிள்ளைகளைப் படிக்க வைக்கவும், வளர்க்கவும் செய்யும்போது அதை மதிக்கக் கூடத் தெரியாமல் இருக்கிறாரே என்று எனக்குக் கோபம் வந்தது. நான் 11 லட்சம் கொடுத்து வழக்கை ஒரு உடன்பாட்டிற்குக் கொண்டு வந்தேன். மறுநாளே விவாகரத்து வழக்கைப் பதிவு செய்தேன். அதற்குள் பிள்ளைகளும் வளர்ந்து பெரியவர்களாகியிருந்தார்கள்.

ஒரு குடும்பம் வேண்டுமென்று தோன்றியிருந்தால் அவர் எப்போதோ திரும்பி வந்திருப்பார். பிள்ளைகளிடம் அன்பாக

இருந்திருப்பார். அவருக்குத் தேவை ஒரு குடும்பமல்ல. மாறாக பாக்யலஷ்மி என்ற அடிமை மட்டுமே. நான் ஒரு அனாதை மட்டும்தானே. இவளை என்ன செய்தாலும் இவளுக்குப் போக்கிடம் இல்லை என்ற நினைப்பு அவருக்கு எப்போதுமிருந்தது.

வருமானத்தைக் கொடுத்துக் கொடுத்து ஒரு எல்லைவரை அவரைப் பணத்திற்கு அடிமையாக்கியதும் நான்தான். பெரியம்மாவின் கையில் காசு கொடுத்துப் பழக்கப்பட்ட நான், கல்யாணம் முடிந்தவுடன் அவரிடம் கொடுக்கத் தொடங்கினேன். 'இத எதுக்கு என் கையில தரே' என்றுதான் அவரும் முதலில் கேட்டார். எனக்குக் காசை எப்படி நிர்வகிப்பது என்று தெரியாது என்றெல்லாம் சொல்லி அவரை ஒரு பணப்பித்தனாக்கினேன். பணம் கொடுக்கும்போது பெரியம்மாவைப் போல இவரும் என்னை அதிகம் நேசிப்பார் என்று நான் தவறாக நினைத்திருந்தேன். நான் நல்லவள் என்று சொல்ல வேண்டிய மனசின் நிறைவேறாத முயற்சி அதென்று இப்போது புரிகிறது.

அதனால் சண்டை வரும்போது முதலில் பணம் கொடுப்பதைக் கொஞ்சம் நிறுத்தினேன். பிறகு பரிதாபம் தோன்றினால் மீண்டும் கொடுப்பேன்.

ஒருவேளை என்னிடம் தவறிருக்கலாம். என் கணிப்புகள், சிந்தனைகள், செயல்கள் எல்லாம் தவறாக இருக்கக்கூடும். சில நேரங்களில் என் அதீத எதிர்பார்ப்புகளாகவும் இருக்கலாம். என்ன ஆனாலும் நான் விரும்பிய வாழ்க்கையில்லை அது.

நம் வாழ்க்கையைப் பாதுகாக்க வேண்டியது நாம்தான் என்று எனக்குப் புரிந்தது. துக்கங்களையெல்லாம் ஒரு சவாலாய் ஏற்றுக் கொண்டேன். அழுவதை விடச் சிரிப்பதென்று நான் கற்றுக் கொண்டேன். யாரையும் குற்றம் சொல்லாமல், வெறுக்காமல், நாம் நாமாகவே வாழலாம். திருத்த முடிந்த தவறாகயிருந்தால் திருத்திக் கொள்ளலாம். இல்லையென்றால் மன உறுதியுடன் அதை எதிர்கொள்ளலாம். இன்றும் எனக்கு அவரிடமோ வீட்டு

ஆட்களிடமோ பெரிய வைராக்யம் ஒன்றுமில்லை. அவர்களுக்கு ஏதாவது செய்ய வேண்டிய தேவை வந்தால் நான் செய்வேன். ஆனால் அதொரு மானசீகக் கடமை மட்டுமே.

இதுபோலத் தனிமைப்பட்டவர்கள் என்னிடம் புகார்களையும் கஷ்டங்களையும் சொல்லும்போது நான் அவர்களிடம் சொல்வேன்.

''ஒரு காகிதத்தில் உங்களுக்கு கிடைத்திருப்பதையும் கிடைக்காததையும் எழுதுங்கள். எப்போதும் அளவில் அதிகமிருப்பது உங்களுடையது. இல்லாததைப் பற்றி யோசிக்காதீர்கள்''

தோல்விகளுக்குக் காரணமானவர்களைப் பற்றி யோசிக்கும்போது அவர்கள் ஜெயிக்கவும் நாம் தோற்றுப் போகவும் செய்கிறோம். கணவனிடமிருந்து பிரிந்த நாட்களில் எனக்கு வந்த மொட்டைக் கடிதங்களை நான் அசட்டை செய்தபோது அவை தானாகவே இல்லாமலாயின. அதைப் பற்றி யாரிடமும் புகார் சொல்லவுமில்லை. நமக்கொரு ஆளுமையும் சக்தியுமிருக்கிறது. அதை வளர்த்தெடுத்தால் யாராலும் நம்மைத் தோற்கடிக்க முடியாது.

எங்களுடைய விவாகரத்து வழக்கு பதிவு செய்து பல வருடங்களானது. வழக்கு பதிவு செய்தால் ஒரு வருடம் கணவனும் மனைவியும் பிரிந்திருக்க வேண்டுமென்று சட்டம் சொல்கிறது. நாங்கள் வருட கணக்காய் பிரிந்து வாழ்கிறோம். விவாகரத்து வழக்கில் வழக்கு தொடுப்பவர்களுக்குதான் எப்போதும் கஷ்டம். அதை நான் அனுபவிக்கவும் செய்தேன்.

# 5

### நிழல்களாய் அடர்ந்த நட்புகள்

புத்ரோ ரக்ஷதி...

'பிதா ரக்ஷதி கௌமாரே

பர்தா ரக்ஷதி யௌவனே

புத்ரோ ரக்ஷதி வார்த்யக்யே'

தந்தை பால்யத்திலும் கணவர் யௌவனத்திலும் பிள்ளைகள் வயது முதிர்ந்தும் ஒரு பெண்ணுக்குத் துணையாக இருக்கவேண்டுமென்று மனு ஸ்மிருதி சொல்கிறது. இந்த விதியை என் வாழ்க்கையில் திருப்பிப் போட வேண்டுமென்று எப்போதும் தோன்றுவதுண்டு. ஏனென்றால் என்னை இளமையிலும் முதிர்ச்சியிலும் பார்த்துக் கொள்வது என் பிள்ளைகள்தான். அவர்கள் இரண்டு பேரும் இல்லையென்றால் என் வாழ்க்கை எவ்வளவு தனிமையும் அலைவுறுதலுமாக மாறியிருக்குமென்று யோசிக்கிறேன்.

திருமண உறவை முடித்துக் கொண்டு வந்த அந்த ஆரம்ப நாட்களில் மிகவும் குற்ற உணர்வுக்குள்ளாக்கப்பட்டேன். நான் பிள்ளைகளைச் சரியாய் கவனிக்க முடியவில்லையோ என்றொரு வலி எப்போதும்

துயரப்படுத்திக்கொண்டே இருந்தது. அப்பாவும் சேர்ந்து வளர்க்க வேண்டியிருந்ததோ அவர்களுடைய இளமைக் காலங்களை! யோசித்து எந்தப் பயனுமில்லையென்று நான் செயல்படத் தொடங்கினேன். பெரிய மகனிடமிருந்து அபிப்ராயம் கேட்டபிறகுதான் நான் இந்த முடிவை எடுத்தேன். பிள்ளைகளுக்காக நீங்க எதையும் இழக்கக் கூடாது என்பதுதான் அவனுடைய பதிலாக இருந்தது. அவன் எப்போதும் என்னுடனே இருந்தான். மிகவும் முதிர்ச்சியோடு எல்லாவற்றையும் யோசித்தான். என்ஜினியரிங் சேர்க்கைக்காக பெங்களூரிலும் கோயம்புத்தூரிலும் முயற்சி செய்யும்போதும் அவன் மௌனமாகவே இருந்தான். இவன் என்னதான் நினைக்கிறான் என்று புரிந்து கொள்ள முடியாமல் நான் தவித்திருக்கிறேன். படிப்பு முடிந்து கேரளாவிலிருந்து வெளியே எங்காவது போக வேண்டும். கேரளாவிலேயே படித்தால் அவ்வளவு நாட்களும் அம்மா கூடவே இருக்கலாமே. இதுதான் அவனுடைய பதிலாக இருந்தது. பல நேரங்களில் எனக்கு என்னை மீட்டெடுக்க அவனுடைய பதில்கள் போதுமாயிருந்தன.

ஒருமுறை அவன் என்னிடம் கேட்டான்.

''அம்மா இப்படி தனியா வாழ உங்களுக்குச் சலிப்பா இல்லையா?''

''ஏன் எனக்கு நீங்களெல்லாம் இல்லையா?''

''அப்படியில்லம்மா, எங்ககிட்டயெல்லாம் உங்க கஷ்டங்கள எவ்வளவு தூரம் சொல்லிவிட முடியும்? நாங்கள் படிக்கவோ வேலைக்கோ போய்விட்டால் நீங்க தனியாக இருக்க வேண்டி வருமே''

''நான் இனியும் ஒரு கல்யாணம் பண்ணிக்கணுமா?''

''இல்லை ஒருபோதுமில்லை, நீங்கள் எல்லாவற்றையும் மனசு திறந்து பேச ஒரு நட்பு வேண்டும், அதுவும் ஆண் நட்பாக இருக்க வேண்டும்''

### தாமதமாய் வந்த காதல்

அப்படி எனக்கும் ஒரு காதல் வந்தது. ஈர்க்கும் அழகிய கனவுகள் இதழ் விரிக்கும் பதின் பருவத்திலோ, காதல் தீவிரமாய் ஆட்கொள்ளும் இளமையிலோ அது என்னிடம் வந்து சேரவில்லை. எல்லாத் துணையையும் நிழலையும் இழந்து போன இந்த நடுவயதில் நானொரு காதலியாக மாறினேன்.

நாம் அதிகம் விரும்புபவர்களால் மட்டுமே நம்மை அதிகம் வேதனைப்படுத்தவும் முடியும். வாழ்க்கையில் ஒரு இடத்திலும் தோற்று போகாத என்னை நான் விரும்பிய மனிதர் தோற்கடித்தார். குழந்தைப் பருவத்திலிருந்தே இக்கட்டான சூழலிலேயே வாழ்ந்து வந்ததால் காதலின் மகத்துவம் ஒன்றையும் நான் அனுபவித்திருக்கவில்லை. பதினெட்டு பத்தொன்பது வயதில் இசைக்கச்சேரிகளில் பாடப் போகும்போதும், டப்பிங் தியேட்டர்களிலும் துண்டு சீட்டில் 'ஐ லவ் யூ' என்று எழுதித் தந்திருக்கிறார்கள். ஆனால் அதை எப்படித் தொடர வேண்டுமென்று தெரியவில்லை. தொலைபேசி இல்லை. தனியே வெளியே வர அனுமதியில்லை. கனவுகளிலும் பெரியம்மா கம்புடன் கூடவேயிருந்தாள்.

முதல் முதலாய் 'ஐ லவ் யூ' என்று எழுதிய காகிதத் துண்டு கையில் கிடைத்த நாளை இன்றும் நான் நினைத்துச் சிரிப்பேன். அது கிடைத்தபோது ஒரு படபடப்பு ஏற்பட்டது. என் முகத்தின் கள்ள லட்சணத்தை பெரியம்மா சட்டென உணர்ந்தாள். அப்புறமென்ன, பெரியம்மா அடியின் தாண்டவத்தையே நடத்தினாள். கொம்பு உடையும் வரை அடித்தாள். ஏதாவது ஒரு பையனோடு பேசியதால்தான் அடி வாங்கியிருந்தேன். அந்தப் பயத்தினால் அது போன்ற பேப்பர் துண்டுகளையும் என் காதலையும் காற்றில் பறக்க விட்டுவிடுவேன்.

சுதந்திரமாய் நான் இல்லாது போனதால் காதலின் சுகம் என்னவென்று ஒருபோதும் என்னால் புரிந்து கொள்ள முடிந்ததில்லை.

சுதந்திரமாய் வாழ வாய்ப்பு கிடைத்தபோது பருவம் முடிந்திருந்தது.

காதல் வயப்பட்ட பிள்ளைகளைப் பார்க்கும்போது எனக்கு அற்பமாயிருந்தது. அவர்கள் முட்டாள்களாகவே எனக்குத் தோன்றுவார்கள்.

இந்த உலகத்தில் காதல் என்ற ஒன்று இல்லையென்றே நான் நம்பினேன். ஆண் பெண் உறவு வெறும் உடல்ரீதியான உறவென்றே தவறாக நினைத்திருந்தேன். ஆனால் எனக்கும் என் நாற்பதாவது வயதில் காதல் வந்தது. எனக்கு அவருடனான காதல், அவருக்கு என்னிடம் இருந்ததாவென்று தெரியவில்லை. அதனால் நான் பேர் சொல்ல விரும்பவில்லை. நாங்கள் நண்பர்களாகவே இருந்தோம். எப்போதாவது மட்டுமே தொலைபேசியில் பேசவும், அபூர்வமாகவே பார்க்கும் நண்பர்களாகவும் இருந்தோம். எப்போதும் புத்தகங்களைப் பற்றியே அவர் பேசுவார். அதனால் அவர்மீது எனக்கு மிகவும் மரியாதையிருந்தது. திருமண பந்தத்தை உடைத்து வெளியே வந்து வாழும் நாட்கள். ஒரு நாள் நானும் பிள்ளைகளும் பாலக்காட்டிலிருந்து திருவனந்தபுரத்திற்கு ரயிலில் வந்து கொண்டிருந்தோம். நாங்கள் அந்த ரயிலில் பயணம் செய்கிறோமென்று நான் சொல்லியிருந்தேன். வண்டி எர்ணாகுளத்திற்கு வந்தபோது மாலை ஆறு மணி. அவர் எங்கள் கம்பார்ட்மெண்டில் வந்து ஏறினார். குழந்தைகளுக்கு சாப்பிடவும் குடிக்கவும் நிறைய வாங்கி வந்திருந்தார். கொஞ்ச நேரத்தில் வரேன் என்று சொல்லி இறங்கினார். நேரமாகியும் வண்டி கிளம்பவேயில்லை. அவர் திரும்பவும் வந்தார்.

"வண்டி நான்கு மணி நேரம் கழிந்துதான் கிளம்புமாம். நீங்கள் திருவனந்தபுரம்போய் சேரும்போது ஒன்றரை மணியாகும். என்ன செய்வீங்க லஷ்மி?"

"என்ன செய்யறது? ஒரு டாக்சி ஏற்பாடு பண்ணிப் போவோம், இல்லன்னா விடியும்வரை ஸ்டேஷனிலேயே இருப்போம்"

அவர் மீண்டும் இறங்கிப் போனார்.

கொஞ்ச நேரத்தில் திரும்பி வந்தார்.

"நானும் வரேன் உங்ககூட"

ரயிலில் அவர் குழந்தைகளோடு பேசி, சிரிப்பும் விளையாட்டுமாய் இருந்தார். டாய்லெட்டுக்குப் பத்திரமாய் அவர்களைக் கூட்டிக் கொண்டு போனார். வண்டி திருவனந்தபுரம் வந்தபோது அவர் சொன்னதுபோல ஒன்றரை மணி. ஒரு டாக்ஸி பிடித்து எங்களை வீட்டில் இறக்கி விட்டுவிட்டு அவர் திரும்பிப் போனார்.

அப்போதெல்லாம் எனக்கொன்றும் தோன்றவில்லை. ஏனென்றால் அப்படி எனக்கு உதவ நிறையபேர் இருந்தார்கள். உதவுபவர்களிடம் காதல் தோன்றுவது இயல்பானதில்லையல்லவா? அதன்பிறகு நாங்கள் சந்தித்துக் கொள்ளவேயில்லை. பேசிக் கொள்ளவுமில்லை. நான் அதைக் குறித்து யோசிக்கவுமில்லை.

2001 காலகட்டத்திலெல்லாம் பின்னணிக் குரல்கொடுத்து ஏராளமான கதாபாத்திரங்களுக்கிடையில் நான் விளையாடிக் கொண்டிருந்தேன். ஒரு கதாபாத்திரத்திலிருந்து மற்றொரு கதாபாத்திரத்திற்கும், ஒரு சினிமாவிலிருந்து மற்றொரு சினிமாவிற்கும் ஓடிக் கொண்டிருந்தேன். ரெக்கார்டிங் அறையில் நுழையும்போது நான் எல்லாவற்றையும் மறந்திருந்தேன். அந்த அறையின் உள்ளே போகும்போது நான் என் துக்கத்தை வாசலின் வெளியே வைத்துவிட்டுப் போவேன். பிறகு டப்பிங் முடியும் வரை நான் அதைப் பற்றி யோசிக்கவே மாட்டேன். கடைசியில் எல்லாம் முடிந்து அறைக்குத் திரும்பும்போது அது என்னைத் தேடி வந்து சேரும். யாரும் எனக்காகக் காத்திருக்க ஆளில்லை என்ற உணர்வு என்னைப் பைத்தியமாக்கியது. வாழ்க்கை மிகவும் நிச்சயமற்ற நிலைமைக்கு நகர்ந்து கொண்டிருந்தது. ஒருமுறை சென்னைக்கு போயிருந்தபோது வேலை முடிந்து நான் அறைக்குத் திரும்பினேன். இரவு ஒன்பது

மணியிருக்கும், நிறைய நாட்களுக்குப்பிறகு அவர் கூப்பிட்டார். வழக்கம் போல பலதையும் பேசினோம். மூன்று நான்கு நாட்களாய் நான் சென்னையிலிருந்தேன். அப்போதெல்லாம் கூப்பிடுவார். அதன்பிறகு அவருடைய தொலைபேசி அழைப்பிற்காக நான் காத்திருக்கத் தொடங்கினேன்.

முடிவாக ஒரு நாள் அவர், என்னை மிகவும் காதலிப்பதாகச் சொன்னார்.

முதல் முறையாக என் வாழ்வில் வார்த்தைகளால், குரல் வழியாக என்னைக் காதலிப்பதாகச் சொல்வதைக் கேட்கிறேன். அதுவும் நான் கேட்கும்படியாக. நிசப்தையாக அவர் சொல்வதை நான் கேட்டபடியிருந்தேன். நான் பேசினால் அவருடைய குரலின் சுகம் தடைபடுமோவெனப் பயந்தேன். ஆமாம், நான் காதலியாக மாறியிருந்தேன். பிறகும் நாங்கள் பேசினோம். பலவற்றையும் பேசினோம், சினிமா, புத்தகம், சங்கீதம், நான் வேலை பார்த்த படங்கள், மேலும் என்னுள்ளில் இருக்கும் பக்குவமின்மையைப் பற்றியும் அவர் பேசினார். முதல் தடவையாகத்தான் ஒரு மனிதன் என்னிடம் இப்படியெல்லாம் பேசுகிறார். காதல் ஒரு பெண்ணை அழகாக்கும் என்பது சரிதான். ஆமாம், முதல் தடவையாக நான் அழகாயிருக்கிறேன் என்று அவர்தான் சொன்னார். அதுவரை யாரும் என்னிடம் சொன்னதில்லை. என் கணவர் உட்பட. இவர் சொல்வது கேலியோ என்றுகூட தோன்றும். எனக்கும் அப்படியொரு நம்பிக்கையில்லை. நான் காதலெனும் நதியில் மூழ்கிக் கொண்டிருந்தேன். அதுவரை திருத்தமாய் அலங்கரித்துக் கொள்ளவும் விருப்பமில்லாதவளாகத்தான் இருந்தேன். புடவை அழகாய் கட்டவோ, முகம் திருத்திக் கொள்ளவோ நான் முக்கியத்துவம் தந்திருக்கவில்லை. புடவைக்குப் பொருத்தமான ரவிக்கை போட வேண்டுமென்றோ அது எனக்கு பொருந்துகிறதா என்றெல்லாம்கூடப் பார்க்க மாட்டேன். நான் சுத்தமாய் என்னை வைத்திருப்பேன், அவ்வளவுதான். அவர் எனக்குப் பொருந்தும்

நிறங்களைச் சொல்லித் தந்தார். நான் வாசிக்க வேண்டிய புத்தகங்களைப் பற்றியும், இசை பற்றியும் உலக சினிமாக்களைப் பற்றியும் சொல்லித் தந்தார்.

அவரும் என்னைப் போலவே முன்கோபியும் கௌரவக்காரராகவும் இருந்தார். குடிக்க மாட்டார், புகையில்லை. இப்படி எனக்குப் பிடித்த நிறைய குணங்கள்தான் என்னை அவரோடு நெருக்கமாக்கியிருந்தன. நாங்கள் அன்பிலாழ்ந்தோம், சண்டையிட்டோம், கோபப்பட்டோம். மகிழ்ந்திருந்தோம். மனோகரமானது அந்த நாட்கள். வாழ்க்கையில் இவ்வளவு மகிழ்ச்சியான நாட்கள் இதுவரை எனக்கு வாய்த்ததில்லை.

நான் என்னைக் கவனிக்கத் தொடங்கினேன். என் குணங்களையும் குணக்கேடுகளையும் பற்றி யோசித்து நான் தெளிவடையத் தொடங்கினேன். நான் மாறிக் கொண்டிருந்தேன். உருவத்தில் மட்டுமல்ல, குணத்திலும். அதுவரை ரெக்கார்டிங் அறையிலும் வெளியிலும் எல்லா நேரங்களிலும் முகத்தைத் தூக்கி வைத்துக் கொண்டு எல்லாரையும் கூர்ந்து நோக்கும் ஒரு பாக்யலஷ்மியாக மட்டுமே நானிருந்தேன். எப்போதாவது சிரித்தால் எல்லோரும் என்னை ஏமாற்றி விடுவார்கள் என்ற நினைப்பு இருந்து கொண்டேயிருந்தது. அதனாலேயே எனக்கு முன்பாக எப்போதும் யாரும் தீண்ட முடியாத கோட்டினை அழுத்தமாய் வரைந்து வைத்திருந்தேன். முடியை இழுத்துப் பின்னி, ஒருவித ஆணவத்தோடு டப்பிங் தியேட்டருக்கு நான் வருவதைப் பார்க்கும்போது பலரும், இதென்ன இப்படி வருது என்று என் காதுபடச் சொல்லக் கேட்டிருக்கிறேன்.

என் காதல், இழுத்துப் பின்னிய என் கூந்தலை விரித்துவிட வைத்தது. நெற்றியில் சிவந்த பொட்டு வைக்கச் சொன்னது. முகத்திலொரு புன்னகையைக் கொண்டு வந்து, மற்றவர்களை நம்பச் சொல்லிக் கொடுத்தது. ஒருபோதும் மற்றவர்களைச் சார்ந்தில்லாமல் ஒருவரால் வாழ முடியாது என்று நான் நம்பியிருந்தேன்.

நாம் வாழ வேறொருவர் பின்னால் நின்று தாங்க வேண்டிய தேவையில்லை. நம் சக்தியுடன் தைரியமாய் நம்மை நாமே அன்பு செலுத்த வேண்டுமென்றும், எவ்வளவு அன்போடிருக்கும் அம்மா அப்பா வாய்த்தாலும் புருஷனிருந்தாலும் பிள்ளைகள் இருந்தாலும் நம் உடலையும் மனதையும் ஆரோக்யத்தோடு காக்க வேண்டியது நாம் மட்டுமே. யாரும் கடைசிவரை கூடவே இருப்பார்கள் என்று நினைக்கக் கூடாது. யாருமில்லையென்றாலும் நீ உன்னுடைய ஆத்ம தைரியத்தைக் கை விடக்கூடாது. நமக்கு மற்றவரிடம் அன்பு செலுத்த மட்டுமே உரிமையிருக்கிறது; வேதனைப்படுத்த அல்ல. இப்படியாக பல விஷயங்களை அவர் எனக்குச் சொல்லித் தந்தார்.

அவர் கொஞ்சம் கொஞ்சமாக என்னை மாற்ற முயற்சித்தார்.

அடிமைத்தனத்தைச் சகிக்க முடியாமல் ஒரு தைரியத்தில் திருமண பந்தத்திலிருந்து வெளியேறினாலும் மற்ற சில காரியங்களில் கொஞ்சமும் தைரியமில்லாதவளாக இருந்தேன்.

2001 வரை நான் அப்படியொன்றும் ஊடகங்களில் தோன்றியதில்லை. எனக்குப் பேசத் தெரியாது. ஊடகங்களிலும் மேடையிலும் பேசவும் பண்பாட்டு நிகழ்வுகளில் பங்கு கொள்ளவும் என்னை அவர் கட்டாயப்படுத்தினார்.

மேடைகளில் பேச வேண்டிய தகவல்களைக் கற்றுத் தந்தார். முதலில் பார்த்துப் படிக்கச் சொல்வார். பார்த்து வாசிப்பது அசிங்கமில்லையா என்று கேட்டால், எவ்வளவோ பெரிய ஆட்கள் பார்த்துப் படிப்பதை நீ பார்த்ததில்லையா என்று கேட்பார். எந்த விஷயம் குறித்துப் பேசினாலும் என் முன்னால் உட்கார்ந்திருப்பவர்களை விட நான் கூடுதல் அருகதை உள்ளவள் என்று தோன்ற வேண்டும். ஒரு களி மண்ணைச் சிற்பமாக மாறறும் முயற்சியிலிருந்தார். நான் தலைகீழாக மாறினேன். எனக்கே என்னைப் பற்றி மரியாதை செலுத்த வேண்டிய விதத்தில் உருவத்திலும் பாவத்திலும் நடந்து கொள்ளும் விதத்திலும்

பேச்சிலும் மட்டுமல்ல சமூகத்திலும் எனக்கொரு ஆளுமையை அவர்தான் ஏற்படுத்தி தந்தார்.

பிறகு என்ன ஏற்பட்டதென்று எனக்குத் தெரியவில்லை.

மெல்ல மெல்ல அவர் என்னிலிருந்து விலகத் தொடங்கினார். தொலைபேசி அழைப்புகள் குறைந்தன. பார்க்கவும் முடியவில்லை. இதற்கிடையில் எனக்கொரு விபத்து ஏற்பட்டது. ரொம்பவும் பெரிய விபத்து. ஒரு டாங்க்ர் லாரியில் இடித்து வண்டி சுக்கு நூறானது. எனக்கொன்றும் ஆகவில்லையென்றாலும் அந்தச் சாலையில் ஆட்கள் வந்து சேர்ந்தபோது சட்டென நான் கலவரப்பட்டேன். ஆனால் எனக்குக் கொஞ்சமும் பயம் தோன்றவில்லை. எனக்கு கூப்பிட்டுச் சொல்ல ஒருத்தர் இருக்கிறார். அதுதான் என் தைரியம். உடனே நான் அவரைக் கூப்பிட்டேன். என்னை அதிர வைக்கும் பதில்தான் அவரிடமிருந்து வந்தது.

''என்னால் இப்போது வர முடியாது.''

அந்த நொடியில் நான் நொறுங்கிப் போனேன்.

வாழ்க்கையில் ஒரு இழப்பு ஏற்பட்டால் நான் முழுவதும் தனிமையிலாவேன். நான் ஒரு அனாதைதான் என்றெல்லாம் தோன்றியது. விபத்தை விடப் பெரிய அதிர்ச்சியைத்தான் அவருடைய பதில் என்னில் ஏற்படுத்தியது. அந்த நேரத்தில் ஓடி வந்து உதவியது வேறு ஆட்கள்.

இந்த நிகழ்வு என்னை மிகவும் துவளச் செய்தது. 'உனக்கு ஏதாவது ஆயிடிச்சா?' என்றுகூட அவர் கேட்கவில்லை. இதைப் பற்றிப் பிறகு கேட்டபோது மிகவும் உதாசீனத்தோடுதான் அவர் பதில் சொன்னார். ஆனாலும் நான் என்னைச் சமாதானப்படுத்த முயற்சித்தேன். அவருடைய சூழல் அப்படியிருக்கலாம்.

பிறகொரு நாளில் என் சின்ன மகன் ஒரு பைக் விபத்தில் மாட்டிக் கொண்டு மரணத்தோடு மல்லுகட்டி மருத்துவமனையில்

படுத்திருக்கும்போதும் நான் அவரிடம்தான் சொன்னேன். நான் ஒட்டு மொத்தமாய் உடைந்து போயிருந்த நேரமது. எல்லோரிடமும் தைரியமாகவேப் பேசிக்கொண்டிருக்கிறேன். ஒன்றும் சொல்லமுடியாது என்று டாக்டர்கள் சொல்கிறார்கள். அப்போதும் அவர் வந்துவிடுவார் என்று முழுக்க நம்பினேன். எல்லாம் சொல்லி அழவேண்டுமே! ஆனால் அன்றும் அவர் வரவில்லை. ஒரு மாதத்திற்குப் பிறகுதான் என் மகனைப் பார்க்க வருகிறார்.

ஒரு நாள் கட்டாயப்படுத்திக் கேட்டபோது சொன்னார்.

'யோசிச்சு பார் லஷ்மி, என்னையும் உன்னையும் ஒன்றாகப் பார்த்தால் மற்றவர்கள் என்ன சொல்வார்கள்? என்னை விட்டுவிடு, உன் வாழ்க்கையை அது அதிகம் பாதிக்கும். திருமணம் செய்து கொள்ளாமல் ஒரு பெண்ணும் ஆணும் ஒன்றாயிருந்தால் ஏற்படும் விளைவுகளை யோசித்து பார். இன்றுவரை உனக்கு ஒரு கெட்டபேரும் ஏற்படவில்லை. இனியும் அது ஏற்படக்கூடாது. இந்தச் சமூகம் நம்மைப் புரிந்து கொள்ளாது'

நான் மனதோடு கேட்டுக் கொண்டேன், என்னை மிகவும் நேசிக்கிறேன் என்று சொன்னபோது இதெல்லாம் யோசிக்க வில்லையா? ஒரு ஆளை நேசிக்கவும் வேண்டாமெனவும் இவ்வளவு சுலபமாக முடியுமா?

நான் யோசிக்கிறேன், எங்களுக்கு நிறைய எல்லைகள் இருக்கிறது. குறிப்பாக எனக்கு. ஒரு உறவு வேரறுந்து போகும்போது மற்றொன்றில் வேர்பிடிப்பது சர்வ சாதாரணமானதுதான். அப்படி நான் போய் விழக்கூடாது. இனியொரு திருமணம் எனக்குப் பயமாக இருந்தது. ரகசிய உறவில் எனக்குக் கொஞ்சமும் விருப்பமில்லை.

எல்லா ப்ரியத்தையும் மனதில் ஒதுக்கி அடைகாத்து நாங்கள் பிரிந்தோம்.

அதொரு கடினமான தீர்மானமென்று பிறகு நான் புரிந்துகொண்டேன். அவருடைய அவஸ்தை எனக்குத் தெரியாது. ஆனால் நான் உண்மையில் துடித்துப் போனேன். யாரிடமும் ஒன்றும் சொல்ல முடியாமல் நிரந்தரமாக பத்மநாபசாமி கோவிலில் தூண்களின் மறைவில் உட்கார்ந்து அழுதேன். கடவுளிடம் பேசினேன். உறவுகளில் எதற்காக என்னை இப்படி சிக்குற வைத்து வேதனைப்படுத்த வேண்டும்? முதலில் அப்பா, பிறகு அம்மா, அண்ணன், கணவரின் அப்பா, கடைசியில் இவரும். நான் நேசிப்பவர்களெல்லாம் ஏன் என்னை விட்டுப் போகிறார்கள்? யாருக்கும் என்னை வேண்டாமா?

அவர் எனக்கு ஏன் இவ்வளவு அன்பையும் கொடுத்தார்?

எதற்காக என்னை விட்டுப் போனார்?

யாருடைய அன்பும் இல்லாமலே இந்தப் பெருவாழ்வை நான் வாழ்ந்து தீர்த்திருப்பேனே!

இதுவரை நான் ஒன்றும் கேட்டதில்லை. எல்லாக் கஷ்டங்களையும் துன்பங்களையும் சகித்துக்கொள்கிறேன். இவரை மறக்க எனக்கு உதவு தெய்வமே!

சத்தமிட்டு அழுதேன். கையில் கிடைத்த தூக்க மாத்திரைகளின் உதவியோடு தூங்க ஆசைப்பட்டேன். கேரளாவிலும் சென்னையிலும் மனநல மருத்துவர்களையும் ஆலோசகர்களையும் பார்த்தேன். அவர்கள் தந்த மருந்துகளையெல்லாம் சாப்பிட்டேன். இலக்கில்லாமல் கேரளா முழுக்க கார் ஓட்டி அலைந்து திரிந்தேன்.

இந்த நாட்களில்தான் புத்தகத்தின் ஆரம்பத்தில் சொன்ன பாலமந்திரத்தைத் தேடிப் போயிருந்தேன். ஆனாலும் எப்போதாவது 'சுகமா லஷ்மி?' என்று அவரிடமிருந்து ஒரு மெசேஜ் வருமென்று காத்திருந்தேன். ஆனால் அதன்பிறகு ஒருபோதும் அப்படியொரு மெசேஜ் வந்ததேயில்லை. நான் இல்லாமல் போனது அவருக்கு ஒரு பெரிய இழப்பேயில்லையோ? அவர் என்னை காதலிக்கவேயில்லை

என்ற நினைவு அப்போதெல்லாம் வந்து, என்னை மேலும் வேதனைப்படுத்தியது.

எனக்கொன்றும் நேர்ந்துவிடவில்லை. நான் மிகவும் சந்தோஷமாக இருக்கிறேன் என்று வெளிக்காட்டிக் கொள்ள மற்றவர்களிடம் அதிகதிகமாகச் சிரித்துப் பேசத் தொடங்கினேன்.

என் முகம் மாறிவிடக் கூடாது, யாருக்கும் ஒன்றும் தெரிந்து விடக் கூடாது. மனம் பாரம் தாங்கமுடியாமல் கனம் கூடி நின்றது. 15 வருடம் ஒரு மனிதனின் மனைவியாய் வாழ்ந்துவிட்டு பிரிந்தபோதுகூட எனக்கொன்றும் நேர்ந்துவிடவில்லை. நினைத்து லயித்திருக்க எதையும் என் கணவர் எனக்காய் பரிசளித்திருக்கவில்லை.

எல்லாம் சகிக்கும் சக்தி தர வேண்டி லலிதா சகஸ்ரநாமமும் விஷ்ணு சகஸ்ரநாமமும் ஜெபித்துக் கொண்டேயிருந்தேன். அதீத துக்கம் மேலெழும்போது அவருக்கு சடசடவென மெசேஜ் அனுப்புவேன். ஆனால் ஒருபோதும் அதற்குப் பதில் வந்ததில்லை. ஒருவேளை நான் அனுப்பியது பதில் தர முடியாத செய்திகளாக இருக்கலாம். இல்லை, நான் பதிலுக்கு அருகதையற்றவளா, இல்லை அவர் என்னை மறந்திருக்கலாம்.

வாழ்க்கையில் தனிமைப்பட்டு விடக்கூடாதென நினைத்துதான் நான் அவரை நேசித்திருந்தேன். பணமோ சொத்தோ பாதுகாப்போ எதுவும் வேண்டாமெனக்கு. இதெல்லாம் எனக்காக நானே ஏற்படுத்திக் கொள்ளமுடியும். ஆத்மார்த்தமாக நேசித்ததுதான் நான் செய்த குற்றம். எதுவும் எதனுடைய தொடக்கமுமல்ல. முடிவுமல்ல என்று எங்கேயோ படித்திருக்கிறேன். ஆனால் இது என் தொடக்கமாயிருந்தது. கடைசியும்தான். இனி ஒருமுறையும் யாரும் என்னை இப்படி நேசிககவும் வேதனைப்படுத்தி அழ வைக்கவும் அனுமதிக்க மாட்டேன். நம் மனசுதான் நம்முடைய உற்ற நண்பன். அந்த நண்பனை அளவில்லாமல் துக்கப்படுத்தினால் அந்த வலி தாங்கமுடியாமல் அது நம்மிலிருந்து நழுவி விடும். கடைசியில் அது போய் சேர்ந்திருப்பது

ஏதாவது பைத்தியக்கார விடுதியிலாக இருக்குமென்று சொல்லக் கேட்டிருக்கிறேன். என் மனதை நான் ஒருபோதும் வருத்தப்பட வைக்கமாட்டேன்.

ஒருவேளை இந்தப் பிரிவை அவர் முன்பே தீர்மானித்திருந்திருக்கலாம். என்னை அதற்காக அப்படியாக அவர் தயார்ப் படுத்தியிருக்கலாம். இரண்டரை வருடம் நான் மன அளவில் தளர்ந்து போயிருந்தாலும் இன்று நான் அவர் சொல்லித் தந்ததுமாதிரியே வாழ்கிறேன். எல்லோரையும் நேசிக்கிறேன். ஆனால் யாரிடமும் எதையும் எதிர்பார்க்கவில்லை, பிள்ளைகளிடமிருந்தும் கூட.

பல இக்கட்டுகளையும் சமாளித்து வந்த பெண்ணல்லவா நான். இது அவ்வளவு பெரிய பிரச்சனையா? சுயமாக ஆசுவாசப்படுத்தி என்னை நிதானப்படுத்த முயன்றேன். மற்ற சமூக, பண்பாட்டு பிரச்சனைகளை நோக்கி மனதைத் திருப்பிவிட்டேன். நிறைய பயணம் செய்தேன். மூகாம்பிகையிலும் குடஜாத்ரியிலும் போய் தியானித்தேன். அவரைப் பார்க்க சாத்தியப்பாடுகளிருக்கும் எல்லா சந்தர்ப்பங்களையும் தவிர்த்தேன். ஒருபோதும் அவரை நினைக்காமலிருக்க, அவர் கொடுத்ததையெல்லாம் திருப்பிக் கொடுத்தேன். பைத்தியகாரத்தனம் தான் என்று புரிந்தாலும் அவரை மறக்க என்னால் முடியவில்லை. இந்தக் காதலும் இழப்பும் அவருக்கு வலியேயில்லையென்றால் நான் இப்படி அவஸ்தைப்படுவதில் என்ன அர்த்தம் இருக்கிறது? ஆனாலும் ஒரு சுகமான வலியாக அந்தக் காதலை நான் மனதில் பொத்தி வைத்திருக்கிறேன். இனி ஒருபோதும் மற்ற யாரையும் இதுபோல நேசிக்க வாசல் திறந்து விடக் கூடாது என்று ஆசைப்பட்டு அவரை நேசித்து நேசித்து மறக்க முயற்சி செய்கிறேன்.

## பாதுக்காப்பான நிழல்கள்

என் காதல் என்னுடைய தனிப்பட்ட விஷயமென்று கருத பிள்ளைகளால் முடிந்திருந்தது. அவர்களிடம்தான் நான் முதலில் சொன்னேன். ஃபோன் வரும்போது எனக்கேற்படும் படபடப்பைப் பார்த்து, 'அம்மா, நீங்க என்ன டீன் ஏஜ் பெண்களைப் போல...' என்று கேலி பேசினார்கள். என்னைப் புரிந்து கொள்ளும் பிள்ளைகளைப் பெற்றதில் நான் பாக்யவதி. அவர்களுடைய அம்மா என்ற நிலையிலிருந்து மாறி ஒரு பெண்ணாய் அவர்கள் என்னைப் பார்ப்பதில் எனக்கு சந்தோஷமே. அப்பாவின் விஷயத்தில் பல நேரங்களில் நண்பர்களுக்கு முன்னால் அவர்கள் தலைகுனிந்து நிற்க நேர்ந்திருக்கலாம். வேதனைப்பட வேண்டிய அனுபவங்கள் நடந்திருக்கலாம். ஒரு போதும் அவர்கள் என்னைக் குற்றவுணர்வுக்கு உள்ளாக்கவில்லை. அது எனக்கு பெரிய நிம்மதியைத் தருகிறது.

ஒரு முறை சின்னவனுக்கு ஒரு விபத்து நேர்ந்தது. மிகவும் ஆபத்தான நிலைக்குத் தள்ளப்பட்டான். முதலில் கேட்டபோது நான் அதைப் பெரிய விஷயமாக நினைக்கவில்லையானாலும் போய்ப் பார்த்தபோது நினைத்தது மாதிரி சாதாரணமானதில்லையென்று புரிந்தது. காது மூக்கு வழியாக ரத்தம் வந்து சுயநினைவற்றுக் கிடக்கிறான். உடனே கிம்ஸ் ஆஸ்பத்திரிக்குக் கொண்டுபோனோம். அங்கே எல்லாப் பரிசோதனைகளும் முடிந்தபிறகு யாரிடம் இவனைப்பற்றி பேச வேண்டுமென்று டாக்டர்கள் கேட்டார்கள். நான் என்னிடம் சொல்லுங்கள் என்று சொன்னேன். அவர்களுக்கு எப்படியோ ஆனது. 'வேறு யாராவது?' என்று தயங்கினார்கள். இங்க பாருங்க இவன் என் பையன். என்ன ஆனாலும் நான்தான் பார்க்க வேண்டும், என்னிடம் சொல்லுங்கள். டாக்டர் என்னிடம் விளக்கி சொன்னார். மிகவும் சிக்கலான நிலைமையிலிருந்தான் அவன். சுயநினைவற்றிருந்தான். எப்போது நினைவு வருமென்று சொல்லமுடியாது. காத்திருப்பு மட்டுமே அதைச் சாத்தியப்படுத்தும்

என்றார்கள். நான் காத்திருந்தேன். இந்நாட்களில் நான் அழவேயில்லை. அவனுடைய பக்கத்தில் உட்கார்ந்து லலிதா சகஸ்ரநாமம் சொல்லிக் கொண்டிருந்தேன். 15 நாட்களுக்குப் பிறகு கண் திறந்து பார்த்தபோது அவனுக்கு ஒன்றும் நினைவிலில்லை. அதுதான் என்னை மிகவும் வேதனைப்படுத்தியது. பிறகு மெல்ல மெல்ல எல்லாம் சரியானது.

அந்த விபத்து முடிந்து ஒரு மாதத்திற்கு பிறகு நானும் அவனுமாய் குருவாயூருக்குப் பயணித்தோம். அவன்தான் கார் ஓட்டினான். முதலில் பயம் இருந்தாலும் அது அவனில் ஒரு தன்னம்பிக்கையை வளர்த்தெடுத்தது. எனக்கும் அதுதான் தேவைப்பட்டது.

அந்த நேரத்தில் எங்களை விமர்சிக்க நிறைய பேர் இருந்தார்கள். அவனுடைய அப்பா வந்து என் அகங்காரத்திற்கு கிடைத்த தண்டனை என்றெல்லாம் சொன்னார். நான் ஒன்றும் மறுத்துச் சொல்லவில்லை. அதுபோல மனசு மிகவும் சோர்வுற்றிருந்த நாளொன்றில் நான் டப்பிங் போயிருந்தபோது அதை விமர்சிக்கவும் ஆட்கள் இருந்தார்கள். இது என் வேலையென்று விமர்சிப்பவர்களுக்கு தெரியாதில்லையா?. இந்த வேலை ஒரே நேரத்தில் எனக்கு அமைதியையும் சமாதானத்தையும் சந்தோஷத்தையும் பணத்தையும் தேடித் தருமென்று யாருக்கும் தெரியாது. என்னை நான் அறிவேன் என்பதால் விமர்சனங்களை நான் மதிப்பதில்லை.

என் பிள்ளைகள் துர் அபிமானிகளாக இருந்தால் நீங்கள் ஒருபோதும் என் வாழ்வை அறிந்து கொள்ள முடியாது. என் பால்யத்திலும் பதின்பருவத்திலும் இளமையிலும் தனிமையிலும் எல்லாவற்றிலும் அவர்கள்தான் என் பின்னால் இருக்கிறார்கள். அவர்கள் தந்த தைரியம்தான் இந்த சுயசரிதை எழுதுவதற்கான பின்புலமும். என் வாழ்க்கையில் அவர்களுக்கு நான் அடையாளம் காட்டியிருந்த இடம் மற்ற எல்லாரையும்விட மேலேதான்.

# 6

## என் நட்புகள்

நட்பு பிராணவாயு மாதிரி. அதுதான் என்னை வாழ வைப்பதும் வாழத்தூண்டுவதும். தனிமைப்பட்டுப் போகும் நேரங்களில் என்ன செய்ய வேண்டுமென்று தெரியாமல் தடுமாறி நிற்கும் நிமிடங்களில் நட்பு ஓடி வந்து என் கையைக் கெட்டியாகப் பிடித்துக் கொள்ளும். பிறகு சேர்த்து பிடித்தபடி நான் இருக்கிறேன் உன்னோடு என்று தைரியம் சொல்லும்.

நினைத்துப் பார்க்கும்போது நிறைய நண்பர்கள் இருக்கிறார்கள். ஆனாலும் ஏதேதோ நல்லியல்புகளால் சில நட்புகள் என் நினைவில் ஒளியேற்றி நிற்கிறார்கள். ஒரு வேளை என் வாழ்வில் சில பாரங்களை அவர்கள் தாங்கியதால் கூடயிருக்கலாம். இல்லையென்றால் அவர்களின் நடத்தையின் உன்னதத்தால் அப்படியிருந்திருக்கலாம். என்னவெல்லாமோ காரணத்தால் இவர்கள் எனக்கு பிரியபட்டவர்களாக மாறியிருந்தார்கள்.

நிறைய நட்புகள் எனக்கு இருக்கிறார்கள் என்றாலும் எல்லோரையும் பணத்தோடு சேர்த்து பிசைந்து உருவாக்க நான் ஒருபோதும் ஆசைப்பட்டதில்லை. அதற்கும் மேலே அதற்கு நான் பயந்தேன்

என்றே சொல்லலாம். எந்தவொரு நட்பும் என்னவொரு காரணத்தாலும் என்னிலிருந்து இழந்துபோக நான் விரும்பியதேயில்லை. இதுவரைக்கும் எந்த நட்பும் என்னிடமிருந்து விலகிப் போனதுமில்லை. விலகல்வரை நான் அதைக் கொண்டுபோனதேயில்லை. எல்லா மனிதத்திற்குள்ளும் தவறுகளும் குறைபாடுகளுமிருக்கும். நமக்கு பிடிக்காத சில குணங்களுமிருக்கும். ஆனால் அவர் தனிப்பட்டதொரு மனிதர் என்று புரிந்து கொண்டு அன்பு செலுத்தினால் மட்டுமே புதிய நட்பு பிறக்கிறது.

## மணி அக்கா

எந்தவொரு எல்லையும் இல்லாததுதான் மணி அக்காவின் நட்பு. பழகுவதிலிருந்தும் கட்டற்ற அன்பினாலும் நம்பிக்கையாலும் என்னை அதிர வைத்த ஒரு ஸ்நேகம். சரியாய் சொல்லவேண்டுமானால் என்னுடைய ஆத்மார்த்த தோழி மட்டுமல்ல, அம்மாவின், சகோதரியின் இடத்தையும் இட்டு நிரப்பிக் கொண்டிருப்பவர் மணி அக்கா. இந்த நட்பை மட்டுமே நான் பணத்தோடும் சம்மந்தப்படுத்தியிருக்கிறேன். அது போல எனக்கு எங்காவது போகவேண்டுமானால், 'மணி அக்கா என்கூட வாங்க' என்றால் என்னுடன் வருவார். ஒரு துக்க வீட்டிற்குப் போகும்போதும் கல்யாணத்திற்குப் போகும்போதும் அங்கே பழக்கமிருக்கிறதா என்றெல்லாம் அவர் யோசிக்க மாட்டார். லஷ்மியுடன் வர வேண்டிய தேவை இருக்கிறது, அதனால் வருகிறேன் என்பார். சினிமா எடுத்த பிரச்சனையில் எனக்காக வாதிட வேண்டிய வக்கீல் என்னை மோசடி செய்து கடைசியில் நான் நீதி மன்றத்திற்குப் போக வேண்டிய நிலை வந்தபோது நான் அதிர்ந்து போனேன். நானோ இதுவரை நீதிமன்றத்தைப் பார்க்கவோ போகவோ செய்தவளல்ல. அக்கா எனக்கு பயமாகயிருக்கிறது என்று சொன்னவுடன், பயப்படாதே, நானும் அண்ணனும் கூட வருகிறோம் என்றாள். அதே மாதிரி அக்காவும் அண்ணனும் என் இரண்டு பக்கத்திலும் நடந்து வர நான் நீதிமன்றத்துக்குப் போனேன்.

அவள் என்னுடைய யாரென்று கேட்டால் யாருமில்லைதான். ஆனால் எனக்கு எல்லாமானவள். என் எல்லாப் பிரச்சனைகளிலும் என்னுடன் ஒரு கெட்டிப்பட்ட தூண் போல அவளிருப்பாள். ஆனால் என் தனிப்பட்ட வாழ்வில் நுழையவும் மாட்டாள். அவ்வப்போது நான் அவள் வீட்டில் தங்கும் நேரங்களில் நான் தனியாக யாரிடமாவது ஃபோனில் பேசுவதானாலும் அது யார் என்று கேட்கவோ அதிகமாக விசாரிக்கவோ மாட்டாள். அதுபோலவே பிள்ளைகளுடைய சில பிரச்சனைகள் என்னை அதிகம் சங்கடப்படுத்தும்போது நான் அக்காவிடம் சொல்வேன். ஆனால் உடனே அவர்களைக் கூப்பிட்டு திட்டவோ, அதைப்பற்றி அதிகம் பேசவோ மாட்டாள். ஒரு உறவில் எந்த எல்லைவரை உள்ளே போக வேண்டுமென்று நன்றாகத் தெரிந்து வைத்திருந்தார்கள் அக்கா.

முதலில் பார்த்தபோது அக்காவின் ஈர்ப்பு நானல்ல. அது என் மூத்த மகன். குழந்தைகள் எப்போதும் அக்காவிற்குப் பிரியமானவர்கள். திருவனந்தபுரம் காந்திநகரிலிருக்கும் அனேக குழந்தைகள் மணி அக்காவின் கைகளில்தான் வளர்ந்ததும் இப்போது வளர்ந்து கொண்டுமிருக்கிறார்கள். அவர்கள் எல்லாம் பெரியவர்களாய் அக்காவைத் தேடி வருவது அற்புதமானது. இப்படி குழந்தைகளிடம் அன்பும் அவர்களுடைய வீட்டு ஆட்களோடு இணக்கமுமாய் இருந்தாலும் என்னிடம் மட்டும்தான் அக்காவிற்கு இவ்வளவு நெருக்கமான நட்பு இருக்கிறது. அக்கா இல்லையென்றால் பாக்யலஷ்மி இல்லையென்று மற்றவர்கள் சொல்கிறார்களென்றால் அவ்வளவு தாக்கத்தை அக்கா என் வாழ்வில் ஏற்படுத்தியிருக்கிறார்.

இந்தப் புத்தகத்தில் மணி அக்காவின் பேர் இல்லையென்றால் எங்கே போய்விட்டார்கள் அக்கா என்று என்னைத் தெரிந்தவர்கள் ஆச்சரியப்படுவார்கள். மணி அக்காவின் சப்தமோ இருப்போ இல்லாமல் ஒரு நாள் கூட எனக்கில்லை. ஒரு நிழல் போல் அக்கா என்னோடு இருப்பாள். அக்காவோடு மட்டுமல்ல, அக்காவின் குடும்பத்தாரோடும் அப்படி ஒரு பிணைப்பு இருக்கிறது. அக்காவின்

பேரக்குழந்தைகள் என்னை அம்மச்சி என்றுதான் கூப்பிடுவார்கள். நான் அவர்களுடைய வீட்டில் ஒரு அங்கமாகவே இருக்கிறேன்.

என் பிள்ளைகளும் இந்த நட்பை மதிக்கவே செய்கிறார்கள். நான் வீட்டில் இல்லாத நேரங்களில் அவர்களுக்கு ஏதாவது தேவைப்பட்டால் அது பணமாகலாம், சாப்பாடாயிருக்கலாம், வேறு எது வேண்டுமானாலும் இருக்கலாம். அவர்கள் நேராக அக்காவிடம்தான் போவார்கள். இது போலொரு பலமான சொந்தம் வேறில்லையென்று அவர்களுக்குத் தெரியும்.

மணி அக்கா இல்லாத நாட்களை என்னால் யோசித்துப் பார்க்கக் கூடமுடியாது. அவள் இல்லாத இடைவெளியை யாராலும் இட்டு நிரப்ப முடியாதது. அதனாலேயே ஆயுள் ஆரோக்ய சுகத்துடன் அவள் வாழ வேண்டுமென்பதுதான் என் பிரார்த்தனையாகயிருக்கிறது.

**சுவர்ண ராஜி**

மணி அக்காவைப்போலவே எனக்கு மிகவும் பிடித்தவர் ஸ்ரீகுமாரன் தம்பி சாரின் மனைவி ராஜி அக்கா. தம்பி சாரின் 'சொந்தம் எந்ந பதம்' என்ற சினிமாவில் கலா ரஞ்சினிக்குக் குரல் கொடுக்கப் போயிருந்தபோதுதான் ராஜி அக்காவை நான் முதல்முதலாகப் பார்க்கிறேன். அன்றைக்கு அக்கா டப்பிங் தியேட்டரிலிருந்தார். அப்படி பழக்கமானோம். அக்காவிற்கு ஒரு குணமுண்டு, புதிதாக யாரையாவது பழக்கப்பட்டால் அவரை வீட்டிற்குக் கூப்பிடுவார். 'ஒருவேளை சாப்பிட எங்க வீட்டுக்கு வாங்க' என்று அழைப்பார். ஆட்களை உபசரிக்கவும் சாப்பாடு கொடுக்கவும் அவருக்கு மிகவும் பிடிக்கும். எல்லோரையும் கூப்பிடுவதுபோல என்னையும் கூப்பிட்டார்கள். ஆனால் நான் சாப்பிடப் போகவில்லை. பெரியம்மாவிற்கு அப்படிப் போவது பிடிக்காது.

பிறகு ஸ்ரீகுமாரன் தம்பி சாரின் எல்லாப் படங்களுக்கும் நான் டப்பிங் பேசத் தொடங்கினேன். அக்காவோ தம்பி சாரின் பட

ரிக்கார்டிங் இருந்தால் தியேட்டருக்கு எப்போதும் வருவார். நாங்கள் பேசிக் கொள்ளவெல்லாம் மாட்டோம். பார்த்தால் சிரிப்போம். எப்போதாவது அபூர்வமாய் பேசிக் கொள்வோம். மனதில் பதிவது மாதிரியான நெருக்கம் எங்களுக்குள் இல்லை. மற்ற இயக்குனர்களின் மனைவிகளை எனக்குத் தெரியாது. ஃபாசில் சார், சத்யன் அந்திக்காடு போன்ற இயக்குனர்களின் படங்களில் நான் வேலை செய்தாலும் அவர்களுடைய மனைவிகள் கேரளாவில் இருப்பதால் எப்போதாவதுதான் டப்பிங் தியேட்டருக்கு வருவார்கள். ராஜி அக்கா மட்டும்தான் படப்பிடிப்புத் தளத்திற்கும் டப்பிங் தியேட்டருக்கும் வருவதை நான் பார்த்திருக்கிறேன். படப்பிடிப்புத் தளத்திலும் தியேட்டரிலும் தன் வீட்டு மனுஷியைப் போல அக்கா எல்லோரிடமும் நன்றாகப் பழகுவார்.

சித்தியிடமிருந்து வெளியேற்றப்பட்ட நான் எங்கே போவது என்று தயங்கி நின்ற நேரத்தில், அக்காவின் முகம்தான் என் நியாபகத்தில் முதலில் வந்தது. இரவு நேரத்தில் கூப்பிட்டு நான் வீட்டிலிருந்து வந்துவிட்டேன் என்று சொன்னவுடன், 'ஒரு ஆட்டோ பிடித்து வீட்டிற்கு வா' என்று அக்கா சொன்னார்கள். எதற்காக அந்த நேரத்தில் அக்காவைக் கூப்பிடத் தோன்றியதென்று இன்றும் தெரியாது. எதனாலோ அக்காவை நம்பலாமென்று மட்டுமல்ல, அவர் எனக்கு அடைக்கலம் தருவார்கள் என்றும் நம்பினேன். நான் அண்ணாநகர் வீட்டிற்குப் போகும்போது எனக்காகக் காத்திருந்தார்கள். அந்த நேரத்தில் என்னிடம் என்ன பிரச்சனையென்று எதையும் கேட்கவில்லை. 'சாப்பிட்டு நிம்மதியாய் தூங்கு' என்று மட்டும் சொன்னார்கள். மறுநாள்தான் நான் எல்லாவற்றையும் சொன்னேன். அப்போதுதான் என்னைத் திருமணம் செய்துகொள்ளப்போகும் கதா பாத்திரத்தைப்பற்றி அக்காவிற்குத் தெரியவந்தது. அக்காவுக்கு பெரியம்மாவை மிகவும் பிடிக்கும். பெரியம்மா இறந்தபோது அக்கா வந்திருந்தார். சித்தியையும் அவர்களுடைய குணம் பற்றியும்

அக்காவிற்குத் தெரியும். அதனால் நான் சொன்னவுடன் அவர்களால் சட்டென எல்லாவற்றையும் புரிந்து கொள்ள முடிந்தது.

அக்காதான் கல்யாணத்திற்குத் தேதி குறித்து கொடுத்து, கல்யாண ஏற்பாடுகள் எல்லாம் செய்தார்கள். கல்யாணத்திற்குக் கட்டவேண்டிய புடவை அக்காவின் பரிசாகயிருந்தது. அதுபோல என்னைத் திருமணத்திற்காக திருவனந்தபுரத்திற்கு வழியனுப்பியும் வைத்தார். கேரளத்தில் ஒரு மருமகள் எப்படி நடந்து கொள்ளவேண்டுமென்பது உட்பட அக்கா சொல்லியிருந்தார்.

பிறகு என் வாழ்வில் பிரச்சனைகள் ஏற்பட ஆரம்பித்தபோது, நான் ராஜி அக்காவிடம்தான் எல்லாவற்றையும் சொன்னேன். நான் பெரிய பிரச்சனை என்று நினைத்து அக்காவிடம் சொல்லும்போது அவர் அதை ஒரு சாதாரண பிரச்சனையாக மாற்றி விடுவார். பிறகு, இதுபோல பிரச்சனை உள்ள நிறைய பெண்கள் இருக்கிறார்கள், கணவனின் கொடுமையால் வீட்டுக்குள்ளேயே முடங்கி இருப்பவர்கள். என்ன ஆனாலும் உனக்கு நல்ல வேலை இருக்கிறதே. வீட்டிலிருந்து வெளியே வந்து ரிலாக்ஸ் செய்ய முடிகிறதில்லையா என்றெல்லாம் சொல்லும்போது என்னால் பதில் பேச முடியாது. என் திருமண உறவு 15 வருடம் நீட்டித்துக் கொண்டு போக முடிந்திக்ருகிறது என்றால் அக்காவின் கட்டாயத்தால் மட்டுமே அது சாத்தியமானது. பரவாயில்லை, இப்படி எல்லா வீடுகளிலும் இருக்கும் என்று ஆசுவாசப்படுத்தும்போது நானும் ஆறுதலடைவேன்.

கடைசியில் நான் இதோ வாழ்க்கையைத் தூக்கி எறிந்து விட்டு வருகிறேன் என்று சொன்னபோது அக்கா என்னை சமாதானப்படுத்தினார். முடிவெடுத்து வந்தபின், அதைப்பற்றி இனி யோசித்துப் பயனில்லை என்று அந்த மனநிலையில் என்னை நன்றாக வைத்துக் கொள்ள தயார்ப்படுத்தினார்கள். கேரளாவில் மணி அக்காதான் எனக்கு உதவுகிறார்கள் என்று அக்காவிற்குத் தெரியும். பிறகு அவர்கள் இரண்டுபேரும் விவாதித்து என் விஷயங்களில்

தீர்மானம் எடுக்கத் தொடங்கினார்கள். மணி அக்காவும் ராஜி அக்காவும் இல்லையென்றால் நான் தன்னம்பிக்கையோடு வாழ்ந்திருப்பேனா என்பது சந்தேகமே.

எதற்காக கண்ணா?

1979 ல் நான் ராஜி அக்காவோடு பழக ஆரம்பித்தபோது அவர்கள் குழந்தைகள் கண்ணனும் கவிதாவும் என்னுடன் அன்பாய் இருந்தார்கள். கண்ணனுக்கு எட்டு வயதிருக்கும். எப்போதும் அம்மாவோடு ஒட்டி உட்கார்ந்திருக்கும் அப்பாவியான பையன். ஒரு படத்தில் அவன் நடித்திருக்கிறான். அவனுடைய கதாபாத்திரத்திற்கு அவனே குரல் கொடுத்தான். அப்பா சொல்லிக் கொடுப்பதை கவனமாய்க் கேட்டு அதே போலச் செய்வான். அந்தப் படத்திற்கு பிறகு நான் அக்காவோடு மிகவும் நெருக்கமானேன். பிறகு அண்ணனின் எல்லாப் படங்களிலும் நான் வேலை செய்தேன். நாங்கள் ஒன்றாயிருக்கும் நேரங்களில் அக்கா கண்ணனிடம் பாடச் சொல்வார்கள். ரஜினிகாந்தைப் போல நடித்து காண்பிக்கச் சொல்வார்கள். என்ன சொன்னாலும் கண்ணன் கேட்பான். அந்தப் பருவத்திலிருந்த குழந்தைகளுக்கு உண்டான குறும்போ பிடிவாதமோ அமர்க்களமோ ஏதும் கண்ணனுக்கும் கவிதாவுக்கும் இல்லை. ராஜி அக்கா அவர்களைத் திட்டுவதை நான் ஒருபோதும் கேட்டதேயில்லை. இரண்டுபேரும் நன்றாகப் படிப்பார்கள். சாதாரண வீடுகளில் ஏற்படும் எந்த அமர்க்களத்தையும் அந்த வீட்டில் நான் பார்த்ததில்லை. நான் அந்த வீட்டில் தங்கின நாட்களில் எல்லாம் அவர்களைக் கவனிப்பேன். 'உட்கார்ந்து படிங்க மக்களே' என்று அக்கா சொல்லி நான் கேட்டதேயில்லை. அக்காவைப்போல கணவருக்காக குழந்தைகளுக்காக வாழும் பெண்ணை நான் பார்த்ததுமில்லை. எப்போதும் அக்காவுக்கு, பிள்ளைகளுக்கு ஏதாவது ஆகிவிடுமோ, விழுந்து விடுவார்களோ அடிபட்டு விடுமோ என்பதுதான் சிந்தனை. எல்லாக் கோவில்களிலும் அவர்களுக்காக வழிபாடுகள் நடத்துவதை

பார்க்கலாம். கணவர், பிள்ளைகள் தவிர அக்காவின் உலகத்தில் வேறு யாருக்கும் இடமில்லை.

வளர்ந்து வாலிபனான கண்ணனை நான் மிகவும் ஆச்சரியத்தோடு கவனித்திருக்கிறேன். ஒரு மகன் எப்படியிருக்க வேண்டுமென்று அம்மா நினைக்கிறாளோ அதை அப்படியே ஒற்றியெடுத்திருப்பான் கண்ணன். பிள்ளைகளைக் கொஞ்சும் அம்மாக்களை நான் பார்த்திருக்கிறேன். ஆனால் அம்மாவைக் கொஞ்சும் மகனாகயிருந்தான் அவன். அம்மா அப்பாவின் விருப்பத்திற்கிணங்க நடந்துகொள்பவன். அக்கா அண்ணன் மட்டுமல்ல நாங்களும் நேசிக்கும் மகனாயிருந்தான். ஒருநாளும் அவன் கோபப்பட்டுப் பார்த்ததில்லை. அதைப்பற்றி அவன் என்னிடம் ஒருமுறை சொன்னான்.

''என்னோட அப்பா எல்லாவற்றையும் வெளிப்படையாகப் பேசுவார். அதனால் சினிமாவில் அப்பாவைப் பிடிக்காத நிறையபேர் இருக்கிறார்கள். அப்படி ஒரு மனிதன் இருக்கும்போது ஒரு சாதாரண மனிதனாய் கூட நான் கோபப்பட எனக்கு உரிமையில்லை. நான் அப்படிக் கோபப்பட்டால் புகழ்பெற்ற அப்பாவின் பிள்ளையென்று என்னைக் குறை சொல்லமாட்டார்களா?

எல்லாவற்றையும் உள்ளேயே அடக்கிவைக்கும் தன்மையுடையவனாக இருந்தான் அவன். துக்கங்களை ஒருபோதும் யாரிடமும் சொன்னதில்லை. அம்மாதான் அவனுடைய உலகம். ராஜி அக்கா நாற்காலியில் உட்கார்ந்திருந்தாலும் கட்டிலில் படுத்திருந்தாலும் கால் பிடித்து விடுவான். அக்கா தூங்கிய பிறகே அவன் அங்கேயிருந்து எழுந்து போவான். காலையில் அக்கா சமையலறைக்கு வந்தால் அவனும் கூடவே வந்து உதவுவான். நாங்கள் நாலுபேரும் மட்டுமே இருக்கும்போது நான் அக்காவை கேலி செய்வேன். கிண்டலுக்காக வம்புக்கிழுப்பேன். உடனே அக்கா குழந்தை மாதிரி கண்ணனிடம், 'பாரு மகனே அக்கா என்னைக் கேலி செய்கிறாள், திட்டுகிறாள்' என்று

புகார் சொல்லுவாள். கண்ணன் உடனே ஒரு தொடப்பக்குச்சி எடுத்துக்கொண்டு, ‘இனி என் குழந்தையை கேலி பேசுவியா’ என்று கேட்டு என்னை அடிக்க வருவான். இதுதான் எங்களுடைய விளையாட்டு. இன்னொரு நாள் நாங்கள் பேசிக் கொண்டிருக்கும் போது, நான் பயமில்லாதவள் என்று சொல்லியிருந்தேன். அன்று இரவு விளக்கணைத்துவிட்டுப் படுத்தபோது அறையில் ஏதோ சத்தம். இருட்டில் அலமாரிக்குப் பக்கத்தில் யாரோ நிற்கிறார்கள். நான் சத்தமாய் கத்தி அலறி எழுந்தேன். கண்ணன் அட்டகாசமாய் சிரித்து விளக்கைப் போட்டுப் பார்த்தால் அம்மாவும் பிள்ளைகளும் உரக்கச் சிரிக்கிறார்கள். ‘அய்யோ பயமில்லாத ஆளை பாருங்கடா’ என்று என்னைக் கேலி செய்கிறார்கள். அதன் பிறகு எப்போதும் என்னை அதைச் சொல்லி கேலி செய்வார்கள். ருசிகரமானது அந்த நாட்கள்.

வயதை மறந்து எதையும் நாம் அவனோடு பகிர்ந்து கொள்ளலாம். அதிகமான சாந்தமும் பக்குவமுமிருக்கும் குழந்தை கண்ணன். எனக்கொரு மகன் பிறந்தால் இப்படியான குணத்தோடு கிடைக்க வேண்டுமென்று நான் ஆசைப்பட்டதுண்டு. நல்ல மகனும் சகோதரனும் நண்பனாகவுமிருந்தான் அவன்.

கண்ணனைத் திருமணம் செய்துகொள்ளும் பெண் பாக்யவதியானவள். இப்படி ஒரு அப்பாவைப் பெறும் குழந்தைகள் தவம் செய்தவர்கள் என்றெல்லாம் நான் நினைத்திருந்தேன். இவ்வளவு நல்ல குணமுள்ள ஒரு ஆள் சினிமா உலகத்திற்கு வந்திருக்க வேண்டாம். வேறு ஏதாவது வேலையிலிருந்தால் இன்று நாங்கள் கண்ணனை இழந்திருக்க மாட்டோம். சினிமா உலகத்தின் திருட்டுத்தனமும், துரோகமும், வஞ்சனையும் அவன் அறிந்த வனில்லை. அது போல உருமாற அவனால் முடியாமல் போனது.

ஒரு நாள் காலையில் சுரேஷ் குமார் என்னைக் கூப்பிட்டு கண்ணன் தற்கொலைச்செய்து கொண்டான் என்று சொன்னார். அந்த நொடியில் என்னால் அதை நம்ப முடியவில்லை. அதிர்ந்து மரத்துப் போய்

நின்றேன் நான். என் மகன் வந்து என்னைக் கூப்பிடும்போது நான் நடுங்கிக் கொண்டிருந்தேன். 'கடவுளே, இதொரு பொய்யாயிருக்க கூடாதா' என்று தளர்ந்து நொறுங்கிப் போய் உட்கார்ந்துவிட்டேன். மனசு முழுக்க கண்ணனோடுள்ள கடந்த காலத்தில் ஆழ்ந்தது. ஒருமுறை நானும் அக்காவும் சின்னதாய் கோபித்துக் கொண்டபோது கண்ணன் என்னைத் தொலைபேசியில் கூப்பிட்டு சமாதானம் சொன்னதும், என் மகன் விபத்துக்குள்ளாகி மருத்துவமனையில் படுத்திருக்கும்போது சென்னையிலுள்ள எல்லாக் கோவில்களிலும் என் மகனுக்காய் நேர்த்திக்கடன் செலுத்தியதும் எனக்கு நியாபகம் வருகிறது. ராஜி அக்கா இனி எப்படி வாழப்போகிறாள். கண்ணன் இல்லாத உலகத்தில் ராஜி அக்காவால் வாழ முடியுமா? இதயம் நொறுங்கி செத்துப்போவாளே அந்த அம்மா! அவன் இல்லாமைக்குப் பிறகும் அக்கா இன்றும் உயிரோடிருக்கிறாள் என்றால் அதற்குக் காரணம் அவனுடைய பிள்ளைகள்தான். கண்ணன் சாகும்போது அவனுடைய மனைவி தீப்தி இரண்டாவது குழந்தையை ஏழு மாதக் கருவில் சுமந்திருந்தாள். இன்று அந்தக் குழந்தையின் விளையாட்டும் சிரிப்பும் பேச்சும் அக்காவின் ஜீவனை நிலை நிறுத்துகிறது. ஒரு ஜென்மம் முழுக்க நினைக்க வைக்கும் பிரியத்தை அவன் எல்லோருக்கும் கொடுத்திருந்தான்.

எவ்வளவு யோசித்தும் புரியவேயில்லை. எதற்காக கண்ணன் தற்கொலை செய்து கொண்டான்? இவ்வளவு பிரியமான குடும்பத்தை விட்டு மரணத்தை எதிர்கொள்ள அவனுக்கு எப்படித் தோன்றியது. அவ்வளவு சகித்துக் கொள்ள முடியாத மன அவஸ்தை இருந்ததா அவனுக்கு? நீ இறந்து போனால் அதைத் தாங்கக் கூடிய சக்தி உன் அம்மாவுக்கு இருக்குமா என்று நீ யோசிக்கவில்லையா மகனே?

என்ன பிரச்சனையிருந்தாலும் அதைப் புரிந்துகொண்டு உதவ உனக்கு நல்ல அண்ணன் இருக்கிறானே - அக்கா கவிதாவின் கணவர் ரவி - இருந்தும் ஏன் கண்ணா நீ எல்லோரையும் வேதனைப்படுத்திப் போனாய்?

சில நேரங்களில் நான் விளையாட்டாய் ஏதாவது சொன்னால் ராஜி அக்கா உரக்கச் சிரிப்பார். சட்டென 'அய்யோ என் மகனை இழந்து நான் இப்போதும் சிரிக்கிறேனா' என்று அழ ஆரம்பித்து விடுவார். அப்போதெல்லாம் எனக்குக் கண்ணனிடம் மிகவும் கோபம் வரும். 'எதற்காக இப்படிச் செய்தாய்? இத்தனை பிரியமான குடும்பத்தை யோசிக்காமல் உன்னை நம்பி வந்த பெண்ணையும் குழந்தைகளையும் விட்டுவிட்டுப் போய் விட்டாயே கண்ணா? நீ உன் வேதனையை மட்டுமே யோசித்துவிட்டாயே' என்று சொன்னால், 'என் மகனை திட்டாதே லஷ்மி, அவனுக்கு எவ்வளவு வேதனையிருந்தால் அப்படிச் செய்திருப்பான். சத்தமாய் பேசக்கூட தெரியாத என் மகனை யாரெல்லாமோ வேதனைப் படுத்தியிருக்கிறார்கள். இந்த உலகத்தில் சமாதானம் கிடைக்கவில்லையென்றுதானே அவன் வேறு உலகத்திற்குப் போய் விட்டான், அங்கேயாவது அவனுக்கு அமைதி கிடைத்தால் போதும். ஏதாவது ஒரு ஜோசியக்காரன்கிட்ட அவனுடைய ஆத்மாவிற்கு சாந்தி கிடைத்ததா என்று கேளு லஷ்மி' என்றெல்லாம் அக்கா புலம்புவாள். ஏதேதோ பிரச்சனைகளுக்காக உன்னை நேசித்தவர்களையெல்லாம் துக்கத்தில் ஆழ்த்திவிட்டு போன உனக்கு அமைதி கிடைத்ததா கண்ணா? வரும் ஜென்மத்திலும் இதே அம்மாவின் மகனாய் நீ பிறக்க வேண்டும். நல்ல மனிதர்கள்தான் இந்த உலகத்திலிருந்து சட்டெனப் பிரிந்து போவார்களாம். இந்த உலகம் அவர்களுடைய நன்மையைப் பெற அருகதையற்றதாக இருக்கலாம்.

### லலிதா அக்கா

லலிதா அக்காவை ஒரு ஆர்ட்டிஸ்ட் என்ற முறையில் நான் முன்பே கவனித்திருக்கிறேன். எனக்கு அவர்களின் நடிப்பு மிகவும் பிடிக்கும். எங்களுக்குள் பழக்கம் இருந்தாலும் பரதன் அண்ணனின் சினிமாவிற்கு டப்பிங் பேச ஆரமபித்தபோதுதான் நல்ல பழக்கம் ஏற்பட்டது. அன்றெல்லாம் டப்பிங்கிற்கு வரும்போது ஹோட்டல்களில் தங்குவேன். அதைப் பார்த்து அக்கா, நீ எதற்கு அங்கெல்லாம் தங்கறே? என்னோட வீட்டில் தங்கக் கூடாதா? என்று கேட்பார். பிறகு பரதன்

அண்ணனின் படம் டப் செய்ய வரும்போது லலிதா அக்காவுடன் தங்கத் தொடங்கினேன்.

எங்களுக்குள் நல்ல நெருக்கம் இருந்தாலும் என் பிரச்சனைகள் எதையும் அக்காவிடம் நான் சொன்னதில்லை. அக்கா அவர்களுடைய பிரச்சனைகளை என்னிடமும் சொன்னதில்லை. எப்போதும் கூப்பிட்டு பரஸ்பரம் விசாரிக்கும் குணமும் எங்களிடம் இல்லை.

நாங்கள் சினிமா எடுத்தபோது மிகவும் குறைந்த பணம் வாங்கி அக்கா அதில் நடித்துக் கொடுத்தார். படப்பிடிப்புத் தளத்திற்கு வந்தபோது அங்கே பார்த்த நெருக்கடிகளும் அவஸ்தைகளும் எனக்கும் கணவருக்குமான சின்னச் சின்ன பிரச்சனைகளுமெல்லாம் அக்காவிற்குப் புரிந்தன. ஆனால் அதொன்றையும் புரிந்து கொண்டதாக அக்கா காட்டிக் கொள்ளவில்லை. நான் எதிர்கொள்ளும் பிரச்சனைகள் என்னவென்று அக்காவிற்குத் தெரியாது.

நான் திருமண உறவிலிருந்து வெளியேறுகிறேன் என்று கேள்விப்பட்டு அக்கா அதிர்ந்து போனாள். அந்த நாட்களில் நான் ஏதோ செய்யக்கூடாததைச் செய்ததுபோல அவர் பதறிப் போனார். எங்களுக்குள் நடக்கும் பிரச்சனையைப் பற்றி எதையும் நான் சொல்லாமல், சட்டென திருமண பந்தத்தை முறித்து வெளியேறுகிறேன் என்றால் யாரும் அப்படித்தான் நினைக்கவும் நடந்து கொள்ளவும் முடியும். அக்கா என்னையே குற்றப்படுத்தினார். நீ செய்ததை என்னால் ஏற்றுக் கொள்ளவே முடியவில்லை. பெண்ணாக இருந்தால் கொஞ்சம் சகித்துக் கொள்ளவேண்டும் என்றெல்லாம் பொதுப் புத்தியிலிருந்து அறிவுரை சொன்னார். நான் அக்காவிடம் விவாதிக்கவேயில்லை. மனைவி எப்போதும் கணவனுக்குக் கீழ் அடங்கி இருக்கவேண்டுமென்று நினைக்கும் ஆள்தான் லலிதா அக்கா. நான் இன்னும் கொஞ்சம் சகித்திருக்கலாம் என்பதுதான் அக்காவின் தரப்பு. புத்திமதிகள் எனக்குப் பிடிக்கவில்லை என்பதால் அக்கா அதற்குப் பிறகு ஒன்றும் சொல்லவில்லை.

ஒருமுறை அக்காவிடம் நான் அனுபவித்த சிரமங்களையெல்லாம் மனம் திறந்து சொன்னேன் என்றாலும் அப்போதும் நான் செய்தது சரியில்லையென்பதுதான் அவர்களின் நியாயம். இதுவரைக்கும் அக்காவின் மனதிலிருந்து அந்த நினைப்பு மாறியிருக்கிறதா என்றெனக்குத் தெரியவில்லை. இப்போதுள்ள என் ஆளுமை உருக்கொண்டதும், நான் இன்றைய நானாக மாறவும் செய்த பிறகுதான் அக்காவின் மனக்கஷ்டம் நீங்கியது.

பரதன் அண்ணன் இறந்தபிறகு அக்கா திருவனந்தபுரத்திற்கு வந்தார்கள். நானோ இங்கே தனிமையிலிருக்கிறேன். அக்காவும் தனிமையை வெறுத்து நகர்த்திக் கொண்டிருந்தார். எங்கள் பிள்ளைகளோ பெரியவர்களாகி ஒரு நிலையை எட்டவில்லை. இரண்டு பேரும் நேரிடும் பிரச்சனைகள் ஒரே மாதிரி இருந்ததால் நாங்கள் சட்டென நெருங்கினோம். இருவரும் துக்கங்களைப் பகிர்ந்து கொண்டோம். சினிமாத் துறையில் எந்த நிகழ்ச்சி இருந்தாலும் நாங்கள் ஒன்றாய் போவோம். லலிதா அக்கா இல்லாத பாக்யலஷ்மியையோ பாக்யலஷ்மி இல்லாத லலிதா அக்காவையோ பார்க்க முடியாதென்று சினிமா உலகம் பேசியது.

கொஞ்ச நாட்களுக்குப் பிறகு அக்கா வடக்காஞ்சேரியில் போய் தங்கினார்கள். அங்கிருக்கும் கிராமத்தின் அழகு எனக்குப் பிடித்திருந்தது. நல்ல பசுமையும் குளமும் கோவில்களுமாய் அழகான இடம் வடக்காஞ்சேரி. என் கனவில் இருக்குமொரு கிராமம். வேலை செய்து களைப்படையும்போதும் மிகுந்த மனச்சோர்வு ஏற்படும் போதெல்லாம் எங்காவது போய் ஓய்வெடுக்க வேண்டுமென்று நான் நினைப்பேன். அது என்னை வசீகரிக்கவும் சந்தோஷமாகவும் வைத்திருக்கக் கூடிய ஒரு இடமாக இருக்க வேண்டும். எனக்கு அப்படி போக ஒரு இடமோ வீடோ இல்லை. மணி அக்கா திருவனந்தபுரத்தில் இருக்கிறார்கள், ராஜி அக்கா சென்னையில். சென்னை போன்ற கூட்ட நெரிசல் அதிகமிருக்கும் நகரம் என்னைச் சாந்தப்படுத்துமென்று நான்

ஒருபோதும் நினைக்கவில்லை. அப்படி மிகவும் மூச்சடைக்கும் போதும், அழவேண்டுமென்று தோன்றும் போதும் நான் வடக்காஞ்சேரிக்கு போகத் தொடங்கினேன். நான் போகும்போது அக்கா சிலநேரங்களில் அங்கே இருக்க மாட்டார்கள். பல நேரங்களில் படப்பிடிப்புத் தளத்தில் இருப்பார்கள். ஆனாலும் அப்போதே வீட்டில் வேலைக்காரர்களிடம் பாக்யலஷ்மிக்குப் பிடித்த உணவைச் சமைத்துக் கொடுக்க வேண்டுமென்றும், டிரைவரைக் கூப்பிட்டு, 'அவளுக்கு எங்கே போக வேண்டுமென்று சொன்னாலும் போங்க' என்றும் கூப்பிட்டுச் சொல்லிவிடுவார்கள். எல்லா அறைகளும் அலமாரிகளும் என் முன் திறந்துவிடப்படும். அலமாரியிலிருந்து எதையும் எடுக்க எனக்குச் சுதந்திரம் இருந்தது. லலிதா அக்காவின் வீட்டில், என் அக்கா இந்திராவின் வீட்டில் நான் போயிருந்தேனானால் எப்படியிருக்குமோ அதைவிட சுதந்திரம் இருந்தது. மெல்ல மெல்ல அக்கா என் வாழ்வின் ஒரு பாகமாக மாறிக் கொண்டிருந்தார். நானும் அப்படியே.

## குடும்ப உறவினைப் பரிசளித்த நண்பர்கள்

வட்டியூர்க்காவில் வீட்டிற்குப் பக்கத்திலுள்ள என் தோழி மினி அக்கா. அன்றைய என் இருண்ட நாட்களை ஒரு எல்லைவரை வெளிச்சமாக்கியது அக்காவின் இருப்பென்று சொல்லலாம். அடிக்கடிப் பார்ப்பதாலும் பேசிக் கொள்வதாலும் மகிழ்ச்சிகரமானது அந்த நாட்கள். பிறகு அங்கிருந்து நான் வெளியேறிய பிறகு வாடகை வீடுகள் மாறி மாறி கடைசியில் ஜவஹர் நகரில் இப்போதுள்ள பிளாட்டுக்கு வந்து சேர்ந்தோம்.

கொஞ்ச நாட்களுக்குப் பிறகு அக்காவுக்கும் வட்டியூர்க்காவிலிருக்கும் வீட்டை விட்டு வெளியேற வேண்டி வந்தது. அதிசயமாக நாங்கள் மீண்டும் பக்கத்துப் பக்கத்து வீடுகளில் குடியிருந்தோம். வெளிநாட்டிலிருக்கும் அக்காவின் பிள்ளைகளுக்கு, தங்கள் அம்மா, பாக்யம் சேச்சியின் வீட்டிற்கு பக்கத்தில் இருக்கிறார் என்றொரு நிம்மதி. எனக்கும் அப்படித்தான்.

கிடாரிஸ்ட் ஜான் ஆண்டனியும் அவர் மனைவி சுப்ரிதாவும் என் மற்ற நண்பர்கள். 26 வருடங்களுக்கு முன்பு எனக்கு அவர்கள் அறிமுகமாகும்போது என் கணவரின் நண்பர்களாகயிருந்தார்கள். ஆனால் அவருடன் அப்படியொன்றும் நெருக்கமில்லை. பரஸ்பரம் பார்த்தபோது கொஞ்சமே பேசிக்கொண்டாலும் பார்த்தவுடனேயே ஒரு நெருக்கம் எங்களுக்கிடையில் ஏற்பட்டது. பிறகு நீண்ட நாட்களாக நாங்கள் பார்த்துக் கொள்ளவேயில்லை. சில நாட்களுக்கு முன்னால் எர்ணாகுளத்தில் மீண்டும் சந்தித்தோம். இரண்டு பேரும் அதீத சந்தோஷத்தில் ஆழ்ந்தோம். மிகத் திறமையானவர் ஜானி. ஒரு வேளை இந்தியாவிலேயே புகழ்பெற்ற கிடாரிஸ்ட்டாக இருக்கலாம். என் மூத்த மகன் மிகவும் மதிக்கும் ஒரு கலைஞன். அப்படி ஒருத்தர் என் நண்பன் என்று சொன்னால் பையனுக்கு அது அதிசயமாயிருந்தது. இவ்வளவு பெரிய ஆள் உங்க நண்பரா என்று அதிசயித்துப் போனான்.

திருவனந்தபுரத்திற்குக் குடிபோன பிறகு அவர்கள் இரண்டு பேரும் எங்கள் வீட்டிற்கு வருவார்கள். நானோ காதல் முறிந்துபோன மன அவஸ்தையிலிருந்தேன். மன அழுத்தத்தில் விழ ஆரம்பித்திருந்த நேரம். தூக்க மாத்திரைகள் சாப்பிட்டு சலித்துப் போயிருந்த நாட்கள். என் இந்த துக்கத்தை யாரிடமாவது சொல்லி அழ நான் ஏங்கினேன். ஆனால் யாருமில்லை. மணி அக்கா, ராஜி அக்கா, லலிதா அக்காவெல்லாம் என் அக்காக்களானதால் அவர்களிடம் இதைப் பகிர்ந்து கொள்ள ஒருவித மனத்தடை இருந்தது. அந்த சமயத்தில்தான் ஜானியும் சுப்ரிதாவும் வந்தார்கள். கொஞ்சம் நெருங்கியபோது நான் அவர்களிடம் எல்லாவற்றையும் கொட்டினேன். முதலிலேயே ஜானி நான் சைக்யாட்டிரிஸ்ட்களிடம் போவதையும் தூக்க மாத்திரைகள் எடுப்பதையும் நிறுத்தினார். பிறகு என்னை மெல்ல யதார்த்த வாழ்க்கைக்குக் கொண்டுவர முயன்றார். அவருடைய வாழ்வில் நடந்த சிக்கல்கள் பற்றியும், அவர்கள் அதை எதிர்கொண்ட விதம் பற்றியும் சொல்லி என்னைத் தேற்றினார்.

முதலில் திருவனந்தபுரத்திற்கு வந்தபோது எந்தவொரு காரியத்திற்கும் அலுவலகம் அலுவலகமாக ஏறி இறங்க வேண்டி வந்தது அவர்களை மிகவும் சோர்வடையச் செய்திருந்தது. நான் உடன் சென்று அதையெல்லாம் நிறைவேற்றிக் கொடுத்தபோது அவர்கள் அதிசயப்பட்டார்கள். திருவனந்தபுரம் என்ற மகா நகரத்தில் ஆட்கள் ஒருவரை அறிந்திருப்பதும், நிமிட நேரத்தில் வேலையை முடித்துக் கொள்ள இயல்வதும் அவ்வளவு சுலபமில்லையென்று எனக்குச் சொன்னார்கள். உங்களுடைய மதிப்பு உங்களுக்குத் தெரியவில்லையென்று என்னை நொந்துகொண்டார்கள். இழந்து போன அன்பைப்பற்றி நினைக்காமல் இருங்கள். அது உண்மையாக இருந்தால் என்றாவது திரும்பி வருமென்று சமாதானம் சொன்னார்கள். அப்படி நான் இழந்து போகவிருந்த என்னை அவர்கள் மெல்ல மீட்டெடுத்தார்கள்.

ஜானி - சுப்ரிதாவின் வாழ்க்கை எனக்கு ஒரு பாடமாகயிருந்தது. அவர்கள் எப்போதும் பரஸ்பரம் காதலிக்கும் கணவன் மனைவியல்ல. சில சமயங்களில் அவர்கள் சண்டை போடுவதைப் பார்த்தால் இதோ இப்போதே பிரிந்து விடுவார்கள் என்று தோன்றும். ஆனால் பரஸ்பரம் விட்டுக் கொடுத்தலும் அன்பும் இருந்தது. அந்த அன்பு என் ஆத்மாவைத் தொட்டது. எனக்கும் ஜானிக்குமிடையில் தீவிரமான வாக்குவாதங்கள் ஏற்படும். அதெல்லாம் அப்போதே தீர்ந்தும் போய்விடும். ஆனால் ஏதாவது காரணத்தால் நான் பேசாமலிருந்தால் ஜானி மிகவும் வருத்தப்படுவார் என்று சுப்ரிதா சொல்வாள். அது எனக்குத் தெரிந்த பிறகு நான் அப்படியான சூழலை உருவாக்குவதுமில்லை. ஜானி எப்போதும், உன் வாழ்வில் மறைந்து போன அண்ணன் நான்தான் என்று நினைத்துக் கொள் என்று சொல்வார். அதேதான் என் மனதிலும் ஜானி.

பிஜோய் ராதிகா தம்பதியும் எனக்கு மிகவும் பிரியமானவர்கள். கோழிக்கோட்டில் தேவானந்த் விருது வாங்கப் போயிருந்தபோது

பிஜோயும் ராதிகாவும் எனக்கு அறிமுகமானார்கள். அவர்கள்தான் அந்த நிகழ்ச்சிக்காக என்னை அழைத்தார்கள். பிஜோய் பயந்தபடிதான் என்னைத் தொலைபேசியில் அழைத்தார். ஏனென்றால் அவர் அதுவரை அகங்காரியும் முன்கோபியுமான பாக்யலஷ்மியைப் பற்றித்தான் கேள்விப்பட்டிருந்தார். பிறகு பேசிப் பழகியபோதுதான் அவருடைய எண்ணமெல்லாம் மாறிப் போனது. 'நான் கேள்விப்பட்டதை விட வேறு மாதிரியான ஆளாய் இருக்கீங்களே' என்று சொன்னார். அவர்களுடன்தான் நான் தங்கியிருந்த பாலமந்திரத்திற்குப் போனேன். பிஜோயின் வீடு கோழிக்கோட்டில் இருந்ததால் அவர்தான் என் அப்பாவின் குடும்ப வீட்டைப் பற்றியெல்லாம் விசாரித்துச் சொன்னார். என் பிறந்தநாளை நியாபகம் வைத்து பரிசுகள் அனுப்ப பிஜோய் ஒருநாளும் மறப்பதில்லை. அது போல எனக்காக ஜோஸ்யக்காரர்களிடம் போய் பேசவும் கோவில்களில் வழிபாடுகளையும் செய்யவும் தயங்கியதில்லை.

டப்பிங் ஆர்ட்டிஸ்டுகளில் எனக்கு மிகவும் நெருக்கமானவர் ஷோபி திலகன். நான் டப்பிங்கிற்கு நடுவில் உச்சரிப்பைத் திருத்தினால், அவன் அதைக் கேட்டு, தவறைச் சரி செய்ய எந்தத் தயக்கமும் காண்பிப்பதில்லை. சண்டை போட்டாலும் சாதாரணமாகவே எடுத்துக் கொள்வான். நிஜத்தில் ஒரு தம்பியைப் போல.

ஒரு அண்ணனைபோல என்னை நேசிக்கவும் புத்திமதி சொல்லவும் எனக்காக வேண்டிக் கொள்ளவுமான கோயம்புத்தூர் கிருஷ்ண அண்ணனும் எனக்குப் பிரியமானவர்.

நிறைய நண்பர்கள் எனக்குப் பரிசுகள் அனுப்புவார்கள். நான் அதை நெருக்கமானவர்களிடம் சொல்லும்போது, அவர்கள் பத்திரமாயிரு என்று சொல்வார்கள். ஆனால் எனக்கு பயமொன்றுமில்லை. காரணம் நட்பின் பேரில் யாரும் என்னை ஏமாற்றியதில்லை. ஏமாற்ற நான் அனுமதித்ததுமில்லை. நான் அப்படி எல்லோரையும் சந்தேகத்தோடு பார்க்கும் ஆளில்லை. ஒரு பிரச்சனை என்று வந்தால் அதை எப்படிக்

கையாளுவதென்று நன்றாகத் தெரியும். அதனாலேயே ஒரு நட்பையும் நான் சந்தேகப்படுவதில்லை.

சொன்னதைவிட, சொல்லாமல் விட்டவர்கள்தான் நிறைய. இவ்வளவு நண்பர்கள் இருப்பதால் இன்று நான் தனிமையை அனுபவிப்பதில்லை. நிறையபேர் என்னைச் சுற்றிலும் இருக்கிறார்கள் என்பது எனக்குள் ஒரு நிறைவையும் நிம்மதியையும் தருகிறது. கேரளாவில் மட்டுமல்லாமல் எங்கேயும் ஆட்கள் என்னைப் புரிந்து கொள்ளவும், அன்பு செலுத்தவும் மரியாதை செலுத்தவுமிருக்கும் போது நான் தனியாக இல்லையென்று புரிகிறது.

# 7

## டப்பிங் அறையின் ஒலி உலகங்கள்

### எதிர்பாராமல் நான் சென்றடைந்த வேலை

ஆரம்ப நாட்களில் பின்னணிக்குரல் கொடுக்க ஆரம்பித்தது என்னை நிலைநிறுத்திக் கொள்ள மட்டுமாகவேயிருந்தது. திருமணம் செய்து கொள்ளவேண்டுமென்பது மட்டும்தான் ஒரு பெண்ணின் உச்சபட்சமான கடமை என்று நினைத்திருந்த எனக்கு, இதையே ஒரு தொழிலாகச் செய்ய வேண்டுமென்ற எண்ணமெல்லாம் இல்லை.

பணம் கொண்டு வருவதால், சில வீட்டு வேலைகள் செய்யாமலிருப்பதை பெரியம்மா பெரிதாய் எடுத்துக் கொள்ளாத மாதிரியிருப்பாள். வருமானம் இருந்தால் மட்டுமே இந்த வீட்டில் மரியாதை இருக்கும் என்பதைப் புரிந்துகொண்ட நான், என்னை நிலைநிறுத்திக் கொள்வதற்காக பின்னணி கொடுக்கத் தீர்மானித்தேன். அப்படி பதினொரு வயதில் டப்பிங் உலகத்திற்குள் நான் நுழைகிறேன். 'அபராதி' என்ற படத்தில்தான் முதலில் பேசினேன். அன்றெனக்கு டப்பிங்கின் மகத்துவம் தெரியாது. மிகவும் எந்திரத்தனமாகப் பேசிக் கொண்டிருந்தேன்.

இதற்கிடையில் சில படங்களில் குழந்தை நட்சத்திரமாக நடிக்கவும் செய்தேன். ஆனால் நடிப்பு எனக்கு வரவில்லையென்று எனக்கே புரிந்தது. என் நடவடிக்கைகளிலோ டப்பிங்கிலோ நடிப்பிலோ என்ன குறைகள் இருந்தாலும் மற்றவர்கள் குறிப்பிட்டு சொல்வதற்கு முன்பு நான் அதைப் புரிந்து கொள்வேன். அது போல படிப்பில் நான் அவ்வளவு சுட்டியெல்லாம் இல்லை. பூப்பெய்தும் வரை எப்படியாவது கடத்த வேண்டும். அதன் பிறகு பெரியம்மா என்னை யாருக்காவது கல்யாணம் செய்து வைப்பாள். அப்போது எனக்கு சொந்தமாய் ஒரு குடும்பமிருக்கும். பிறகு நான் வேலைக்குப் போக வேண்டிய நிர்பந்தமிருக்காது. அம்மா, அப்பாவை நேசித்ததுபோல நானும் என் கணவரை நேசித்து வாழ்வேன் என்பதாக இருந்தது என் மனநிலை.

அன்றெல்லாம் வருவேன், வேலை பார்ப்பேன், போவேன் என்பதல்லாமல் டப்பிங் கலைஞர்களின் வலியைப் பற்றியெல்லாம் யோசிக்க முற்பட்டதில்லை. ஆனாலும் இன்று யோசித்துப் பார்க்கும்போது ஒரு மரியாதையுமில்லாமல்தான் அன்று டப்பிங் கலைஞர்கள் நடத்தப்பட்டார்கள் என்று புரிகிறது. படப்பிடிப்புத் தளத்திற்கு துணை நடிகர்களை ஒரு காரில் திணித்துக் கொண்டுபோவதுபோல எங்களையும் கூட்டிக் கொண்டு போவார்கள். அதிகாலையிலேயே இருபது பேருக்கும் மேலே திணித்து மொத்தமாய் டப்பிங் தியேட்டருக்குக் கூட்டிக்கொண்டு போய் அன்றெல்லாம் டப்பிங் செய்வார்கள்.

**கவனிக்கப்படாமல் போனவர்கள்**

முதல் சினிமா எது, முதல் தயாரிப்பாளர் யார், முதல் ஸ்டுடியோ எது, முதல் பாடகர் யார் இப்படி சினிமாவில் எல்லாத் துறைகளிலும் முதல் மனிதன் யார் என்ற தேடலில்தான் சினிமா உலகங்களும் ஊடகங்களும் அகாடமிகளும் இருக்கும். ஆனாலும் முதல் பின்னணிக் கலைஞர் யாரென்று யாரும் தேடுவதில்லை. யாரும்

தெரிந்துகொள்ள ஆசைப்படாத துறையிது. பின்னணியை ஒரு கலையாகவும் பின்னணிக் குரல் கொடுப்பவர்களைக் கலைஞர்களாகவும் சினிமா உலகம் அங்கீகரிக்காமல் போனது கூட காரணமாயிருக்கலாம். ஆனாலும் சினிமாவின் வரலாற்று ஏடுகளில் எங்காவது அந்தப் பெயர் பதிந்திருக்கலாம். டப்பிங் கலைஞர்களான சிலருடைய பேராவது அதில் மங்கலாகவேனும் பதிந்திருக்கும். அதைக் கண்டுபிடிப்பது மிகவும் சிரமம். யாரிடம் கேட்பது? கேட்டால் எல்லோருடைய பதிலும் தெரியவில்லை, நியாபகமில்லை என்பதாகவே இருந்தன. அதீதத் தேடலுக்குப் பிறகுதான் முதல் முதலாகக் குரல் கொடுத்த கலைஞரைக் கண்டுபிடித்தேன். அதிலும் சில குழப்பங்கள் இருந்தாலும் டி.ஆர்.ஓமனாவும், கோட்டயம் சாந்தாவும்தான் நமக்கெல்லாம் தெரிந்த ஆரம்பகால டப்பிங் ஆர்ட்டிஸ்டுகள். ஆனால் அதற்கு முன்பே டப்பிங் ஆர்ட்டிஸ்டுகள் இருந்திருந்தார்கள். ஒருபோதும் யாராலும் கவனிக்கப்படாமல் போனவர்கள்.

ஆரம்ப நாட்களில் சினிமா தயாரிப்பு ஸ்டுடியோவுக்குள் கட்டமைக்கப்பட்ட அரங்கிலேயே நடந்தப்பட்டது. அப்போது எல்லோரும் அவரவர் குரலிலேயேதான் பேசியிருந்தார்கள். யோசித்துப் பாருங்கள், இன்று ஒலி ஒருங்கிணைவிற்காக (sync sound) சினிமாக் கலைஞர்கள் சிரமப்படும்போது ஆரம்ப நாட்களில் ஒலி ஒருங்கிணைவு என்பது அதிசயிக்கும் வண்ணமாகவேயிருந்திருக்கிறது. தொழில்நுட்பம் எவ்வளவோ முன்னேறியும் கூட இன்றும், நமக்கு படப்பிடிப்பின் போது நடிகர் நடிகைகளின் சொந்தக் குரலைப் பதிவு செய்ய முடியாதது எதனால் என்று நான் ஆச்சரியப்படுவேன். அன்றைக்கெல்லாம் ஸ்டுடியோ தளங்களில் படப்பிடிப்பு நடக்கும்போது ஒரு ஃப்ளோர் மைக்கும் ஒரு பூம் மைக்கும் இருக்குமாம். ஃப்ளோர் மைக் ஒரே இடத்திலேயே பொருத்தப்பட்டிருக்கும். பூம் மைக், நடிகர்களின் சலனங்களுக்குத் தகுந்தது மாதிரி எங்கு வேண்டுமானாலும் திருப்பிக் கொள்ளும்

படியாக இருக்கும். ஒலிப்பதிவாளர் ஒலிப்பதிவுக் கருவியுடன் அந்தத் தளத்திலிருந்து கொஞ்சம் நகர்ந்து ஒரே இடத்திலேயே இருப்பார். மாக்னஸ்டிக் சவுண்ட் டேப்பில்தான் ஒலியைப் பதிந்திருந்தார்கள்.

ஆரம்ப நாட்களில் அந்நிய மொழிக் கதாநாயகிகளே மலையாளப்படத்தில் நடித்திருந்தார்கள். அவர்களுக்கு மலையாள உச்சரிப்பு சிரமம்தானென்றாலும் ஆரம்பத்தில் அவரவர்களே பேசினார்கள். சினிமா என்ற அதிசயத்திற்கு முன்னால் பார்வையாளர்கள், மொழித் துல்லியமெல்லாம் கவனிக்கவில்லை. பழைய படங்களை உன்னிப்பாகப் பார்த்தால் அவர்களுடைய மொழியும் உச்சரிப்பும் நமக்குத் தெரியவரும். தினந்தோறும் நடிகர், நடிகையருக்கு உரையாடலைச் சொல்லிக் கொடுத்தபிறகே படப்பிடிப்பு தொடங்கும். பிறகுதான் அந்நிய மொழி பேசும் நடிகைகளுக்கு டப்பிங் புழக்கத்தில் வந்தது. சாதனா, கிரேஸி (ராஜஸ்ரீ) பி.எஸ்.சரோஜா, விஜயஸ்ரீ, குசலகுமாரி, குமாரி தங்கம், ஜோதி லஷ்மி, மிஸ். குமாரி என்பவர்களே அன்றைய நடிகைகள். இதில் குமாரி தங்கமும், மிஸ்.குமாரியும் மட்டும் மலையாளிகள்.

### கொச்சின் அம்மிணி - முதல் டப்பிங் ஆர்ட்டிஸ்ட்

முதல் முதலாக பின்னணி கொடுத்த தாரகை கொச்சின் அம்மிணி. குசலகுமாரி என்ற நடிகைக்கு சீதா என்ற படத்தில் பேச ஆரம்பித்து, பிறகு அவர் டப்பிங் ஆர்ட்டிஸ்டாக மாறினார். அன்று உதயாவின் படங்களுக்கெல்லாம் உதயா தியேட்டரில்தான் டப் செய்தார்கள். அன்று வேறு டப்பிங் ஆர்ட்டிஸ்டுகள் இருந்ததாய் தெரியவில்லை என்று கொச்சின் அம்மிணி சொல்கிறார்.

1950 ல் அம்மிணி முதலாவதாக டப்பிங் செய்கிறார். அப்போது அவருக்கு பதினைந்து அல்லது பதினாறு வயதிருக்கலாம். உதயாவின் சினிமாவில் நடித்துக் கொண்டிருந்த கொச்சின் அம்மிணியை இயக்குனர் குஞ்சாக்கோதான் பின்னணி பேச வைத்தார். அப்படி ஒரு

சிந்தனை அவருக்கு தோன்றியதன் உறைவிடம் எங்கேயிருந்தென்று யாருக்கும் சரியாய்த் தெரியவில்லை. நடிகை சாரதாவுக்கு 'இணப்பிறாவுகள்' என்ற படத்தில் குரல் கொடுத்ததற்காக கொச்சின் அம்மிணிக்கு 250 ரூபாயைத் தயாரிப்பாளர் கொடுத்தார். ஒரே சினிமாவில் இரண்டு மூன்று நாயகிகளுக்கு கொச்சின் அம்மிணி சப்தம் கொடுத்திருக்கிறாராம். அம்மிணி அன்று ஒரு நடிகைக்காக டப் செய்யும்போது மற்ற நடிகரோ நடிகைகளோ கூட இருக்க மாட்டார்கள். இயக்குனரும் உதவி இயக்குனர்களும் ஒலிப்பதிவாளரும் மட்டுமே இருப்பார்கள் என்று சொல்கிறார்.

கிரேஸி, பி.எஸ்.சரோஜா, விஜயஸ்ரீ, குசலகுமாரி, குமாரி தங்கம், ஜோதிலஷ்மி என எல்லா நடிகைகளுக்கும் கொச்சின் அம்மிணி குரல் கொடுத்திருந்தார். அதே நேரத்தில் மதராஸில் நடக்கும் சினிமாக்களுக்கு மதராஸ் டப்பிங் ஆர்ட்டிஸ்டுகள் குரல் கொடுத்திருந்தார்கள். விஜயஸ்ரீ, ஜோதிலஷ்மியின் சினிமாக்களுக்கு ரமணியும், சங்கீதாவும், சாரதாவிற்கு டி.ஆர். ஓமனாவும் மற்ற சில நடிகைகளுக்கு ராஜம்மாவின் குரலுமாக இருந்தது. விஜயலஷ்மி ,உஷாகுமாரி, கமலாதேவி என்ற நடிகைகளுக்கும் மாயா என்ற படத்தில் சாவித்ரிக்கும் த்ரி சந்தியா என்ற படத்தில் வஹிதா ரஹ்மானுக்கும் டி.ஆர்.ஓமனாவின் குரலாகயிருந்தது. 'மெரிலேண்ட்' ஸ்டுடியோவின் படத்தில் சி.எஸ்.ராதாதேவியும் டி.பி. ராதாமணியும் ஆனந்தவள்ளியும் குரல் கொடுத்திருந்தார்கள். ஆலப்புழ ஜோளி, ராதிகா என்பவர்களும் பின்னணிக் கலைஞர்களாகயிருந்தார்கள். ஒரு படத்தில் மூன்று நாயகிகளுக்குமேல் இருந்தால் அதில் ஒரு நாயகிக்கு ராதிகாவின் குரலைப் பயன்படுத்தினார்கள். பிறகுதான் கோட்டயம் சாந்தா இந்தத் துறைக்கு வருகிறார். ஒரு நாயகியாக வேண்டுமென்பதுதான் அவருடைய விருப்பம். பிறகு அவர் சினிமாவில் நடிக்கவும் டப்பிங் பேசவும் ஆரம்பித்தார். மெரிலேண்ட் படங்கள் வழியாகத்தான் கோட்டயம் சாந்தா டப்பிங் துறைக்கு வருகிறார். முன்பே சொன்ன பல நடிகைகளுக்கும் அவர் குரல்

கொடுத்திருந்தார். டப்பிங்கின் ஆரம்ப நாட்களில் பாலா தங்கமும் இந்தத் துறைக்கு வருகிறார். அந்த நேரத்தில் நாடகத்திலிருந்து உதயாவின் படங்களில் நடித்துக் கொண்டிருந்தார். பாலா தங்கத்தின் முதல் படமும் சீதாதான். பிறகு பி.எஸ்.சரோஜா, கிரேஸி, குசலகுமாரிக்கெல்லாம் குரல் கொடுத்தார். கோட்டயம் சாந்தாவும் பாலா தங்கமும் மதராஸிற்கு குடி பெயர்ந்தபிறகு லஷ்மி, சாரதா, சீமா, பவானி என்ற நடிகைகளுக்கெல்லாம் இவர்கள் இரண்டு பேரும்தான் குரல் கொடுத்திருந்தார்கள். அப்போதெல்லாம் நடிக்க வந்து வாய்ப்பு கிடைக்காமல் டப்பிங் ஆர்ட்டிஸ்டானவர்களே அதிகம். மொழி தெரிந்தவர்களின் குரலை டப்பிங் செய்ய வேண்டி வராது. ஆரம்ப நாட்களில் டப்பிங் குரல் உபயோகிப்பவர்களின் காட்சியை மட்டும் வெட்டியெடுத்து அந்த உரையாடல் மட்டும் டப் செய்வதுதான் வழக்கம். அன்று நடிகர்கள் எல்லாரும் சொந்தக் குரலில் பேசினார்கள். 1970க்குப் பிறகு முழுவதுமாக டப்பிங் புழக்கத்திற்கு வருகிறது. அதற்குள்ளாக படப்பிடிப்பு, ஸ்டுடியோவிலிருந்து வெளியே வந்திருந்தது. நடிகர்களின் குரலும் வெளியிலிருந்து வரும் பிற சத்தங்களும் உரையாடல்களை பாதித்ததுகூடக் காரணமாயிருக்கலாம். அதனால் டப்பிங் அவசியமாகிப் போனது. ஆரம்பத்தில் ஸ்டுடியோக்களில் படப்பிடிப்பு நடந்து கொண்டிருந்த நேரத்தில் நடிகர்களின் குரலும் அவர்களுடைய செயல்களின் ஒலியும் அப்படியே பதிவானது. ஒரு ஆள் தண்ணீரில் நடந்து கொண்டே பேசுகிறாரென்றால், சுமைதூக்கும்போது ஏற்படும் சத்தங்கள் சூழலில் ஏற்படும் சத்தங்கள் இவையெல்லாம் இயல்பாகவே செய்ய முடிந்தன. அன்று சிறப்பு சப்தம் கொடுக்க தனியாக ஆட்கள் இல்லை. அதற்காக நேரத்தையும் பணத்தையும் செலவழித்ததுமில்லை.

ஹாலிவுட்டில் அன்றும் இன்றும் ஸ்டுடியோக்களில்தான் எல்லாப் படப்பிடிப்புகளும் நடக்கிறது. தொடக்க காலத்தில் அங்கேயும் டப்பிங் நடந்ததாக நான் படித்திருக்கிறேன். அவர்களுடைய ஒவ்வொரு ஸ்டுடியோக்களும் ஒரு நகரத்தின் அளவு பரப்பளவுள்ளது. ரயில்

நிலையமும் விமான நிலையமும் நகரமும் கிராமமும்,வீடுகளுமெல்லாம் உட்படுத்தியதுதான் அவர்களுடைய ஸ்டுடியோக்கள். இன்று இந்தியாவில் மட்டுமல்லாமல் வேறு எந்த இடத்திலும் டப்பிங் இருப்பதாகத் தெரியவில்லை. நமக்கு நிறைய மொழிகள் இருப்பதும் பல மொழிகளிலிருந்தும் நடிகர் நடிகைகளை நடிக்க வைப்பதும் டப்பிங் அவசியமாகி வருவதன் காரணங்களாக இருக்கின்றன. மற்ற நாடுகளின் சினிமாவைப் பார்க்கும்போது நமக்கு, அவர்கள் எடுக்கும் சினிமாவில் கதாபாத்திரங்கள் அந்தந்த நாட்டின் கலாச்சாரத்திலும் மொழியிலும் ஒத்து வரும் நடிக நடிகைகளாக இருப்பார்கள். ஒரு ஹாலிவுட் சினிமாவில் சைனாவில் பிறந்து வளர்ந்த கதாபாத்திரமாக இருந்தால் அந்த நடிகர்கள் சைனாக்காரராகவே இருப்பார். அவர்கள் சீன மொழியிலேயே பேசுவார்கள். இந்தியப் படங்களில் மட்டுமே முகமும் உடலும் மொழியும் ஒன்றும் பார்க்காமல் ஒரு நடிகனைத் தேர்ந்தெடுக்கிறார்கள். படப்பிடிப்பு நேரங்களின்போது உரையாடலில் நிகழும் எல்லாத் தவறுகளையும் டப்பிங் தியேட்டரில் சரி செய்து கொள்ளலாம் என்ற நம்பிக்கையில்தான் ஒவ்வொரு இயக்குனரும் தயாரிப்பாளர்களும் படப்பிடிப்பை முடிக்கிறார்கள்.

## தொழில்நுட்பப் புரட்சிகளுடன் இணைந்து

டப்பிங்கின் ஆரம்ப காலம் லூப் சிஸ்டமாகயிருந்தது. ஒரு ஷாட்தான் ஒரு லூப் என்பது. ஷாட்டின் நீளம்தான் லூப்பின் நீளமுமிருக்கும். லூப் ப்ரொஜெக்டரின் முன்னால் மட்டுமே போகும். ஒவ்வொரு லூப் டப் செய்யும் முன்பும் ஒரு உதவி இயக்குனர் அந்த ஷாட்டின் எண்ணையும் டேக்கின் எண்ணையும் சத்தமாய் சொல்வார். இது உட்பட ரெக்கார்டு செய்து, பிறகு நடக்கும் எடிட்டிங் சௌகரியத்திற்காக இப்படிச் செய்யப்படும். சௌண்ட் டேப்பில்தான் ரெக்காடு செய்வார்கள். பிறகு சரியானவற்றை மட்டும் தேர்ந்தெடுத்து சவுண்ட் நெகட்டிவ்களுக்கு மாற்றுவார்கள். ஒரு சீன் செய்து கொண்டிருக்கும்போது லூப் உடைந்துபோகும். அதை ஒட்ட ஃபிலிம்

சிமெண்டை உபயோகித்திருந்தோம். ப்ரொஜக்டரில் கார்பன் போட்டு லூப் ஒட்டுவோம். சில நேரங்களில் டப் செய்துகொண்டிருக்கும்போது கார்பன் எரிந்து போய்விடும். பிறகு வேறு கார்பன் மாற்ற வேண்டிவரும். இப்படியான தொடர் தடைக்குப் பிறகுதான் ஒரு சினிமா டப் செய்து முடிப்போம். டப்பிங்கின் தொழில்நுட்பச் சிறப்புகள் சொல்லித் தீராததால் அதன் நுட்பங்களைச் சொல்வதென்பது அத்தனை சுலபமில்லை.

எழுபதுகளில் எல்லா நடிக நடிகைகளும் ஒன்றாய் நின்றுதான் குரல் கொடுத்துக் கொண்டிருந்தோம். சிங்கிள் ட்ராக் சிஸ்டம்தான் அன்று இருந்தது. 1972 ல் நான் இந்தத் துறைக்கு வரும்போது அப்படியொரு காட்சியைத்தான் பார்த்தேன். நாயகனும் நாயகியும் அப்பாவும் அம்மாவும் சகோதரனும் சகோதரியும் உட்பட மற்ற சின்னச் சின்ன கதாபாத்திரங்கள் செய்பவரும் அவர்களுக்குக் குரல் கொடுப்பவர்களுமாக எல்லோரும் டப்பிங் தியேட்டரிலேயே இருப்போம். ஒரு படத்தின் டப்பிங் முடிய பதினைந்திலிருந்து இருபது நாட்களாகும். பிரபல நடிகர் நடிகர்களின் காட்சிகள் மட்டும் தேர்ந்தெடுத்து டப் செய்து அவர்களை சீக்கிரம் அனுப்பிவிடுவோம். மீதி பேர் எல்லோரும் ஒன்றாய் நின்று டப் செய்து முடிப்போம். ஒவ்வொரு டப்பிங் தியேட்டரும் இன்றைய சினிமா தியேட்டர் போலப் பெரிதாகயிருக்கும். எல்லாம் ஆஸ்பெஸ்ட்டாஸ் ஷீட் கூரை வேய்ந்திருக்கும். ஏர்கண்டிஷன் எல்லாம் இருக்காது. ஃபேன் மட்டும் ஓடிக் கொண்டிருக்கும். பால்கனி இருக்காது. சினிமா தியேட்டரில் ப்ரொஜக்டர் அறை மாதிரி டப்பிங் தியேட்டரில் ரெக்கார்டிஸ்ட்டின் அறையிருக்கும். அங்கே முப்பது இருக்கைகள் இருக்கும்.

வசனங்களைப் பார்க்காமல் படித்துவைத்து எல்லோரும் தயாரானவுடன் ஃபேனை நிறுத்தி டேக் என்று சொல்வார்கள். ஒரு காட்சியில் மூன்று அல்லது ஐந்து கதாபாத்திரங்களுக்குக் குரல் கொடுப்பவர்கள் இரண்டோ மூன்றோ மைக்குகளில் ஒன்றாய் நின்று

டப் செய்வோம். ஒருத்தர் சரியாகச் சொன்னால் மற்றவர் சொல்வது தவறிப்போகும். சில நேரங்களில் ஒரு பக்கத்திற்கும் அதிகமாக வசனம் இருக்கும். மற்றவர்களுக்கு ஒரே ஒரு 'இல்லை' அல்லது 'வேண்டாம்' என்ற வார்த்தை மட்டும்கூட இருக்கலாம். ஒரு பக்க வசனத்தைச் சரியாய் சொல்லி முடிப்பதற்குள் இன்னொருவர் வேண்டாம் என்று பொருந்தாமல் சொன்னால், ஒரு பக்க வசனம் பேசியவர் அதை முழுக்க மீண்டும் சொல்லவேண்டி வரும். சில நேரங்களில் ஒரு லூப் பதினைந்து டேக்குகள் கூட வரும். இப்படி அந்தக் காட்சியில் வரும் கதாபாத்திரங்கள் எல்லோரும் ஒரே மாதிரி சொல்லி முடித்தால் மட்டுமே இயக்குனர் ஓ.கே. சொல்லுவார். அதற்குள் எல்லோருக்கும் வியர்த்து வழிந்துவிடும். ஒன்றாய் நின்று பேசுவதால் ஒரு நன்மையும் இருக்கிறது. பரஸ்பரம் தவறுகளைத் திருத்திக் கொள்ளவும் மாடுலேஷன் கற்றுக்கொள்ளவும் கற்றுக்கொடுக்கவும் முடியும். ஒரு நல்ல மாடுலேஷனில் வசனம் பேசும்போது நமக்குத் தெரியாமல் மிக நேர்த்தியாய் அதே மாடுலேஷனில் பதில் சொல்ல முடியும். காதல் வசனங்களில் இது மிக அழகாக வரும். இப்படி ஒரு சினிமா டப் செய்ய 15 நாட்கள் ஆகுமென்றால் அவ்வளவு நாட்களும் டப்பிங் தியேட்டரில் இருக்க வேண்டும். கிடைக்கும் பணமோ மிகக்குறைவு.

சரியாய் சொல்லப் போனால் சினிமாவின் ஒரு அத்தியாவசியமான பணிதான் டப்பிங் தியேட்டரில் நடந்து கொண்டிருந்தது. மதராசில் நிறைய தியேட்டர்கள் இருந்தன. என் 'அபராதி' என்ற முதல் படத்தின் டப்பிங் மெட்ராஸ் சியாமளா டப்பிங் தியேட்டரில்தான் நடந்தது. ஏ.வி.எம், அருணாசலம், வீனஸ், ஆர்.கே. லேப், வாசு ஸ்டுடியோ, முருகாலயா, சுரேஷ் மஹால், காதம்பரி, ஜாய் தியேட்டர், பரணி, கோதண்டபாணி என்பதெல்லாம் மதராசின் பிரசித்தி பெற்ற டப்பிங் தியேட்டர்கள் அதுபோல பிரபலமான ரெக்கார்டிஸ்ட்டுகள்தான் இங்கு வேலை பார்த்தார்கள்.

1980 காலகட்டத்தில் ராக் - ரோல் சிஸ்டம் புழக்கத்திற்கு வருகிறது. அதொரு பெரிய மாற்றத்தை டப்பிங்கில் கொண்டுவருகிறது. லூப்

முன்னால் மட்டுமே ஓடிக் கொண்டிருந்தது. ஆனால் ராக்-ரோல் சிஸ்டம் வந்தவுடன் முன்னாலும் பின்னாலும் ஓடும் நிலை புழக்கத்தில் வந்தது. இதில் ஷாட் பை ஷாட்டாக காட்சிகளைப் பார்க்க வேண்டாம். ரீல் பை ரீலாகப் பார்க்கலாம். அதற்குள் டிராக் சிஸ்டம் அதாவது ஒவ்வொருத்தரும் தனித் தனியாக டப் செய்யும் வசதி வந்துவிட்டது. சொந்தக் குரல் கொடுப்பவர் அவருடைய குரல் மட்டும் டப் செய்துவிட்டு போய்விடுவார்கள். டப்பிங் ஆர்ட்டிஸ்டுகள் மட்டும்தான் காம்பினேஷன் செய்வார்கள். 1980 களின் கடைசியில்தான் டிஜிட்டல் ஆடியோ வொர்க் ஸ்டேஷன் (computer based recording) என்ற ஹார்டு டிஸ்க் ரெக்கார்டிங் இயக்கம் புழக்கத்தில் வந்தது. அவுட் சிங்கில் டப் செய்தாலும் அது சிங்கில் பிடிக்கலாம் என்றானது. டப்பிங் மேலும் சுலபமானது. அதோடு டப்பிங் ஆர்ட்டிஸ்டுகளுக்கும் நடிகர் நடிகைகளுக்குமான உறவு மெல்ல மெல்ல இல்லாமலானது. நடிகர் நடிகையருக்கு டப்பிங் ஆர்ட்டிஸ்டுகளையும் டப்பிங் ஆர்ட்டிஸ்டுகளுக்கு நடிகர் நடிகைகளுடனான தொடர்பே இல்லாத சூழலானது.

**நிறையக் கற்கும் சூழல்...**

ஸ்கீரினில் கதாநாயகியின் உதட்டசைவைப் பார்த்துதான் வசனம் பேச வேண்டும். அதனால்தான் வசனத்தைப் படிக்கச் சொல்வது. ஏனென்றால் காகிதத்தில் எழுதியதைப் பார்த்தால் நம்மால் உதட்டைப் பார்த்து பேச முடியாது. பதினான்கு வயதில் என் கண்ணில் சின்னப் பிரச்சனையிருந்தது. எனக்கு அது தெரியவில்லை. அதனால் நான் டப் செய்யும்போது ஒலி ஒருங்கிணைவு பிரச்சனை வரும். இயக்குனரும் ரெக்கார்டிஸ்ட்டெல்லாம் இதைப் பார்த்து என்னைத் திட்டுவார்கள். இந்தக் குழந்தைக்குக் கண்ணு தெரியிலயா? லிப் பார்த்து சொல்லும்மா என்றெல்லாம் சத்தம் போடுவார்கள். தியேட்டரில் எல்லோருக்கும் கேட்பது மாதிரி திட்டுவிழும். அது எனக்கு மிகவும் அவமானமாக இருக்கும். நடிப்பிலும் டப்பிங்கிலும் ஆரம்ப நாட்களில் நான் ஒரு தோல்வியுற்றவளாகவேயிருந்தேன். உதட்டசைவைப் பார்த்துச்

சொல்லத் தெரியாதவரை காட்சியின் நேரம் வரும்போது தொட்டு அறிவிக்கும் சம்பிரதாயம் இருந்தது. அவர் தொடும்போது நாம் வசனத்தைச் சொல்லவேண்டும். இதைப் பார்த்த பெரியம்மா, வீட்டிற்கு வந்து அடியும் உதையும் சரமாரியாக விழும். 'நீ எதுக்கும் உதவ மாட்டெ' என்று சொல்வார்கள். பெரியம்மாவிற்கும் என் கண்களில் பிரச்சனையிருக்குமென்று யோசிக்க முடியவில்லை.

ஒரு நாள் நானும் பெரியம்மாவும் சேர்ந்து எங்கேயோ போகத் தயாராகிக் கொண்டிருந்தோம். ஒரு பஸ் வருவதைப் பார்த்து அது எங்கே போகிறதென்று பார்த்துச் சொல்ல சொன்னார்கள். பார்க்கும்போது என்னால் படிக்க முடியவில்லை. நான் அதைச் சொன்னபோது பெரியம்மா என்னிடம், 'உனக்கு கண்ணு தெரியலயா?' என்று கேட்டார். 'தூரத்திலிருப்பதைப் படிக்க முடியவில்லை, பக்கத்தில் வந்தால் படிக்க முடிகிறது' என்றேன். அப்போதுதான் பெரியம்மா அதைக் கவனித்தாள். என்னை டாக்டரிடம் கூட்டிக் கொண்டு போனாள். பரிசோதனை முடிந்தபோது கண்ணில் ஏதோ பிரச்சனை இருக்கிறது. அதனால்தான் என்னால் லிப் பார்த்து டப் செய்ய முடியவில்லை. வகுப்பில் போர்டில் எழுதுவதைப் பார்க்க முடியாமலும், நோட்டில் எடுத்து எழுத முடியாமலும் அவஸ்தைப்பட்டதை ஆரம்பத்தில் கவனித்திருந்தால் நான் இன்னும் நன்றாகப் படித்திருக்கலாம் என்று நினைக்கிறேன். கண்ணாடி போட்ட பிறகுதான் நான் ஷாட்டை சரியாக புரிந்து கொள்வதும் துல்லியமாய் டப் செய்ய தொடங்குவதும் ஆரம்பித்தது. அதுவரை ஸ்கீரின் நிழல்கள் மட்டுமாகயிருந்த கதாபாத்திரங்கள் என் முன்னால் தெளிவடைந்து வரத் தொடங்கினார்கள். அவர்களுடைய அழுகையையும் சிரிப்பையும் என்னால் பார்க்க முடிந்தது. மெல்ல மெல்ல நான் டப்பிங்கை நேசிக்கத் தொடங்கினேன். அதை ரசிக்கவும் மரியாதையாகவும் பார்க்கத் தொடங்கினேன்.

பிறகு ஒவ்வொருவரிடமிருந்தும் டப்பிங்கைப் பற்றி மேலதிகமாகக் கற்க முயற்சித்தேன். லிஸி கதாபாத்திரத்திற்காக அழுவதைப் பார்த்தால்

நாமும் உடன் அழுதுவிடுவோம். ஒரு துளி கண்ணீர்கூட வராமல் அவள் அழுவாள். அதுபோல டேக்கில் முழுநீளத்தில் ஒரே மாதிரி சிரிப்பது, மிகச்சரியாய் ஒரே தடவையில் டப் செய்வது, இதெல்லாம் எனக்குக் கற்றுக்கொள்ள வேண்டுமென்று தோன்றியது. யாரிடம் கேட்டாலும் அவர்களுக்கான வாய்ப்பு போய் விடுமோ என்று யாரும் கற்றுத் தரவில்லை. மிகவும் கவலைக்கிடமாக இருந்தது அன்றைய நிலைமை. யாரும் யாரையும் ஊக்குவிக்கவில்லை.

நான் வளருவது போலவே என் குரலிலும் மாற்றம் வரத் தொடங்கியது. குழந்தைகளுக்கு என் குரல் ஒத்துப் போகவில்லை. இந்தச் சமயத்தில்தான் பெரியம்மா என்னை சினிமாவில் நடிக்க வைக்க முயற்சித்தார்கள். அப்படி பெரியம்மாவின் நெருக்கடியால் மீண்டும் சினிமாவில் நடிக்கத் தொடங்கினேன் 'மனசின் தீர்த்த யாத்திரை, சூர்ய தாகம் (மோகன்), பரதன் அண்ணனுடன் மூன்று படங்கள் என நடித்து முடித்தேன். முகத்தில் எந்தவொரு உணர்வும் சரியாக வராததால் இயக்குனரிடமிருந்து திட்டு வாங்கியதுதான் மிச்சம். இனி நடிக்க அனுப்பாதீர்கள் என்று பெரியம்மாவிடம் கேட்டுக் கொண்டார்கள். ஆனால் வருமானம் இல்லாமலானபோது மீண்டும் வீட்டில் கொடுமை ஆரம்பித்தது. அதன்பிறகு மீண்டும் டப்பிங்குக்கு வந்தேன்.

### பரபரப்பான எண்பதுகள்

லிஸி திருமணம் முடிந்து போன இடத்தை நிரப்பத்தான் மீண்டும் நான் வந்தேன். உடனே நான் என் இடத்தைக் கண்டடையவும் செய்தேன். இதற்கிடையில் பூர்ணிமா ஜெயராம் போன்ற நடிகைகளுக்கெல்லாம் டப்பிங் பேச ஆனந்தவள்ளி சினிமாவிற்கு வந்து சேர்ந்திருந்தாள். ஊர்வசி, மேனகாவின் காலத்தில்தான் நான் வருகிறேன். இரண்டு மூன்று வருடங்களுக்குப் பிறகு லிஸி திரும்பி வருவதற்குள் நான் படர்ந்து பந்தலிட்டிருந்தேன். அதுதான் சினிமாவின் சிறப்பு. ஒரு ஆள் அவரின் இருப்பிடத்திலிருந்து எழுந்துபோனால் உடன் வேறொரு ஆள் உட்கார்ந்திருப்பார்.

போனவர் திரும்பி வந்து பார்த்தால் நாம் உட்கார்ந்த இடத்தை அவர் நிரப்பியிருப்பார். பிறகு அவர் வேறு இருப்பிடம் தேடிப் போக வேண்டியதுதான் நடக்கும்.

ஆரம்பங்களில் தங்கை வேடத்திற்கு கல்லூரி மாணவிகளுக்கும் கூட்டத்திலொரு சத்தம் என்ற அளவில்தான் நான் டப் செய்திருந்தேன். ஜெயனின் கடைசி சினிமாவான 'கோலிளக்கம்' படத்தில் நான் சுமலதாவுக்காக டப் செய்தேன். அது போல ராஜசேனனின், சத்யன் அந்திகாடின் சினிமாக்களிலும் செய்திருந்தேன். அன்றைக்கெல்லாம் என் டப்பிங் நன்றாகயிருந்ததென்று யாரும் சொல்லவில்லை. மாறாக நான் டப் செய்த பகுதிகளை மாற்றி வேறு பெண்ணை வைத்து செய்யவும் செய்திருக்கிறார்கள். நான் காலையில் ஒன்றும் சாப்பிடாமல் டப்பிங்கிற்குப் போகக் காத்திருப்பேன். பதினொன்று மணியான பிறகும் அழைத்துப்போக யாரும் வரவில்லையென்று பக்கத்தில் உள்ள டெலிஃபோன் பூத்தில் போய் கூப்பிட்டுக் கேட்டால் அதை இன்னொருத்தர் செய்கிறார்கள் என்பதே தெரியும். அன்று பள்ளிக்கும் போக முடியாது. டப்பிங்கும் கிடைக்காது, அது மிகுந்த மனவேதனையைக் கொடுக்கும்.

1981 ல் ப்ரியதர்ஷனின் 'திரநோட்டம்' என்ற சினிமாவில் ரேணு சந்திராவுக்குக் குரல் கொடுத்துத்தான் நான் நாயகி குரலுக்கு வருகிறேன். இசை இயக்குனர் ரவீந்திரன் மாஸ்டர்தான் என்னை அந்த சினிமாவிற்கு சிபாரிசு செய்தார். பிரியனின் முதல் சினிமா தொடங்கி இன்றுவரை உள்ள எல்லாப் படத்திற்கும் நான்தான் டப் செய்கிறேன். அதை மிக கௌரவமாகவும் நினைக்கிறேன். பிரியனின் படத்திற்கு மட்டுமல்ல சத்யன் அந்திக்காடு, ஸ்ரீநிவாசன், சாஜன், ராஜசேனன் இவருடைய எல்லா சினிமாக்களிலும் நான் மட்டுமே நாயகிகளுக்கு டப் செய்தேன். நெருக்கமானவர்களுக்குப் பக்கத்தில் போய் வருவதுபோலத்தான் நான் இவர்களுடைய பக்கத்தில்போய் நின்று டப் செய்துவிட்டு வருகிறேன்.

1982 ல் கேரளாவில் டப்பிங் தியேட்டர் வருகிறது. அதுவரை மலையாள சினிமாக்களுக்கு மதராஸில் வந்துதான் டப்பிங் செய்து கொண்டிருந்தார்கள். கேரளாவில் தரங்கிணிதான் முதல் டப்பிங் தியேட்டர். 'வெள்ளையம்பலத்து சித்ராஞ்சலி'யும் பிறகு வந்தது. பிறகு சித்ராஞ்சலி எர்ணாகுளத்திலும் திருவனந்தபுரத்திலும் வந்தது. அது போல மோகன்லாலின் 'விஸ்மய' தியேட்டர். அதுவும் எர்ணாகுளத்திலும் திருவனந்தபுரத்திலும் இருக்கிறது. இயக்குனரும் நடிகருமான லாலின் 'லால் மீடியா' பூஜா' திருச்சூரிலுள்ள 'சேதனா' என்பதெல்லாம் இன்றும் கேரளாவிலிருக்கும் டப்பிங் தியேட்டர்கள்.

நான் கம்ப்யூட்டர் டப்பிங்கில் முதலில் செய்த சினிமா பாலசந்திர மேனனின் 'பிரேம கீதங்கள்'. மதராஸில் ஏ.வி.எம்.ஜி. தியேட்டரில் ரெக்கார்டு செய்தோம். பிறகு ஒவ்வொரு இயக்குனரும் டப்பிங்கில் எனக்கு பாடசாலைகளாக மாறினார்கள். அது போல முதலில் எனக்கு வார்த்தைகளை குதித்துக் குதித்து சொல்லும் குணம் இருந்தது. எல்லா உரையாடல்களிலும் தொடக்கமும் இறுதியும் ஒரே மாதிரியிருக்கும். இது போன்ற குறைகளை எனக்குப் புரிய வைத்தவர் ரெக்கார்டிஸ்ட் ஹரிகுமார். ஒரு நல்ல டப்பிங் ஆர்ட்டிஸ்ட் என்றெனக்கு பேர் இருந்தால் அதற்குப் பின்னால் நிறைய பேருடைய உதவும் மனதிருக்கிறது. இயக்குனரும் ரெக்கார்டிஸ்டுகளும் வேறு டப்பிங் ஆர்ட்டிஸ்டுகளும் நடிகைகளும் அதற்காக எனக்கு உதவியிருக்கிறார்கள். ஹரிகுமார், ஹுசேன், கிருஷ்ணன் உண்ணி, ஷாஜி மாதவன், ஸ்டீஃவன், வினோத், சதீஷ் என்பவர்களெல்லாம் என்னை அன்போடு திருத்தி வளர்த்தெடுத்த ரெக்காடிஸ்டுகள். டப்பிங் ஆர்ட்டிஸ்ட் பாக்யலஷ்மி இவர்களுக்கு நன்றிக் கடன் பட்டிருக்கிறாள்.

### நோக்கெத்தாத்த தூரத்து கண்ணும் நட்டு

ஃபாசிலின் 'நோக்கெத்தாத்த தூரத்துகண்ணும் நட்டு' என்ற சினிமாவில் நதியா மொய்தீனுக்குக் குரல் கொடுத்தது டப்பிங் பற்றிய என் பார்வையை மாற்றியது. சித்ராஞ்சலியிலிருக்கும் தேவதாஸ்

சாரும் ஃபாசில் சாரும் அதற்குக் காரணமானவர்கள். கதாபாத்திரத்தின் உடல் மொழி, சலனங்கள், நடவடிக்கைகள் என எல்லாவற்றையும் கவனிக்கவும் ஏதாவது செய்து கொண்டிருக்கும் போது நம் குரலிலும் பேச்சிலும் ஏற்படும் வித்தியாசங்களை கவனிக்கவும் இவர்கள் கற்றுக் கொடுத்தார்கள். அந்தப் படத்திலிருந்து நான் டப்பிங்கை கௌரவமாக நினைக்க ஆரம்பித்தேன்.

மலையாள சினிமாவின் டப்பிங் வரலாற்றை ஆராய்ந்து பார்த்தால் பெண்களுக்குதான் மிகவும் அதிகமாக குரல் கொடுக்க வேண்டியிருந்தது என்பது புரியும். சொந்தக் குரல் இல்லையென்றால் நாயகர்கள் அவர்களை நிலை நிறுத்திக் கொள்ளவே சிரமப்படுவார்கள். ஆரம்ப கால நாயகர்கள்முதல் இன்றைய புகழ்பெற்ற நாயகர்கள் வரை சொந்தக் குரலிலேயே பேசிக் கொண்டிருக்கிறார்கள். குரலைக் கடன் வாங்கிய கதாநாயகர்கள் அதிக காலம் நிலை நின்றதில்லை. சங்கர், ரவிக்குமார் போன்ற நடிகர்களும் இதற்கு எடுத்துக்காட்டு. இது தெரிந்ததால்தான் நடிகர்கள் அவர்களின் குரலிலேயே பேசுகிறார்கள். ஆரம்பங்களில் ரஹ்மான், தேவன், வினீத் போன்றவர் டப்பிங் குரலைத்தான் பயன்படுத்தினார்கள். பிறகு அவர்களெல்லாம் சொந்தக் குரலைப் பயன்படுத்தத் தொடங்கினார்கள். ரஹ்மானுக்கு கிருஷ்ண சந்திரனும் சந்திரமோகனும் குரல் கொடுத்திருந்தார்கள். தேவனுக்கும் கேப்டன் ராஜூவிற்கும் நடிகர் ஹரி குரல் கொடுத்தார். வினீத்துக்கு கிருஷ்ணசந்திரன் எப்போதும் குரல் கொடுத்திருந்தார். நடிகர் ரவிக்குமாருக்கு புகழ்பெற்ற இசைக் கலைஞர் ரவீந்திரன் மாஸ்டர்தான் குரல் கொடுத்திருந்தார். மம்முட்டியின் முதல் படத்தில் ரதீஷ் என்ற டப்பிங் ஆர்ட்டிஸ்ட்தான் குரல் கொடுத்திருந்தார். பிறகு அவர் யாரையும் அனுமதித்ததில்லை.

இன்று பல நடிகர்களும் மற்ற நடிகர்களுக்காக டப் செய்கிறார்கள். பிரணயம் என்ற படத்தில் அனுபம் கெருக்காக ரிசபாவா குரல் கொடுத்தார். மகரமஞ்ஞு என்ற படத்தில் சந்தோஷ் சிவனுக்காக பிஜூ

மேனன், கருமாடிக் குட்டன் படத்தில் சுரேஷ் கிருஷ்ணாவுக்காக சாய் குமார், ஸ்வேதா மேனனுக்காக ஜீனத் போன்றவர்கள் குரல் கொடுக்கவும் வாங்கவும் செய்திருக்கிறார்கள்.

ஆனந்தவள்ளி மிகத் திறமையான ஆர்ட்டிஸ்ட். எட்டு விதமான சத்தம் கொடுக்க ஆனந்தவள்ளியால் முடியும். நான் இரண்டு விதத்தில் கொடுத்தாலும் இரண்டுமே என் குரலாய் மட்டுமே தெரியும்.

மஞ்சு வாரியரின் முதல் படம் சல்லாபம். அதற்கு ஸ்ரீஜா குரல் கொடுத்தாள். பிறகு மஞ்சு சொந்தக் குரலில் பேச ஆரம்பித்தபோது அழுகையும் சிரிப்பும் மட்டும் யாராவது ஒரு டப்பிங் ஆர்ட்டிஸ்ட் மூலம் செய்வார்கள். சின்னக் குழந்தை நட்சத்திரங்களுக்குக் குரல் கொடுத்துத்தான் ஸ்ரீஜா டப்பிங் உலகத்திற்குள் வருகிறாள். ‘காற்றத்தே கிளிக்கூட்டில்’ ரேவதிக்குக் குரல் கொடுத்துத்தான் ஸ்ரீஜா நாயகிக்குக் குரல் கொடுக்க ஆரம்பிக்கிறாள். இன்று இருக்கும் முக்கிய நாயகிகளுக்கெல்லாம் குரல் கொடுப்பது ஸ்ரீஜாதான். ஏறக்குறைய எல்லாக் கதாநாயகிகளுக்குமென்றே சொல்லலாம்.

‘மழையெத்தும் முன்பே’ என்ற படத்தில் ஆனியின் குரல் சொந்தக் குரல்தான். ஆனால் கதாபாத்திரம் உணர்ச்சி மிகும்போது அழுகையும் உணர்வுகளும் சரியாகாமல் போனதால் கடைசியில் அம்பிளி டப் செய்தார். அம்பிளி ஏழு வயதானபோது டப்பிங் உலகத்திற்குள் வந்தவர். லாரி என்ற படத்தில் நித்யா என்ற நாயகிக்குக் குரல் கொடுத்து கதாநாயகி குரலுக்கு வந்தவர். இறந்துபோன நடிகை மோனிஷாவின் எல்லாப் படத்திற்கும் அம்பிளி டப் செய்திருந்தார். இன்றும் மிகவும் இயல்பாக டப்பிங் துறையில் காலூன்றி நிற்கிறார். டப்பிங் கலைஞர் பாலா தங்கத்தின் மகள்தான் அம்பிளி. தேவி, விம்மி, ஸ்ரீதேவி, சங்கீதா, மீரா கிருஷ்ணா, சுகன்யா, நிதுனா நெவில் என்பவரெல்லாம் மிகவும் திறமையான டப்பிங் ஆர்ட்டிஸ்ட்டுகள்.

வசனத்தைப் புரிந்து கொள்ளக்கூடிய ஆளாகயிருந்தால் ஒரு எல்லைவரை ஒருத்தருக்குச் சொல்லிக் கொடுக்க முடியும். ஆனால்

அழுகையும் சிரிப்பும் உணர்ச்சிகளும் நமக்குள்ளிருந்துதான் வரவேண்டும். ஆர்ட்டிஸ்ட்டுகளின் முன்னால் என்ன செய்வதென்று புரியாமல் பதறிப் போவதுமுண்டு. நட்பின் பெயரால் நானும் இது போன்ற சூழலில் பலருக்கும் உதவியிருக்கிறேன். இயக்குனரில் சிபி மலயில்,சித்திக் லால், ஃபாசில், பி.உண்ணிக் கிருஷ்ணன் போன்றவர்களின் படங்களில் மற்றவர்களால் செய்ய முடியாத அழுகை, சிரிப்பு, கூக்குரல்,அலறல் எல்லாம் நான் செய்து கொடுத்திருக்கிறேன்.

சினிமாவில் இப்போதும் நிலை நிற்கும் ஒரு நடைமுறை இருக்கிறது. ஒரு டப்பிங் ஆர்ட்டிஸ்ட் ஒரு கதாபாத்திரத்திற்காக எவ்வளவு சிரமப்பட்டு குரல் கொடுத்தாலும் ஓ, இது அவங்க தொழில்தானே என்ற தோரணை இயக்குனர்களுக்கு இருக்கும். ஆனால் நடிகனோ நடிகையோ மற்றவர்களுக்காக குரல் கொடுத்தால் அவர்கள் கேட்கும் சம்பளம் கொடுப்பார்கள். டைட்டிலில் அவர்களுக்குப் பெரிய எழுத்தில் நன்றியும் போடுவார்கள். என்னவொரு பாரபட்சம் இது? மிகப் பெரிய மன வேதனையையும் இது கொடுத்திருக்கிறது.

**டப்பிங் ஆர்ட்டிஸ்டுகள் மிமிக்ரி செய்வர்களல்ல.**

எல்லாக் கதாபாத்திரத்திற்கும் நடிகர், நடிகைகளுக்கும் ஒரே குரல்தான் அவர்கள் கொடுக்கிறார்கள் என்று டப்பிங் ஆர்ட்டிஸ்டுகளைப் பற்றிப் பொதுவாக ஒரு விமர்சனம் இருக்கிறது. ஒருமுறை இதைச் சொல்லி எனக்கும் ஒரு நடிகருக்குமிடையில் வாக்குவாதமே ஏற்பட்டது. டப்பிங் செய்பவர் ஒரு தனி மனிதர். அவருக்குச் சொந்தமாக ஒரு குரல்தான் இருக்கிறது. ஆனால் அவர் பல மனிதர்களுக்குக் குரல் கொடுக்கிறார். ஒரு நடிகர் அல்லது நடிகையின் உருவத்திற்கும் பாவத்திற்கும் ஏற்றதுமாதிரி மாடுலேஷன் மாற்றிக்கொடுக்க மட்டுமே முடியும். அல்லாமல் முழுவதுமாகக் குரலை மாற்ற யாராலும் முடியாது. இது மிமிக்ரி அல்ல. இல்லையென்றால் ஒவ்வொரு சினிமாவிற்கும் ஒவ்வொரு ஆர்ட்டிஸ்டின் குரலைத்தான்

பயன்படுத்த முடியும். அதை மட்டுமே மாற்றாய் செய்யமுடியும். சொந்தக் குரலில் பேசும் எந்தவொரு நடிகரோ நடிகையோ மற்றொரு ஆளுக்காக நிரந்தரமாகக் குரல் கொடுத்தாலும் இதுதான் நிலைமை. மோகன்லாலின் குரல் மற்றொரு நடிகருக்காக பயன்படுத்தினால் குரல் மாறிவிடுமா என்ன? எல்லோரும் டப்பிங் ஆர்ட்டிஸ்டுகளை விமர்சிப்பார்கள். ஆனால் ஒரு நடிகனோ நடிகையோ இயக்குனரோ படத்தின் வெற்றி விழாக்களில் நடித்தவர்களைப் பற்றிச் சொல்லும்போது அவர்களுக்குக் குரல் கொடுத்த கலைஞரின் திறமையைக் குறித்தோ முக்கியத்துவத்தைப் பற்றியோ ஒருபோதும் பேசமாட்டார்கள்.

என்னிடம் கேட்டால், நடிப்பவர்கள் சொந்தக் குரலில் பேசுவதுதான் நல்லதென்று சொல்வேன். நல்ல நடிகரோ நடிகையாகவோ இருந்தால் அப்படித்தான் செய்ய முடியுமென்று பல நேரங்களில் எனக்குத் தோன்றுவதுண்டு. ஒரு நல்ல நடிகைக்குக் குரல் கொடுக்கத்தான் மிகவும் சிரமம். நடிப்பவர்களுக்கு ஷூட்டிங் நடக்கும் இடத்திலேயே சூழல் மிகவும் ஒத்துழைக்கும். மற்ற கதாபாத்திரங்களின் பாவனைகளும் சலனங்களும் உரையாடலும் சேரும்போது நடிப்பு எளிதாகிவிடும். ஆனால் ஒரு டப்பிங் தியேட்டரின் நிலைமை அதுவல்ல. மைக்கிற்கு முன்னால் தனியாக நின்று கொண்டு இந்தக் கதாபாத்திரங்களெல்லாம் இங்கேயே இருக்கிறார்கள் என்றும் உணர்வுபூர்வமாக உரையாடுகிறார்கள் என்றும் கற்பித்துக் கொண்டு ஒரு டப்பிங் கலைஞர் டப் செய்கிறார். இதைத்தானே சொந்தக் குரலில் பேசுபவரும் செய்கிறார்களென்று உங்களுக்குத் தோன்றக்கூடும். ஆனால் அவர்கள் தங்களுக்காகத்தான் குரல் கொடுக்கிறார்கள். ஷாட்டில் அவர் எப்படி நடித்தார், எப்படி வசனத்தைச் சொன்னார் என்று அவர்களுக்குத் தெரியும். படப்பிடிப்புத் தளத்திலிருந்து டப்பிங் தியேட்டருக்கு வரும்போது நடிப்பின் ஒரு பகுதி நஷ்டமாகிறது.

ஒவ்வொரு ஆர்ட்டிஸ்டும் ஒவ்வொரு தாள லயத்தில் டயலாக் சொல்வார்கள். சிலர் மிகவும் மெதுவாகச் சொல்வார்கள். சிலர்

வேகமாகச் சொல்வார்கள். அப்போது ஒரு டப்பிங் ஆர்ட்டிஸ்ட் அவர்களுடைய வேகம், உதட்டசைவு, மாடுலேஷன், தெளிவு எல்லாவற்றையும் கவனிக்கவேண்டும். நிறைய முறை பேசும்போதுதான் ஒரு டப்பிங் ஆர்ட்டிஸ்ட்டுக்கு ஒரு கதாபாத்திரத்தை முழுவதுமாய் உள்வாங்கிக் கொள்ளவும் ஒரு இயக்குனர் சொல்வதுபோல உருவாகவும் முடியும். சில நேரங்களில் 50 சதவீதம் மட்டுமே சரியாக வரும். சில சமயங்களில் இயக்குனர் நினைத்ததை விட மிகச்சிறப்பாகவும் வரும். ஒருமுறை மகா நடிகரொருவர் டப்பிங் ஆர்ட்டிஸ்டுகளுக்கு அவார்டு ஏற்படுத்திக் கொடுத்ததே கேரள அரசாங்கம் செய்த மிகப் பெரிய தவறு என்று என்னிடம் நேரடியாகச் சொன்னார். அது மிக அதிக மன வேதனையைக் கொடுத்தது. அவரைப் பற்றிய மதிப்பீடுகளும் என்னுள் சரிந்தன. அன்று நான் விருதுகளும் பணமுடிப்புகளும் உங்களுக்கு மட்டும்தான் உரிமையுடையதா? அவருடைய முகத்தைப் பார்த்துக் கேட்டேன். அதன் பலனாக பிறகெப்போதும் எனக்கு அவருடைய படத்தில் குரல் கொடுக்க வேண்டிய அவசியமேற்படவில்லை. அதில் எனக்கு எந்தவொரு வருத்தமுமில்லை.

நல்ல நடிகைக்கான தேசிய விருதைப் பெற்ற எல்லா நடிகைகளும் டப்பிங் குரலையே பயன்படுத்தியிருக்கிறார்கள். பல நேரங்களில் அதை மறைத்து வைத்துதான் அந்தப் படத்தை அவார்டுக்கு அனுப்புவார்கள். டப்பிங் ஆர்ட்டிஸ்டுகள் அதற்கெதிராக ஒன்றும் சொல்வதில்லை. மலையாள சினிமாவுக்குக் கிடைக்கும் மரியாதையில்லையா! அதில் எங்களுக்கு சந்தோஷம்தானே! ஆனால் கேரளத்திற்குள்ளே பல நேரங்களில் இந்த பாரபட்சம் செய்கிறார்கள். சிறந்த நடிகைக்கான விருதைப் பெறும்போது அவருக்குக் குரல் கொடுத்தவர்தானே சிறந்த டப்பிங் ஆர்ட்டிஸ்டாகவும் ஆவார்கள். யாருக்கு விருது கொடுக்க வேண்டுமென்பது நடுவர்களின் விருப்பம் மட்டுமே. ஆனால் சரியானவர்களுக்குக் கொடுக்க பலபோதும் முயற்சி நடக்காது. அதே போல ஊடகங்களின் விருதுகளில் சூர்யா

தொலைக்காட்சியும் ஏஷ்யாநெட்டும் மட்டுமே டப்பிங்கிற்கு விருது கொடுக்கிறது. எல்லா ஊடகங்களுக்கும் நாங்கள் எங்கள் சங்கத்திலிருந்து எப்போதும் கடிதமெழுதுவோம். அவர்கள் தெரிந்து கொண்டதாகக் காண்பிக்க வேமாட்டார்கள். விமர்சனம் நல்லது, விமர்சிக்க வேண்டும். ஆனால் ஒரு வாழ்த்தைப் பொது மேடையில் கேட்பது டப்பிங் கலைஞர்களுக்கு தூண்டுகோலாக மாறுமில்லையா?

### டப்பிங் ஆர்ட்டிஸ்டுகள் நடிகர்களாகும்போது

ஒரு காட்சி டப் செய்யும்போது ஸ்கீரினில் நடிகர் நடிகையரின் சலனங்களுக்கு ஏற்பக் குரல் கொடுக்க வேண்டும். அவர்கள் ஏதாவது செயல்களைச் செய்தபடி டயலாக் சொல்வதானால் மைக்கின் பொஷிசன் மாறாமல், அந்தச் செயலைச் செய்யாமல் செய்வது போலுள்ள பாவனை குரலில் வரவேண்டும். நாயகி போல வெயிலில் வாட வேண்டிய அவசியமில்லை என்பது மட்டுமே. அவரங்கே செய்யும் எல்லா வேலைகளையும் எங்களைப் போன்ற டப்பிங் ஆர்ட்டிஸ்டுகள் தியேட்டரிலிருந்து செய்கிறோம். ஓடிக் கொண்டு டயலாக் சொல்வதானால் நாங்களும் ஓடிக் கொண்டேதான் டப்பிங் பேசுகிறோம். அதுபோல நின்ற இடத்திலிருந்து மூச்சு வாங்கும்போது தலை சுற்றுவதுபோலத் தோன்றும். படுத்துக்கொண்டே பேசும் டயலாக்கைக் குரல் மாற்றிப் பேசி டப் செய்வோம். கழுத்தை இழுத்து பிரத்யேகமான முறையில் பேசுவோம். அழுத்தமாகச் சொல்ல வேண்டி வந்தால் அதற்குத் தகுந்தவாறு, சாப்பிட்டுக் கொண்டே சொல்ல வேண்டியதாகயிருந்தால், எதையாவது வாயில் போட்டுக் கொண்டு சொல்லுவோம். அந்த நேரத்தில் சாப்பிட ஏதும் கிடைக்காமலும் போகலாம். கையில் பேப்பர் இருந்தால் அதை ஊறவைத்து வாயில் போட்டுக் கொள்வோம். பேப்பர் தின்று எத்தனை படங்கள் டப் செய்திருக்கிறேன் தெரியுமா? அது போல தண்ணீர் குடிக்கும் காட்சியாக இருந்தால் குடிக்கும் ஸிங் வர வேண்டும். விழுங்கும் ஸிங் வர வேண்டும். டயலாக்கும் சொல்லவேண்டும். குடித்த தண்ணீர் மூக்கில் ஏறாமல் பார்த்துக் கொள்ளவேண்டும்.

இப்படி மிகவும் சிரமமெடுத்து எங்களைப்போன்ற டப்பிங் ஆர்ட்டிஸ்டுகள் டப் செய்கிறோம். 'ஸ்படிகம்' என்ற படத்தில் ஊர்வசியை மது அருந்த வைப்பது போன்ற காட்சியிருக்கிறது. டப் பண்ணும்போது அந்தக் காட்சியை அப்படியே மிகச் சரியாகச் செய்ய வேண்டுமென்று எனக்கு ஆசை. பார்வையாளர்களுக்கு அது டப்பிங் என்று தோன்றாத வகையில் அதைச் செய்யவேண்டுமென்று தீர்மானித்தேன். வழக்கமாய் ஏதாவது குடித்துக் கொண்டு டயலாக் சொல்ல வேண்டிய காட்சி வரும்போது டம்ளரில் தண்ணீர் எடுத்து, குடித்துக் கொண்டேதான் டயலாக் சொல்வோம். ஆனால் இது அதிலிருந்து வித்தியாசமாய் செய்ய வேண்டுமென்று எனக்கு ஆர்வம் வந்தது. நான் அதை இயக்குனர் பரதன் சாரிடம் சொன்னேன். சரியாய் சொன்னால் எஃபெக்ட்ஸ் செய்ய சினிமாவில் வேறு ஆட்கள் இருக்கிறார்கள். பரதன் சார் உடனே ஒரு பாட்டில் தண்ணீர் கொண்டு வரச் செய்தார். ஆனால் அவர்கள் பிளாஸ்டிக் பாட்டிலைக் கொண்டு வந்தார்கள். அப்போது எனக்கு, கள்ளு கண்ணாடி பாட்டிலில் தானே குடிப்பார்கள் , அப்போதுதானே அதற்கான சரியான எஃபெக்ட் இருக்கும் என்று தோன்றியது. கண்ணாடி பாட்டிலில் தண்ணீர் ரெடி. சினிமாவில் ஊர்வசியைக் கட்டாயப்படுத்தி இதைக் குடிக்க வைப்பார்கள். குடிக்கப் பிடிக்காமல் அவர் விலக்குவதையும் ஊர்வசி துப்ப முயற்சிப்பதையெல்லாம் கொடுக்க வேண்டும். நடுவில் தண்ணீர் உள்ளேயிறங்கும் 'களுக் களுக்' என்ற சப்தமும் வர வேண்டும். இந்த சப்தங்கள் எல்லாம் வரவழைத்துக்கொண்டு ஒரு பாட்டில் தண்ணீரை ஒரே மூச்சில் குடித்தேன். எல்லாம் தீர்ந்தபோது இயல்பாகவே ஒரு விக்கல் வந்தது. அது அதேமாதிரி அந்த சீனிலும் இருந்தது. சரியான சிங்கில் அது வந்து விழுந்தது. இதைப் பார்த்த பரதன் சார், 'நீ ஒரு பெண்ணாப் போயிட்டம்மா இல்லன்னாக் கட்டிப்பிடிச்சு ஒரு முத்தம் கொடுத்திருப்பேன்' என்றார். நான் மிகவும் மகிழ்ந்த நிமிடம் அது. இப்படி நிறைய சந்தர்ப்பங்கள் இருக்கின்றன. டப்பிங் முடிந்து நான் போகும்போது இவர்கள் என் டப்பிங் பற்றிப் பேசுவார்கள். மறுநாள்

ரெக்கார்டிங்குக்குப் போகும்போது ரெக்கார்டிஸ்ட் இதையெல்லாம் என்னிடம் சொல்வார். அதைக் கேட்க எனக்கு மிகவும் பிடிக்கும். நாம் நன்றாகப் பேசியிருந்தால் நன்றாகயிருக்கிறது என்று கேட்க நிறைவாக இருக்கும்.

ஒருவரைக் கொலை செய்ய வேண்டிய காட்சியாக இருந்தால் கொல்லுபவரின் எஃபெக்ட் அதே போல அந்த நடிகனின் முகபாவத்திற்கு ஏற்ப வாய் திறந்திருந்தால் குரல் கொடுப்பவரும் அதேபோல வாய் திறந்திருக்க வேண்டும். அவர் வாய் மூடி நடித்திருக்கிறாரென்றால் நாமும் வாய் மூடி எஃபெக்ட் கொடுக்க வேண்டும். கொல்லப்படும் ஆள் கழுத்து நெரிக்கப்படும்போது ஏற்படும் மூச்சுத் திணறலும், கண்கள் பிதுங்கி விழும்போதுள்ள சத்தமும், கையும் காலும் அடித்துக் கொள்ளும்போதுள்ள முனகல்களும், நடிகர்களின் உதட்டசைவிற்கு இசைவாகக் கொடுக்க வேண்டும். கேட்கும்போது சாதாரணமாய் தோன்றும் வேலை செய்யும்போதுதான் அதன் கஷ்டம் தெரியும். அது போல குளிரில் நடுங்கும் சத்தம். இப்படிச் சொல்லி மாளாத விஷயங்களிருக்கின்றன. இதெல்லாம் ஒரு இயக்குனர் சொல்லாமல் சுயமாகப் புரிந்துகொண்டு செய்யும்போதுதான் ஒரு நல்ல டப்பிங் ஆர்ட்டிஸ்ட் கிடைப்பார்கள். அதனால்கூட இருக்கலாம் இன்று மலையாளத்தில் 220 டப்பிங் ஆர்ட்டிஸ்ட்டுகள் இருந்தாலும் புகழ்பெற்ற டப்பிங் ஆர்டிஸ்டுகள் 15 லிருந்து 20 பேர்தான் இருக்கிறோம். பலரும் இதைக் கற்க சிரமமெடுப்பதில்லை என்ற கஷ்டம் மட்டும் இருக்கிறது.

மற்ற ஆர்ட்டிஸ்டுகளை ஏதாவது வகையில் திருத்த முயன்றால் நாம் தவறாகப் புரிந்து கொள்ளப் படுவோம். இந்த நடிகைக்கு இவருடைய குரல் ஒத்துவராது என்று சொன்னால் நான் பொறாமையால் சொல்கிறேன் என்று மற்றவர்கள் நினைப்பார்கள். இது போன்ற சந்தர்ப்பங்களில் மனதிலொன்றும் வெளியே ஒன்றுமாக நடந்து கொள்ள வேண்டியிருக்கிறது.

## சினிமாவும் நெடுந்தொடரும்

எப்படி சினிமாவில் பணி செய்கிறோமோ, அப்படியே நெடுந்தொடரிலும் பணி செய்பவர்கள்தான் டப்பிங் ஆர்ட்டிஸ்டுகளுக்கு மத்தியில் அதிகம். சினிமாவில் டப்பிங்கும் நெடுந்தொடரில் டப்பிங்கும் பெரிய வேறுபாடு கொண்டிருக்கிறது. சினிமா மிகவும் மரியாதையுடனும் ரசித்தும் செய்ய வேண்டியது. நெடுந்தொடரை மிகவும் இயல்பான மனநிலையில் செய்யலாம். அங்கே ஸ்டுடியோவில் நம் தவறுகளைத் திருத்த யாருமில்லை. ப்ரொடக்‌ஷன் எக்‌ஸிக்யூட்டிவ்தான் இருப்பார். அவருக்குக் கதாபாத்திரத்தைப் பற்றியெல்லாம் தெரியாது. டப் செய்து முடித்தால் பிறகு அதைப் பார்க்கக் கூட மாட்டார். தவறுகளைச் சுட்டிக் காட்ட ஒரு தேவையும் வராத டப்பிங்தான் தொடர்களுக்குத் தேவைப்படுகிறது.

சினிமாவை விட உழைப்பும் நேரமும் அதிகமில்லை என்பதால் கூட ஆர்ட்டிஸ்டுகள் தொடரைத் தேர்ந்தெடுக்கலாம். 18 சீரியல்களில் குரல் கொடுக்கும் நபரே சினிமாவிலும் குரல் கொடுத்தால் பார்வையாளர்களுக்குச் சட்டென சலிப்பு வரும். மலையாளத்தில் டப்பிங் ஆர்ட்டிஸ்டுகளுக்கு வேறொரு குணமும் இருக்கிறது. சினிமாவிலும் தொடர்களிலும் டப் செய்பவர்களே விளம்பரங்களிலும் செய்வார்கள். இது பார்வையாளர்களுக்கு அதீத சலிப்பேற்படுத்தும். ஒரே ஸ்வரம் கேட்டால் யாராகயிருந்தாலும் சலிப்பு வரும். இதே மாதிரியான நிலைமை எனக்கொரு முறை வந்தது. மலையாளத்தின் நிறைய சினிமாவிற்கு டப்பிங் செய்து கொண்டிருக்கும் காலகட்டங்களில் அந்த விமர்சனம் வந்தது. மலையாள சினிமாவின் கதாநாயகிகளுக்கெல்லாம் ஒரே குரலா? அந்த விமர்சனத்தை நான் நல்லபடியாகவே எடுத்துக் கொண்டேன். இல்லையென்றால் 50 வருடம் இண்டஸ்ட்ரியில் நிலைத்து நிற்கும் நான் 10 வருடங்களில் வெளியேற வேண்டியிருக்கும் என்று புரிந்தது. நான் சினிமாக்களையும் கதாபாத்திரங்களையும் கவனமாய்த் தேர்ந்தெடுக்க

ஆரம்பித்தேன். எங்களை அதுபோலவே பின்பற்றி புது ஆர்ட்டிஸ்டுகள் வருகிறார்கள். அது நல்லது அல்ல. ஏனென்றால் அவர்களுக்கு எந்தவொரு தனித்தன்மையும் ஏற்படாது. தங்களின் சொந்தக் குரலில் டப் செய்யும்போதுதான் ஒரு டப்பிங் ஆர்ட்டிஸ்ட் பிறக்கிறான். என்னையும் ஸ்ரீஜாவையும் அப்படியே பின்பற்றும் சிலர் இருக்கிறார்கள். எங்களைப் போலவே டப் செய்பவர்கள். எங்களுக்குச் சம்பளம் தர முடியாதவர்கள் இவர்களைக் கூப்பிட்டு டப் செய்வார்கள். தமிழ் சினிமாக்களில் டப்பிங் ஆர்ட்டிஸ்டுகளுடன் ஒப்பிடும்போது மலையாள சினிமாவில் குரல் கொடுப்பவர்களுக்கு ஊதியம் மிகவும் குறைவு.

நடிக்கத் தெரியாதவர்கள் ஒருபோதும் ஒரு நல்ல டப்பிங் ஆர்ட்டிஸ்ட் ஆக முடியாது. வசனத்தின் உச்சரிப்பு, மொழிச்சுத்தம், தெளிவெல்லாம் இருக்க வேண்டும். மற்றவர்களின் குரல்களோடு பொருந்திப் போதலும், இயல்பும், கவர்ச்சியும் குரலில் இருக்க வேண்டும். அலறலையும் கூக்குரலையும் டப்பிங் செய்யும்போது டப்பிங் ஆர்ட்டிஸ்டுகளின் தொண்டை கிழிந்து ரத்தம் ஒழுகும் அனுபவங்களும் அடிக்கடி நேர்ந்திருக்கிறது. டப்பிங் ஆர்ட்டிஸ்டுகள் இல்லையென்றால் சினிமா நிலைநிற்க முடியாது என்பதல்ல நான் சொல்வதன் அர்த்தம். நல்ல டப்பிங் கலைஞராகவும் நல்ல நடிகராகவும் எல்லோராலும் முடியாது.

டப்பிங் ஆர்ட்டிஸ்டுகள் திறமையானவர்களாக இருந்தால் ஏன் நடிக்க வாய்ப்பு கிடைப்பதில்லையென்று சினிமா உலகத்திலிருக்கும் சிலர் கேலி செய்வதை நான் கேட்டிருக்கிறேன். சரிதான். டப்பிங் கலைஞர்களில் பெரும்பாலானோர் நடிக்க வந்து, பிறகு டப்பிங்குக்குத் திரும்பி வந்தவர்கள்தான். அதற்குப் பல காரணங்கள் இருக்கின்றன. ஒரு எல்லைவரை சினிமாவில் அதிர்ஷ்டத்திற்குத்தான் இடம். எவ்வளவோ திறமையானவர்கள் சினிமாவில் கவனிக்கப்படாமலேயே போயிருக்கிறார்கள். பாடகர்களும் நடிகர், நடிகைகளும் டப்பிங்

ஆர்ட்டிஸ்டுகளும் அப்படித்தான் இருக்கிறார்கள். அதிர்ஷ்டம் இல்லாமல்தான் பல டப்பிங் ஆர்ட்டிஸ்டுகளுக்கும் நடிக்க வாய்ப்பு கிடைக்காமல் போகிறது. சிலர் டப்பிங்கில் மட்டும் ஒதுங்கி நின்று வாழ்க்கையைத் தள்ள ஆசைப்படுபவர்கள். அதற்கு முக்கியக் காரணம் வீட்டிலிருந்து விலகியிருக்க வேண்டிய அவசியமிருக்காது. ஒன்றிரண்டு நாட்களில் ஒரு சினிமாவின் வேலை தீர்ந்துவிடும் என்பதுகூடக் காரணமாகயிருக்கலாம்.

சினிமாவைப் பற்றி பல தவறான புரிதல்களும் நம் சமூகத்தில் இருக்கிறது. என் இத்தனை வருட சினிமா வாழ்க்கையில் எனக்கு அப்படியான ஒரு அனுபவம்கூட ஏற்பட்டதில்லை. சாதாரண ஆட்கள் பெண்களிடம் நடந்து கொள்ளும் முறையில்தான் சினிமாவிற்குள்ளேயும் நான் பார்த்திருக்கிறேன். சினிமாவில் வந்து யாராவது கெட்டுப் போயிருந்தார்களென்றால் அது சினிமாவின் தவறல்ல. அந்தக் குறிப்பிட்ட நபருக்கு தன்னம்பிக்கை இல்லாததுதான் அப்படியான சூழல்களைச் சந்திக்க நேரிடுகிறது என்று சொல்லலாம்.

பழைய காலத்தை யோசித்துப் பார்க்கும்போது இன்று சினிமாவிற்குள் வர அதிக ஆர்வமாக இருக்கிறார்கள். சினிமாக்காரர்களுக்கு கிடைக்கும் அதீதப் புகழ்தான் இதற்கு முக்கிய காரணம். ஆத்மார்த்தமாக பணி செய்யும் கலைஞர்கள் மிகவும் குறைவு. டப்பிங்கிலும் இதுதான் நிலைமை. இதிலிருந்து நமக்கு என்ன கிடைக்குமென்றுதான் பலரும் பார்க்கிறார்கள். இத்துறையில் வேலை பார்ப்பவர்களுக்கு முக்கியமாக வேண்டியது ஆர்வம், பொறுமை, அர்ப்பணிப்பு. அதில்லையென்றால் நிலை நிற்கவே முடியாது. பணமும் புகழும் மட்டுமே லட்சியம் என்று வருபவர்கள் நிச்சயமாகத் தோற்றுப் போய்விடுவார்கள். நாற்பது வருடங்கள் இந்தத் துறையில் இருக்க முடிகிறதென்பதையும் எல்லோரும் மரியாதை தரவும் அன்பு செலுத்தவுமான மனுஷியாய் இருக்கிறேனென்பதையும் என் மிக உயர்ந்த சொத்தாகவும் பாக்கியமாகவும் நான் கருதுகிறேன்.

ஒரு கொண்டாட்டம் போலிருந்த டப்பிங் தியேட்டர்களில் இன்று அரவம் இல்லை. குரல் கொடுப்பவர்களும் இயக்குனரும் ரெக்கார்டிஸ்ட்டும் மட்டுமே இன்றைய தியேட்டர்களில் இருக்கிறார்கள். குரல் கொடுத்துச் சலிப்பாகும்போது இனி நாளைக்குச் செய்யலாமென்று பிரிந்து விடுவோம். ஒன்றாய் சாப்பிட்டதும் வீட்டிலிருந்து கொண்டுவரும் பலகாரங்களைப் பங்கு வைத்திருந்ததுமெல்லாம் அன்றைய நினைவின் மீதியாயிருக்கிறது. கதைகூடத் தெரியாமல் தியேட்டரில் தன் காட்சிகளை மட்டும் தனியாக டப் செய்து திரும்பி வரும்போது ஏதோ நஷ்டப்பட்டது போலவேயிருக்கிறது. துன்பங்களும் புகார்களும் உற்சாக மிகுதியுமாக முடிந்து போன நாட்கள் இன்றெங்கே இருக்கிறது?

## நான்கு பத்தாண்டுகள் பங்கிட்ட அனுபவங்கள்

சப்தத்தின் உலகத்தில் நீந்தத் துவங்கி நாற்பது வருடங்களாகி விட்டன. 2800 சினிமாக்கள். 3000 த்திற்கும் மேலான கதாபாத்திரங்கள். இருந்தும் எனக்குக் குரல் கொடுத்துத் தீரவில்லை.

ஒரு மகத்தான டப்பிங் ஆர்ட்டிஸ்ட் நானென்ற நினைப்பொன்றும் எனக்கில்லை. என்னைவிடத் திறமையானவர்கள் நிறையபேர் இருக்கிறார்கள். ஆனால் டப்பிங் என்ற சின்ன உலகத்தில் எனக்கு என்னுடையதான இடத்தைக் கண்டுபிடிக்க முடிந்ததென்பதுதான் மற்றவர்களிலிருந்து வேறுபடுத்திப் பார்க்க வைப்பதும், வெற்றியடைய வைப்பதும். குரலும் உருவமும் இரண்டாக இருக்கக்கூடாதென்றும் அது ஒன்றுக்கொன்று கலந்து கரைய வேண்டுமென்ற புரிதல் எனக்கு வந்த பிறகுதான், என் டப்பிங் தனித்துவமாகத் தொடங்கியது. அதை எனக்குப் புரிய வைத்ததற்குப் பின்னால் நிறைய பேரின் உழைப்பு இருக்கிறது. அவர்களுக்கெல்லாம் நான் கடமைப்பட்டிருக்கிறேன். ஒரு டப்பிங் ஆர்ட்டிஸ்ட் என்ற நிலையில் டப்பிங்கிற்காக நீ என்ன செய்து விட்டாய் என்ற கேள்வி என்னை நோக்கி உயர்ந்து வந்தால் நான் இதைத்தான் சொல்வேன்.

ஒரு நாயகி திரைச்சீலையில் நடிக்கும் உடல் மொழியை டப்பிங்கிலும் நான்தான் கொண்டுவருகிறேன். அதற்கு முன்பாக சிரிப்பையும் அழுகையையும் அது போலவே ஒற்றி எடுப்பதாய் இருந்தாலும் சாப்பிட்டு விட்டு பேசுவதாகயிருந்தால் சாப்பிட்டுக்கொண்டே பேசுவேன். உமிழ்நீர் இறக்கும் ஒலியென்றாலும் ஓடிக்கொண்டே பேசுவதானாலும் அது போன்ற செயலைச் செய்து கொண்டே டப்பிங் கொடுக்க வேண்டும் என்ற பழக்கத்தை நான்தான் முதலில் சோதனை செய்து பார்த்தேன். அந்தச் சோதனையில் ஓர் எல்லைவரை நான் வெற்றியும் கண்டிருக்கிறேன் என்றுதான் நினக்கிறேன்.

யோசித்துப் பார்த்தால் நிறைய கதாபாத்திரங்கள் இருக்கின்றன. பல பாவங்களில், பல உருவங்களில் என் குரலை ஒற்றியெடுத்தவை. சில கதாபாத்திரங்களுடன் எனக்கு மிகவும் பிரியமேற்படுகிறது. ஒருவேளை அவர்களில் நான் என்னை தரிசித்திருக்கலாம். அல்லது நிஜத்தில் நான் வாழ நினைக்கும் வாழ்க்கையை அவர்களின் நடிப்பில் கண்டிருக்கலாம்.

குடும்ப சினிமாக்கள் செய்யத்தான் எனக்கு மிகவும் விருப்பம். தலையணை மந்திரம், சிந்தாவிஷ்டயாய ஷியாமளா என்பதெல்லாம் நான் ரசித்துச் செய்த படங்கள். அதுபோல என் குரல் கிராமீயக் கதாபாத்திரங்களுக்குத்தான் பொருந்துமென்று தோன்றும். மாடர்ன் கதாபாத்திரங்களுக்கு ஒருபோதும் ஒத்துவராது. நகைச்சுவைக் கதாபாத்திரங்கள் செய்யவும் எனக்குப் பிடிக்கும். அதனால்தான் ப்ரியதர்ஷனின் படங்களில் வேலை பார்க்கவும் பிடிக்கும்.

சில படங்களில் அந்நிய மொழி நடிகர் நடிகைகள் நடிக்கும்போது அவர்களுக்காக மிகவும் சிரமப்பட்டுதான் டப்பிங் ஆர்ட்டிஸ்டுகள் டப் செய்திருப்பார்கள். அதே படம் வெற்றி பெறும்போது ஊடகங்களிலும் மேடைகளிலும் இதே நடிகர் நடிகைகளை வானளாவப் புகழ்வார்கள். ஆனால் இவ்வளவு கஷ்டப்பட்ட டப்பிங் ஆர்ட்டிஸ்டுகளுக்கு

எந்தவொரு முக்கியத்துவமோ பாராட்டோ இல்லையென்பது கூட பரவாயில்லை, கிடைக்கும் வருமானமும் மிகவும் குறைவு. ஒரு தயாரிப்பாளரின் கையிலிருக்கும் காசெல்லாம் தீரும் நேரத்தில்தான் டப்பிங் தொடங்குகிறது. மிகவும் அதிகமாக அவர்களுடைய கஷ்டங்களை நாங்கள்தான் கேட்க வேண்டியிருக்கும். விசுவாசத்தின் பேரிலோ பொருளாதார கஷ்டத்தின் பேரிலோ பல நேரங்களில் ஒரு ரூபாய் கூட வாங்காமல் நான் பல படங்களுக்கும் டப்பிங் செய்து கொடுத்திருக்கிறேன். தியேட்டரில் வைத்து ரகசியமாக ஒரு நன்றி பகிர்தலிலும் ஒரு கை குலுக்கலிலும் எல்லாம் தீர்ந்துவிடும்.

அந்நிய மொழி நடிகைகளுக்கு டப் செய்வது மிகவும் கஷ்டமானது. ஏனென்றால் எந்தவொரு உணர்வுகளும் அவர்களின் முகத்தில் இருக்காது. அவர்களின் நடிப்பைப் பார்த்தால் கதை என்னவென்றோ கதாபாத்திரம் என்னவென்றோ அவர்களுக்குப் புரிகிறதாவென்று நமக்கு சந்தேகமாக இருக்கும். இயக்குனர் வந்து, 'எப்படியாவது காப்பாத்துங்க' என்று சொன்னதற்காக மிகவும் கஷ்டப்பட்டு டப் செய்வோம். படம் வெற்றி பெற்றாலோ எல்லாப் புகழும் நடிகைக்குத்தான் போய்ச் சேருகிறது.

அந்நிய மொழி நடிகைகளுக்கு வசனம் ஆங்கிலத்தில் எழுதிக் கொடுப்பார்கள். உதாரணமாக vannathu என்று எழுதிக் கொடுத்தால் டப்பிங் ஆர்ட்டிஸ்ட் 'வந்நது' என்று இயல்பாக உச்சரிப்பார்கள். ஆனால் அந்நிய மொழி பேசுபவர்கள் 'வந்நது' என்று 'து' வுக்கு அழுத்தம் கொடுத்து உச்சரிப்பார்கள். அப்போது லிப் சரியாக வராது. இது அவருக்கு எழுதிக் கொடுக்கும்போதே கவனித்திருந்தால் எத்தனை சுலபமாகயிருக்கும்.

**ஆண் பெண் 'ஸ்வர பேதங்கள்'**

ஆளுமை மிகுந்த பெண் கதாபாத்திரங்களை எனக்கு மிகவும் பிடிக்கும். 'யுவ துர்க்கி' படத்தின் கதாநாயகி விஜயசாந்திக்காக

வித்தியாசமான முறையில் டப் செய்தது எனக்கு மிகவும் பிடித்திருந்தது. அந்த சினிமாவைப் போல டப்பிங் தியேட்டரில் நானும் போராடினேன். எப்போதும் அது போன்ற கதாபாத்திரங்களைச் செய்தால் சலிப்பாகயிருக்குமென்றும் எனக்குத் தெரியும். 'காருண்யம், ஓர்மச்செப்பு' போன்ற படங்களின் டப்பிங்கை நான் விரும்பிச் செய்தேன். சித்ரம் படத்தில் ரஞ்சினி, ஓடிக் கொண்டே வசனம் பேசுவதை நானும் ஜாகிங் செய்தபடிதான் பேசினேன். 'மணிச்சித்ரதாழ்', நான் ஆரம்ப நாட்களில் செய்த 'ஆக்ரஹம், சௌந்தர்யப் பிணக்கம், நோக்கெத்தாத்த தூரத்து கண்ணும் நட்டு' இவையெல்லாம் எனக்கு மிகவும் பிடித்த படங்கள்.

நான் ஆண்களுக்கு முழுவதுமாய் குரல் கொடுக்கவில்லையானாலும் சின்ன சின்னதாய் குரல் கொடுத்திருக்கிறேன். மறைந்து நின்று சிரிப்பது, முனகல் சத்தம் போன்றவை. 'ட்விங்கிள் ட்விங்கிள் லிட்டில் ஸ்டார்' என்ற படத்திற்காக ஸ்ரீகாந்த் என்ற நடிகருக்குக் குரல் கொடுத்தேன். அது ஆணின் உருவமும் பெண்ணின் குரலுமிருக்கும் கதாபாத்திரம். டப்பிங்கில் நான் முதலில் டிராக் செய்தது 'மாயா மோகினி' என்ற படம்தான். ஒரு பெண் எப்படி சிரிப்பாள், அழுவாள், காதலோடு பேசுவாள் என்பதெல்லாம் திலீபிற்குக் கற்றுக் கொள்வதற்காகச் செய்தேன். 'சிறப்பு நன்றி' என்று என் பெயரைத் தனி டைட்டில் கார்டில் வாசிக்கவும், எல்லாரிடமும் பாக்யா சேச்சிதான் உதவினார்கள் என்று சொல்லவும் வைத்தது. 'சதிக்காத சந்து'வில் நவ்யா நாயர் பேயாக வரும் பகுதியை மட்டும் டப் செய்து கொடுத்தேன். இதுபோல எனக்குப் புகழ் கிடைக்க வேண்டி மட்டுமல்லாமல் மலையாள சினிமாவோடு எனக்கிருக்கும் நன்றிக்கடன் காரணமாக டப் செய்து கொடுக்கும் சினிமாக்களும் இருக்கின்றன.

### விரகதாபக் குரல்களை நான் வெறுக்கிறேன்

அதுபோல நான் செக்ஸ் படத்திற்கு டப் செய்வதில்லை. அது போன்ற சினிமாக்களை கௌரவமாக அணுகாததால் அல்ல. இப்படி

அவசியம் இல்லாமல் எல்லாவற்றையும் திறந்து காண்பிப்பதோடு எனக்கு உடன்பாடில்லை. ஒரு கணவனும் மனைவியும் இல்லையென்றால் காதலனும் காதலியும் படுக்கையறையில் என்ன செய்வார்கள் என்று நமக்கு எல்லோருக்கும் தெரியும். அதை அவசியமேயில்லாமல் காட்சிப்படுத்துவதும் அதற்குக் குரல் கொடுப்பதென்பதும் என்னால் முடியாது. இப்படியான விரகதாபக் குரல் கொடுப்பதை நான் வெறுக்கிறேன்.

அதுபோலவே பண்பாட்டை மீறி ஆபாசமாக உரையாடுவதும் எனக்குப் பிடிக்காது. நான் நேரில் சொல்லத் தயங்கும் வார்த்தைகளை டப்பிங்கிலும் சொல்லமாட்டேன். அதற்கு எவ்வளவு பெரிய தொகையை ஊதியமாகத் தருகிறேன் என்று சொன்னாலும் நான் ஒத்துக் கொள்வதில்லை. சப்தம் கொடுப்பதில் இவ்வளவு கண்ணியம் காப்பாற்றப்பட வேண்டுமா என்றெல்லாம் பலர் என்னிடம் கேட்பார்கள். எனக்குச் சரியென்று தோன்றுவதை நான் செய்கிறேன். என்னுடைய பண்பாட்டிற்கு விரோதமாக என்னால் ஒருபோதும் செய்ய முடியாது.

மற்ற மொழிகளிலிருந்து வரும் ரீமேக் படங்களுக்கு டப் செய்வதும் எனக்கிஷ்டமில்லை. நான் இப்படியான படங்கள் ஏதாவது செய்திருந்தாலும் கூட அப்படியான படங்கள் செய்யும்போது கதாபாத்திரத்தையோ மாடுலேஷனையோ கவனிக்க முடியாது. லிப் சரியாக பொருந்தி வருகிறதா என்று மட்டும்தான் பார்க்கமுடியும். இது நம் உழைப்பை அதிகம் கோருவதால் அதைச் சிறப்பாகச் செய்ய முடியாமல் போகும்.

### நடிகைகள் மாறுவதற்கேற்ப

கொஞ்ச வருடங்களுக்கு முன்பு நான் பதின்வயதுக் கதாபாத்திரங்களுக்குக் குரல் கொடுப்பதை நிறுத்தி விட்டேன். என் குரலை எவ்வளவு பாதுகாத்தாலும் ஒரு பதின் பருவத்திற்கு ஒத்துவராது

என்று நான்தான் முடிவு செய்தேன். அது போல நவநாகரிக கதாப்பாத்திரங்களுக்கும் ஒத்து வராது. நான் மிகவும் விரும்பிய 'பாலேரி மாணிக்கம்' படத்தில் கௌரி முஞ்ஜாலுக்குக் குரல் கொடுத்தது எனக்குக் கொஞ்சமும் பிடிக்கவில்லை. ஆனால் இயக்குனர் ரஞ்சித் நான்தான் இதைச் செய்ய முடியுமென்று முழுவதுமாய் நம்பினார்.

நடிகை கீதாவுக்கு எப்போதும் ஆனந்தவள்ளி குரல் கொடுப்பார். ஒருமுறை மட்டும்தான் நான் பேசியிருந்தேன். அந்தப் படத்தைப் பார்க்கும்போது என்னால்தான் அந்தப் படம் கெட்டுபோய்விட்டதென்று எப்போதும் எனக்குத் தோன்றும். நடிகை கீது மோகன்தாசுக்கும் என் குரல் சரிவராதென்று நினைப்பேன்.

ஊர்வசி, சோபனா, சம்யுக்தா தொடங்கி முன்னணி நாயகிகளுக்கெல்லாம் நான் குரல் கொடுத்திருந்தேன். பலருக்கும் அவார்டுகள் கிடைத்தன. சோபனாவின் ஆரம்ப சினிமாக்களுக்குக் கோட்டயம் சாந்தாதான் குரல் கொடுத்திருந்தார். பிறகுதான் நான் பேசத் தொடங்கினேன்.

'சிந்தாவிஷ்டயாய ஷியாமளா' என்ற படத்தில் டப் செய்யும்போது நான் மிகவும் அனுபவித்துச் செய்தேன். அப்படியான பெண் முக்கியத்துவமுள்ள கதாபாத்திரங்கள் எனக்குப் பிடித்திருந்தன. அதற்கு விருது கிடைக்குமென்று எல்லோரும் சொன்னார்கள். ஆனால் அப்படி எதுவும் கிடைக்கவில்லை. பிறகு அப்போது நடுவராயிருந்த ஒருவரைப் பார்த்தபோது நான் கேட்டேன். 'அது டப்பிங்கா, சொந்தக் குரல் இல்லையா' என்று அவர் கேட்டார். கிடைக்காமல்போன விருதைவிட இது போன்ற வார்த்தைகளை நான் மதிக்கிறேன்.

ஒருமுறை ஏர்போர்ட்டில் சங்கீதா என்ற நடிகையைப் பார்த்தேன். 'சிந்தாவிஷ்டயாய ஷியாமளா'வில் நடிப்பதற்கு முன்புதான் அந்தச் சந்திப்பு நடந்தது. அன்றைக்கு அவர் கொஞ்சம் படங்களில் மட்டுமே நடித்திருந்தவர். யாரோ என்னை அவருக்கு அறிமுகப்படுத்தியபோது சங்கீதா என்னிடம், 'நீங்கள் டப் செய்யும் நடிகைகளுக்கு விருது

கிடைக்குமென்று கேட்டிருக்கிறேன். எனக்கும் ஒரு படத்திற்கு டப் செய்து தருவீர்களா' என்று கேட்டார்.

'நான் டப் செய்வதாலல்ல விருது கிடைப்பது, கதாபாத்திரம் நன்றாக இருக்க வேண்டும்' என்று சொன்னேன். ஆனால் அதிக நாட்கள் நீண்டு போகாமல் ஸ்ரீநிவாசனின் 'சிந்தாவிஷ்டயாய ஷியாமளா' படத்தில் நடிக்க வாய்ப்பு அவருக்கு வந்தது. அதற்கு விருதும் வாங்கினார். மீண்டும் சங்கீதாவைச் சந்தித்தபோது அவர் என்னை மறந்திருந்தார். இது போலதான் பெரும்பான்மை நடிகைகளும், விருது கிடைத்தவுடன் அவர்கள் நம்மை மனப்பூர்வமாக ஒதுக்கிவிடுவார்கள். மக்கள் நடிகைகளின் திறமையைக் குறைத்து மதிப்பிடுவார்களோ என்ற பயம்தான் இதற்குக் காரணமென்று நான் நினைக்கிறேன்.

ஊர்வசியின் எல்லாக் கதாபாத்திரங்களுக்கும் என் குரல் ஒத்துவராது. அதே சமயம் சோபனாவின் எல்லாக் கதாபாத்திரங்களுக்கும் ஒத்து வரும். எங்களுடைய குணமும் மானரிசங்களும் ஒன்றுக்கொன்று பொருந்திப் போவதால் கூட அப்படியிருக்கலாம். ரேவதிக்கும் எனக்கும் மாடுலேஷன் மிகச்சரியாக வரும். அதனால்தான் ரேவதி சொந்தக் குரலில் பேசினாலும் நான் ரேவதிக்காகப் பேசினாலும் இரண்டு பேருக்கும் நானாகயிருந்தால் இப்படித்தான் செய்திருப்பேன் என்று தோன்றும். 'கிலுக்கம்' படத்தின் முதல் பகுதியை நான் செய்திருந்தால் இவ்வளவு நன்றாக வந்திருக்காது. அது ரேவதியால் மட்டுமே செய்திருக்க முடியும். 'மழவில்காவடி' படத்திற்கு நான் குரல் கொடுத்தது எனக்கு மிகவும் பிடிக்கும். அந்தப் படம் அப்படி செய்ததுதான் அழகு என்றெனக்கு இப்போதும் தோன்றும்.

டப் செய்யும்போது நடிகைகள் யாரும் டப்பிங் தியேட்டருக்கு வருவதில்லை. ஆனால் அவர்கள் வரவேண்டும். யார் அவர்களுக்கு டப்பிங் பேசுகிறார்கள் என்று அவர்களுக்குத் தெரிந்திருக்கவேண்டும். அப்படியில்லாமல் போகும்போது பத்மப்ரியாவோடு நிகழ்ந்தது

போன்ற பிரச்சனைகள் வருகிறது. ஊர்வசி மட்டும்தான் அப்படி பொறுப்பாய் நடந்து கொண்ட ஒரே நடிகை. ஒரு பிரத்யேகமான உதட்டசைவில்தான் ஊர்வசி பேசுவார். அது எப்படி என்று அவர் கற்றுக் கொடுத்தார். இவ்வளவு பொறுப்பை தான் செய்யும் வேலையில் காண்பித்ததால்தான் இன்றும் அவர் சினிமாவில் நிலை நின்றிருக்கிறார். நடித்து முடித்தால் என் வேலை முடிந்தது என்று நினைப்பது சரியில்லை.

பல நேரங்களில் கதாபாத்திரத்தை உள்வாங்கிக் கொள்ளாமலேயே நாங்கள் குரல் கொடுக்க வேண்டி வரும். கதை தெரியாமலிருப்பதால் வரும் குறைபாடு அது. இயக்குனர் பொதுவாக எங்களிடம் கதை சொல்வதில்லை. என்ன சொன்னாலும் இவங்கெல்லாம் இவ்ளோதான் செய்வாங்க என்ற மனோபாவம்தான் காரணமாயிருக்கலாம். கதையைத் தெளிவாக சொல்லும் இயக்குனர்கள் ஃபாசில், கமல், சத்யன் அந்திக்காடு, லால் ஜோஸ், ரஞ்சித் என கொஞ்சபேர்தான் இருக்கிறார்கள். பத்மராஜன் சார்தான் முதலாவதாக எனக்கு கதைச் சொன்னார். 'அரப்பட்ட கெட்டிய கிராமத்தில்' என்ற படம். மெட்ராசின் டப்பிங் தியேட்டரின் வாசல் படியில் உட்கார்ந்து அவர் அந்தக் கதையைச் சொன்னார். உண்ணி மேரிக்காக டப் செய்தேன். பரதன் அண்ணன் அதன் பிறகு வசீகரமாகக் கதை சொன்னவர். அதுபோல பாலு மகேந்திராவும் நன்றாக கதை சொல்வார். பாலு மகேந்திராவின் 'யாத்ரா' என்ற படம் நான் டப் செய்தேன். அதற்கு முன்பாக எனக்கு அவரை அறிமுகமில்லை. மிகவும் வசீகரமாக அவர் கதை சொன்னார். கதைகள் கேட்டு கேட்டு நான் இப்படியான கதாபாத்திரங்களாக மாறிக் கொண்டிருக்கிறேன்.

# 8

### மாக்டா அசோஷியேஷன்

மலையாளிகள் சினிமாவில் பணிபுரிபவர்களை எப்படி அணுகுகிறார்களென்று எனக்குத் திருமணம் முடிந்து கேரளாவிற்கு வந்த பிறகுதான் தெரிந்தது. கேரள மக்களுக்கு சினிமா என்பது மிகுந்த அலட்சியமாகவே இருந்தது. சினிமா பார்க்கவும் ரசிக்கவும் பிடித்திருந்தாலும் அந்த மக்கள் சினிமாவில் வேலை பார்ப்பவர்களை ஒரு கை அகல தூரத்திலேயே கட்டமிட்டு நிறுத்தியிருந்தார்கள். டப்பிங் ஆர்ட்டிஸ்ட்டுகள் என்றாலே மிகவும் தவறானவர்கள் என்ற புரிதலே அவர்களுக்கு இருந்தது. அதிகாலையில் வேலைக்குப் போகவும் இரவில் நேரம் கடந்து வீட்டிற்கு வரவும் செய்பவர்கள். ஆனாலும் சினிமாவின் டைட்டிலில்கூட அவர்களின் பெயர் வருவதுமில்லை. இவர்கள் சினிமாவில் என்ன வேலை செய்கிறார்கள் என்று கேட்கும் காலம் அது. இயல்பாகவே நான் புகுந்த வீட்டிலும் இந்த நினைப்புதானிருந்தது. பிறகு டப்பிங் ஆர்ட்டிஸ்டுகள் பலரும் இந்த வேதனையை என்னிடம் பகிர்ந்து கொள்ள ஆரம்பித்தார்கள். இரவிலும், நேரம் கடந்தும், விடிகாலையிலும் பயணிக்கும்போதும் மக்களைக் காப்பாற்ற வேண்டிய போலீஸின் அர்த்தமில்லாத கேலிப்பேச்சுகளைக் கூட எதிர்கொள்ள வேண்டியிருந்தது. இரவில்

அதிக நேரம் காத்திருக்காமல் டப்பிங்கிற்கு மாற்று கண்டுபிடிக்கலாமென்றால் அவர்கள் சினிமாவிலிருந்து என்னென்றைக்குமாகக் களையப்படும் நிலை ஏற்படுகிறது. இப்படியான சூழலில்தான் எங்களைப் போன்ற டப்பிங் ஆர்ட்டிஸ்டுகளை அங்கீகரிக்க வேண்டுமென்ற குரல் உயரத் தொடங்கியது.

டைட்டிலில் டப்பிங் ஆர்ட்டிஸ்டுகளின் பெயர் எழுதவேண்டுமென்பதுதான் முதல் கோரிக்கை. அதிகநாள் போகாமல் அதற்கொரு வழியும் கிடைத்தது. சத்யன் அந்திக்காடுதான் டப்பிங் ஆர்ட்டிஸ்டின் பெயரை டைட்டிலில் வைத்தார். பிறகு அதையே எல்லோரும் தொடர்ந்தார்கள். ஆனாலும் எல்லோருடைய பேரும் இருக்காது. கதாநாயகிக்குக் குரல் கொடுப்பவர்களது பெயர் மட்டுமே போடப்படும். ஒரு சினிமாவில் நாற்பதிற்கும் மேலான ஆர்ட்டிஸ்டுகள் குரல் கொடுப்பார்கள். அவ்வளவு பேரையும் டைட்டிலில் வைப்பதென்பது சரிவராதென்றும் சொன்னார்கள். அது சரிதானென்று தோன்றியதால் நாங்களும் பிடிவாதமாக இருக்கவில்லை. அது போலவே சினிமாவின் நூறாம் நாள் கொண்டாட்டத்தில் ஆர்ட்டிஸ்டுகளுக்கு ஷீல்டு கொடுக்கும் பழக்கத்தையும் சத்யன் அண்ணன் தான் தொடங்கி வைத்தார். அதற்கு முன்புவரை டப்பிங் ஆர்ட்டிஸ்டுகள் தவிர மீதி எல்லோரும் அந்த விழாவிற்கு அழைக்கப்படுவார்கள்.

பிறகுதான் டப்பிங் ஆர்ட்டிஸ்டுகளுக்கு விருது கொடுக்கவேண்டுமென்ற கோரிக்கையை முன் வைத்தோம். அப்படித்தான் 1991 ல் முதல் விருது ஏற்படுத்தப்பட்டது. கண்களுக்குத் தெரியாமலிருந்த எங்களை மக்கள் மெல்ல கண் மலர்ந்து பார்க்கத் தொடங்கினார்கள். டப்பிங் என்ற துறை சினிமாவில் உண்டென்றும் ஒரு சினிமா வெளிவருவதில் அவர்களுக்கும் பங்கிருக்கிறதென்றும் ரசிகர்களுக்குப் புரிந்தது. அது எங்களுக்கு அங்கீகாரமாகவே

இருந்தது. டப்பிங் ஆர்ட்டிஸ்டுகளின் தன்னம்பிக்கை அதிகமடைய ஒரு எல்லைவரை இந்த அங்கீகாரங்கள் உதவின.

சென்னையில் டப்பிங் ஆர்ட்டிஸ்டுகளுக்காக ஒரு அசோசியேஷன் இருந்தது. நாங்களும் அதில் உறுப்பினர்களாக இருந்தோம். ஆனால் அது சென்னையில் இருப்பதால் கேரளாவிலிருக்கும் எங்களுக்குப் பெரிதாகப் பயன்படவில்லை. ஒரு தயாரிப்பாளரோ, இயக்குனரோ டப்பிங் செய்ததற்கான பணத்தைத் தராமல் போனால் அதை வசூல் செய்து தருவதைத்தான் முக்கியப் பணியாக இந்த சங்கம் செய்து கொண்டிருந்தது. இங்கேயிருக்கும் பிரச்சனைகளை அங்கே போய் சொல்வதுதென்பது சரியாய் வரவில்லை. அப்போதுதான் இங்கே கேரளாவிலும் ஒரு சங்கம் வேண்டுமென்ற குரல் உயரத் தொடங்கியது. பணம் வாங்க வேண்டி மட்டுமல்ல, எங்களுக்கு ஒரு தனித்தன்மை வேண்டுமென்ற அவசியத்தில்தான் இப்படியொரு தேவை எழுகிறது. நாங்கள் எல்லோரும் அப்படியொரு சங்கத்தை ஏற்படுத்தினாலும் அதனால் பெரிய மாற்றமொன்றும் நிகழவில்லை. நாங்கள் மட்டுமான இந்தச் சங்கத்தில் எனக்கும் விருப்பமில்லை.

சினிமாவில் மற்ற துறைகளில் வேலை செய்பவர்கள் அவர்களோடு எங்களை ஏன் உட்படுத்துவதில்லை? நடிகர்களின் சங்கமான ✸ ''அம்மா''வில் (AMMA) எங்களை உறுப்பினர்களாக்கச் சொன்னால், நீங்கள் நடிகர்களல்ல, தொழில் நுட்ப கலைஞர்கள் தானே என்று சொல்வார்கள். தொழில் நுட்பக் கலைஞர்களுடைய சங்கமான ✸ ''மாக்டா'' வில் கேட்டால் அவர்களோ நீங்கள் தொழில் நுட்பக் கலைஞர்கள் அல்ல ஆர்ட்டிஸ்டுகள் என்று சொல்கிறார்கள்.

டப்பிங் ஆர்ட்டிஸ்டுகளை சினிமாவின் எந்தத் துறை சார்ந்த சங்கத்திலும் யாரும் உட்படுத்தத் தயாராக இல்லை.

(AMMA & Association of Malayalam Movie Artist. MACTA & Malayulam Cine Technicians Association)

ஆனால் டப்பிங் ஆர்ட்டிஸ்டுகள் இல்லாமல் ஒரு சினிமா கூட இங்கே வெளிவரவும் முடியாது. நாயகியும் நாயகனும் சொந்தக் குரலைப் பயன்படுத்தினாலும் மற்ற கதாபாத்திரங்களுக்கு எங்களுடைய குரல் பயன்படுத்தப்பட்டிருக்கும். ஒரு படத்தின் கடைசிக் கட்டத்தில் வரும் வேலைதான் டப்பிங். மிகவும் சிரமப்பட்டு, ஆயாசப்பட்டு ஒவ்வொரு ஆர்ட்டிஸ்டும் கதாபாத்திரத்திற்குக் குரல் கொடுத்து உயிர்ப்பிக்கிறார்கள். அதற்கு அவர்களுக்குக் கிடைப்பதோ பொருட்படுத்த இயலாத சிறிய தொகை. அவர்களுக்கு நியாயமாகக் கிடைக்கவேண்டிய பணத்தைக் கேட்டு வாங்கினால், பிறகு ஒரு சினிமாவிலும் அவர்களைக் கூப்பிட மாட்டார்கள். இப்படி எல்லாராலும் ஒதுக்கப்பட்டவர்களாக இருந்தார்கள் டப்பிங் ஆர்ட்டிஸ்டுகள்.

டப்பிங் ஆர்ட்டிஸ்டுகளின் சார்பாகப் பேச இயக்குனர்கள் இருந்தால் மட்டுமே நிலைத்து நிற்க முடியுமென்று உறுதியாய் நம்பின நாங்கள் "மாக்டா" வை அணுகினோம். ஆனால் எங்களை அவர்களுடைய சங்கத்தில் உட்படுத்த அவர்கள் தயாராகயில்லை. மலையாள சினிமாவின் பாடகர்கள் "மாக்டா" வின் அங்கத்தினர்களாக இருந்தார்கள். அவர்கள் பாடுகிறார்கள், நாங்கள் பேசுகிறோம். இது மட்டும்தான் எங்களிருவருக்கும் வித்தியாசம். சினிமா, பாட்டு இல்லாமல் கூட வருகிறது. ஆனால் பேச்சு இல்லாமல் வருவதில்லை. எதனாலோ எங்களை அவர்கள் அங்கீகரிக்கவில்லை. ஒருவிதமான மாற்றாந்தாய் மனநிலையே எங்களைச் சூழ்ந்திருந்தது.

இந்த சமயத்தில்தான் "மாக்டா" யூனியன் "மாக்டா" ஃபெடரேஷன்" ஆக மாறும் வேலைகள் தொடங்கின. அதில் டப்பிங் ஆர்ட்டிஸ்டுகளையும் சேர்க்கலாமென்று தீர்மானமானது. வினயன், பி. உண்ணிகிருஷ்ணன், ஜான் பால் போன்றவர்கள் இந்த விவாதங்களில் முன் நின்றார்கள். அவர்கள் என்னைக் கூப்பிட்டு, டப்பிங் ஆர்ட்டிஸ்டுகளின் தலைமையை நீங்கள் ஏற்க வேண்டும் என்றார்கள். தலைமைப் பொறுப்பிற்கு வர எனக்கு விருப்பமில்லை.

நான் டப்பிங் ஆர்ட்டிஸ்டுகள் சிலரைக் கூப்பிட்டேன். இந்த விஷயத்தை விவாதித்தேன். நான்தான் செயலாளர் ஆக வேண்டுமென்பதை அவர்கள் எல்லாரும் முன் வைத்தார்கள். பெரிய ஆர்வம் இல்லாமல் போனாலும் ஏற்றெடுக்கலாமென்று முடிவு செய்தேன். அப்படி 2005 ல் பத்தொன்பது சங்கங்கள் சேர்ந்த ''மாக்டா ஃபெடரேஷன்'' புழக்கத்திற்கு வந்தது. இயக்குனர் சங்கம், எடிட்டர்கள், கேமரா என்று பல சங்கங்கள், ''அம்மா'' என்ற நடிகர் நடிகைகளின் சங்கம் தவிர, மீதி எல்லாச் சங்கங்களும் ''மாக்டா ஃபெடரேஷனில்'' இணைந்தன.

சங்கத்தில் இணைந்திருந்த சினிமாத் துறையின் ஒவ்வொரு செயலாளர்களுக்கும், அந்தந்தத் துறை சார்ந்தவர்களை உறுப்பினராக்குவது அவர்கள் பொறுப்பு. அதன்படி டப்பிங் கலைஞர்களின் உறுப்பினர் சேர்க்கைக்காக திருவனந்தபுரத்தில் ஒரு அரங்கில் கூட்டம் போட ஏற்பாடு செய்தேன். மிகவும் குறைந்த அளவிலான டப்பிங் ஆர்ட்டிஸ்டுகள்தான் அதில் பங்கெடுத்தார்கள். அதன்பிறகு உறுப்பினர்களாக விரும்பியவர்களை நான் வீட்டிற்கு வரச் சொன்னேன். இது மிகுந்த எதிர்ப்பை உண்டாக்கியது. அவர்களெல்லோரும் ஒரு பஸ் பிடித்து வினயன் சாரிடம் போனார்கள். என்னைப் பற்றி புகார் சொன்னார்கள். பாக்யலஷ்மியின் தலைமையை நாங்கள் அங்கீகரிக்க மாட்டோம் என்றெல்லாம் சொன்னார்கள். மொத்தமும் பிரச்சனையானது. 'பாக்யலஷ்மி மட்டும்தான் உங்களுடைய தலைமையாக இருக்க முடியும். அவரை வைத்துதான் இந்தச் சங்கத்தை முன்னோக்கி கொண்டு செல்ல முடியும்' என்று வினயன் சார் உறுதியாகச் சொன்னார். அவருடைய வீட்டில் போய் உறுப்பினராக மாட்டோம் என்று அவர்கள் மறுத்தபோது அதற்கு மாற்று ஏற்பாடு செய்யலாம் என்றும் உறுதிசொன்னார்.

வினயன் சார் என்னைக் கூப்பிட்டு எல்லாவற்றையும் சொன்னார். ஒரு தலைமையை அங்கீகரிக்காத அணிகளை நான் எப்படி ஒன்று

சேர்த்து நடத்திக் கொண்டு போக முடியும் என்று கேட்டேன். இவர்களுக்கு மத்தியில் எனக்கு என்ன மரியாதை இருக்கும்? நானொரு சாதாரண உறுப்பினராக இருந்து கொள்கிறேன் என்று சொன்னாலும் அவர் சம்மதிக்கவில்லை. வினயன் சார் சொன்னதற்காக மீண்டுமொரு ஹால் புக் செய்தேன். அதற்கு எல்லோரும் வந்திருந்தார்கள். அந்தக் கூட்டத்தில் நான் எழுந்து நின்று இதுவரை நடந்த சம்பவங்களை விவரித்தேன். இந்தப் பிரச்சனைகளுக்குப் பின்னால் இருப்பவர்கள் யாரென்றும் சொன்னேன். என்னோடு பொறாமையுள்ள இரண்டு மூன்று டப்பிங் ஆர்ட்டிஸ்டுகள், இதற்குப் பின்னால் இருக்கிறார்கள் என்று எல்லோருக்கும் புரிய வைத்தேன். அப்படி அந்தப் பிரச்சனை சற்று ஓய்ந்தது என்று நான் நினைத்தேன்.

ஆனால் பிரச்சனைகள் ஒன்றன் பின் ஒன்றாக வரத் தொடங்கியிருந்தன. அடுத்ததுப் பொருளாதார பிரச்சனை. கணக்கு பார்ப்பதில் என் திறமையின்மையைப் பெரிதாக்க ஆட்கள் இருந்தார்கள். நானோ பொது ஃபண்டில் எடுக்காமல் என் கையிலிருந்து எடுத்து, எல்லா வேலைகளையும் செய்திருந்தேன். இதைப் புரிந்துகொண்ட ஒருவர் என்னை ஏமாற்றினார். அது அமைப்பில் விவாதமானது. வினயன் சாரிடம் புகார் சொன்னாலும் அவர் புகார் கொடுத்தவர்களின் சார்பாகவே பேசினார். இது என்னை மிகவும் பாதித்தது. அப்படி இந்தப் பொறுப்பிலிருந்து பின் வாங்கிவிடலாமென்று நான் தீர்மானித்தேன். ஆனால் இதற்கு யாரும் சம்மதிக்கவில்லை.

கடைசியில் தேர்தல் வந்தது. நான் தேர்தலில் நிற்பதில்லையென உறுதியாக இருந்தேன். ஆனாலும் எனக்காக மலையாள சினிமாவின் சில இயக்குனர்கள் ஓட்டு கேட்கத் தொடங்கியிருந்தார்கள். வினயன் சார் உட்பட நிறைய இயக்குனர்களும் ப்ரொடக்ஷன் எக்ஸிக்யூட்டிவ்களும் எனக்கு எதிராக இருந்தார்கள். இவர்களுடன் என்னோடு சேர்ந்து நிற்க வேண்டிய டப்பிங் ஆர்ட்டிஸ்டுகளும்

எதிரானார்கள். அவர்களுக்கு என்னைப் பற்றி நிறைய புகார்கள் இருந்தன. அகங்காரி, முன்கோபி, எப்போதும் திட்டிக் கொண்டேயிருப்பார், ஒருபோதும் சிரித்து பேச மாட்டார் போன்ற புகார்கள். என்னை அவர்கள் புரிந்து கொள்ளவில்லையேயென்று எனக்கு மிகவும் கஷ்டமாகிப் போனது.

டப்பிங் தியேட்டரில் நான் கொஞ்சம் ஒழுங்கினை வைத்திருந்தேன். தியேட்டருக்குள் மொபைல் பயன்படுத்தக் கூடாது, ஸ்கீரீனில் பார்க்கும் ஆர்ட்டிஸ்டுகளைப் பற்றி கமெண்ட் அடிக்கக் கூடாது, கூட்டத்திற்கு வரும்போது ஐ.டி. கார்டைக் கொண்டுவர வேண்டும், உறுப்பினர் சந்தா கண்டிப்பாகச் செலுத்த வேண்டும். அவர்களுடைய பாதுகாப்பிற்காகத்தான் நான் இதைக் கடைபிடிக்கச் சொன்னேன். இதொன்றையும் புரிந்து கொள்ள அவர்களால் முடியாமல் போனது. பதிலாக இதெல்லாம் புகார்களாய் மாறி வெளியே வந்தன. தேர்தலில் ஏறக்குறைய தோற்று விடுவேன் என்று உறுதியானது. நான் அந்தத் தோல்வியை ஏற்றுக் கொள்ள மனதளவில் தயாரானேன். ஆனால் எல்லாரையும் ஆச்சரியப்படுத்தும் வகையில் பெரும்பான்மை பெற்று நான் வெற்றி பெறவே செய்தேன்.

### பிரியமற்ற பத்மப்ரியா

என் மகனுக்கு விபத்து ஏற்பட்டு மருத்துவமனையில் இருக்கும்போது தான் பத்மப்ரியாவின் பிரச்சனை வருகிறது. பல மலையாள சினிமாவிலும் தனக்குக் குரல் கொடுத்திருப்பதைக் கேட்டால் ‘சீ...’ என்று தோன்றுகிறது என்று ஒரு தனியார் சேனலுக்கு கொடுத்த நேர்காணலில் சொன்னார். அவருக்கு மொழிப் பரிச்சியமின்மை காரணமாகவோ நினைத்த வார்த்தைகளை நினைத்தபடி சொல்ல முடியாததாலோ என்னவோ, அப்படி சொன்னபோது டப்பிங் ஆர்ட்டிஸ்டுகளுக்கெல்லாம் மனக்குறையாய் போனது. அவருக்கு நான் உட்பட ஒன்பது பேர் பல படங்களில் டப் செய்திருக்கிறோம். அதில் யாருடைய குரல் சீம என்று நினைக்க

வைத்தது என்று பத்மப்ரியா சொல்லவேண்டும். ஒரு குரல் பிடிக்கவில்லையென்று சொல்ல ஒரு நடிகைக்கு உரிமையுண்டு. இது பொத்தாம் பொதுவாகச் சொல்லப்பட்டது. மலையாள மொழி தெரியாமலிருக்கும் ஒருவர் வந்து மொழி தெரிந்திருக்கும் ஒருத்தரை விமர்சிப்பது ஒருபோதும் அங்கீகரிக்க முடியாது. நாங்கள் எல்லா டப்பிங் ஆர்ட்டிஸ்டுகளும் சேர்ந்து தீர்மானித்தோம். இனி பத்மப்ரியாவுக்காக ஒரு டப்பிங் ஆர்ட்டிஸ்டும் டப் செய்ய மாட்டோம். ஒரு பிரஸ் மீட் நடத்த முடிவு செய்தோம். அதற்கு முன்பாக நான் இயக்குனர்களையும் கதாசிரியர்களையும் கூப்பிட்டு எல்லாவற்றையும் சொன்னாலும் யாரும் எங்களுக்கு ஆதரவாய் நிற்கவில்லை. எனக்குத் தனிப்பட்ட முறையில் நெருக்கமானவர்கள் கூட எங்களுடன் நிற்க முடியாது என்று சொல்லிவிட்டார்கள். கடைசியில் வினயன் சாரிடம் எல்லாவற்றையும் சொன்னோம். இனி பத்மப்ரியாவுக்காக டப் செய்ய மாட்டோம் என்று தீர்மானித்ததை கேட்டு , 'தைரியமா முடிவு பண்ணு, நான் உங்க கூட இருக்கேன்' என்று தைரியம் சொன்னார். இது எங்களுக்கு மிகவும் தன்னம்பிக்கையைத் தந்தது. அன்று எனக்கும் வினயன் சாருக்கும் மனதளவில் மிகுந்த போராட்டம் நடந்து கொண்டிருந்த நேரம். ஆனாலும் அதைப் பொருட்படுத்தாமல் அவர் எங்களுடன் நின்றார். மீதி உள்ளவர்கள் ஒதுங்கி நின்றாலும் அவர் மட்டும்தான் அப்படியிருந்தார். அதற்கான நன்றிகளை நான் என்றும் ஏறெடுப்பேன். பிறகு பிரஸ் கிளப்பில் வந்து விளக்கங்கள் தந்தார். ஆனாலும் வரும் நாட்களில் அப்படியான பிரச்சனைகள் வராமலிருக்க இந்த எதிர்ப்பால் முடிந்தது. நடிகைகளுக்குச் சொந்தமாக டப் செய்வதை நான் ஆதரிப்பதைப் பார்க்கும்போது சக டப்பிங் கலைஞர்களுக்கு என்மேல் கோபம்கூட வரும். தலைமை பொறுப்பில் இருப்பவரே வாய்ப்புகளைத் தட்டிக் கழிக்கிறார் என்று புகார் எழுந்தது. யாருடைய வாய்ப்புகளையும் போக விடவோ வாய்ப்புகளை வாங்கித் தரவோ எனக்கோ சங்கங்களுக்கோ முடியாது. பாதுகாப்பு

மட்டுமே தர முடியும். வேலை முடித்துக் கொடுத்து பணம் கிடைக்காமல் போனாலோ, யாராவது தவறாக நடந்து கொண்டாலோ நான் அவர்களுடன் நிற்பேன். அல்லாமல் யாருக்கும் வாய்ப்புகளை வாங்கித்தர என்னால் முடியாது. கதாபாத்திரங்களுக்கு இணக்கமாய்ப் போகும் கலைஞர்களையும் இயக்குனர்களுக்கு விருப்பமான டப்பிங் ஆர்ட்டிஸ்டுகளையும்தான் அவர்கள் தேர்ந்தெடுப்பார்கள். இப்படியெல்லாம் சொல்வதாலும் நடந்து கொள்வதாலும் மற்றவர்களின் பகைமைக்கு நான் பலி ஆடாய் மாறிக் கொண்டிருக்கிறேன்.

டப்பிங் ஆர்ட்டிஸ்டுகளின் எல்லாப் பிரச்சனைகளிலும் நான் தலையிட வேண்டும். அவர்களுக்காகப் பேசவும் செயலாற்றவும் வேண்டும். ஆனால் வாய்ப்பு வரும் போதெல்லாம் என்னை உதாசீனப்படுத்தவும் செய்வார்கள். நீண்ட காலங்களாக நான் இதையே அனுபவிக்கிறேன். ஒரு முறை நடந்த ஃபிலிம் ஃபெஸ்டிவலில் ''அவள் வெள்ளித்திரையில்'' என்ற நிகழ்ச்சி ஏற்பாடு செய்திருந்தோம். சினிமாத் துறையில் பணிபுரியும் பெண்களின் புகைப்படம் மற்றும் விளக்கக் குறிப்புகளோடு கூடிய கண்காட்சி அரங்கு. ஆரம்ப நாட்களின் டப்பிங் ஆர்ட்டிஸ்டுகள் தொடங்கி, இப்போதுள்ள ஆர்ட்டிஸ்டுகள் வரை புகைப்படங்கள் வரிசையாய் அடுக்கின கண்காட்சியைப் பார்த்து எல்லோரும் பாராட்டினார்கள். கடைசியில் தொலைக்காட்சியில் இது குறித்த செய்தி வந்தபோது என் புகைப்படம் காண்பித்ததால் மொத்தமும் பிரச்சனையானது. ஒரு டப்பிங் ஆர்ட்டிஸ்டு மிகவும் மோசமாகப் பேசினார். இவ்வளவும் நடந்தபிறகு நான் மனஅளவில் மிகவும் உடைந்துபோய் செயலாளர் பதவியை ராஜினாமா செய்தேன். இப்போது நான் சாதாரண உறுப்பினர் தானென்றாலும் அவர்களுடைய பிரச்சனைகளில் ஈடுபடவும், அதற்கு விடை தேடவுமான முயற்சிகளிலுமிருக்கிறேன்.

## டப்பிங் இன்ஸ்டிட்யூட்

நான் டப்பிங் தொடங்கின நாட்களில் அதைப்பற்றி அதிகம் தெரிந்து கொள்ள ஆசைப்பட்டாலும் யாரும் சொல்லித் தர தயாராகயில்லை. அப்படியொரு நிலைமை இனி வரும் ஆர்ட்டிஸ்டுகளுக்கு வரக்கூடாதென்று நினைத்து 2005 ல் மோகன்லாலும் நானும் சேர்ந்து ''கழக்கூட்டத்து விஸ்மயாவில்'' ஒரு டப்பிங் இன்ஸ்ட்டியூட் ஆர்மபித்தோம். புதியதாக ஒரு கலைஞனை வார்த்தெடுக்க முடியவில்லையானாலும் அடிப்படையில் கொஞ்சம் திறமை உள்ளவர்களை முன்னோக்கிக் கொண்டுவர முடியுமென்ற நம்பிக்கை இதற்குப் பின்னால் இருந்தது. இன்ஸ்டிட்யூட் தொடங்க பூர்ண சுதந்திரத்துடன் ஸ்டுடியோவை எனக்காக லால் விட்டுக் கொடுத்தார். துரதிஷ்டவசமாக மற்ற டப்பிங் ஆர்ட்டிஸ்டுகளே இதற்கு எதிராக இருந்தார்கள். இப்போது உள்ளவர்களுக்கே வாய்ப்புகள் குறைவாக இருக்கும்போது, எதற்காகப் புதிய ஆர்ட்டிஸ்டுகளை உருவாக்க வேண்டுமென்று எதிர்ப்பு தெரிவித்தார்கள்.

அதனுடன் கூடவே படிக்க வந்தவர்களின் ஆர்வமின்மையும் இன்ஸ்ட்டியூட்டை நிறுத்திவிடக் காரணமாகயிருந்தது. மூன்றுமாத படிப்பு முடிந்தவுடன் சட்டென புகழை அடையவும் சம்பாதிக்கவுமான ஆர்வம் மட்டும்தான் அவர்களுக்குப் பெரிதாக இருந்தது. அந்தச் சிந்தனையை என்னால் ஒத்துக்கொள்ளவே முடியவில்லை. சினிமாவை மரியாதையுடன் அணுகாமல் பணம் பண்ணும் வழியாக மட்டுமே பார்க்கக்கூடாது என்பதுதான் என்னுடைய எப்போதுமான எண்ணம். இன்ஸ்ட்டிட்யூட்டை ஒரு வியாபாரமாக்க விருப்பமில்லாமல் போனதால் அதை நிறுத்திவிட வேண்டி வந்தது. கடைசியில் உண்ணிக்கிருஷ்ணன் அண்ணாவும் முரளி அண்ணாவும் வந்து இன்ஸ்ட்டிட்யூட்டில் சொல்லிக் கொடுக்க வந்தார்கள். தூய மலையாளத்தில் பேசக் கற்றுக்கொடுக்க பன்மனா சாரும் வந்திருந்தார். நூறு சதவீதம் கல்வியறிவு பெற்ற கேரளம் என்று பெருமைப்படும் நாம் டப்பிங் ஆர்ட்டிஸ்டுகளுக்காகக் குரல் தேர்வு நடத்த வேண்டிய

கட்டாயத்திற்கு வந்தோம். உச்சரிப்புத் தெளிவு, உதட்டசைவு, கல்வித் தகுதி இது மூன்றையும் அடிப்படையாகக் கொண்டுதான், புதிய ஒரு டப்பிங் ஆர்ட்டிஸ்டை நாங்கள் தேர்ந்தெடுப்போம். உச்சரிப்புத் தெளிவில்தான் ஏறக்குறைய எல்லோரும் தட்டுத் தடுமாறி விழுந்து விடுவார்கள். சின்ன வகுப்புகளில் ஆசிரியர்கள் குழந்தைகளின் உச்சரிப்பைக் கவனிப்பதுதான் இதற்கொரு மாற்றாக அமையும். சரியாக உச்சரிக்க நாம் இனியும் கற்றுக்கொள்ள வேண்டியிருக்கிறது. அதற்கான ஒரே வழி வாசிப்பு மட்டும்தான். நானெல்லாம் அப்படியான வழியைப் பின் தொடரும் மனுஷியாயிருந்தேன்.

### சினிமா அகாடமி

2003 ல் சினிமா அகாடமியில் என்னைத் தேர்ந்தெடுக்கிறார்கள். அதுவரை பண்பாடு தொடர்பான கூட்டங்களில் நான் முக்கியமாகப் பங்கெடுத்திருக்கவில்லை. பண்பாட்டு ரீதியாக உயர வேண்டுமென்று எனக்கு ஆர்வமிருந்தாலும் அதற்கான வாய்ப்புகளொன்றும் என் முன்னால் தெளிவில்லாமலேயே இருந்தது. அன்றைய பண்பாட்டுத் துறை அமைச்சர். ஜி. கார்த்திகேயன் சார்தான் என்னை அகாடமியில் தேர்ந்தெடுத்த தகவலைக் கூப்பிட்டுச் சொன்னார். செய்தி தெரிந்தவுடன் நான் மிகவும் மகிழ்ச்சியடைந்தேன். அகாடமியின் செயல்பாடுகள் என்னவென்று மற்றவர்களிடம் கேட்டுத் தெரிந்து கொண்டபோது சினிமாவுக்காக நிறைய வேலைகள் செய்ய வாய்ப்புள்ள பதவி என்று தெரிந்தது. நான் மிகவும் உற்சாகத்தோடுதான் அகாடமியின் வேலைகளில் ஈடுபடத் தொடங்கினேன்.

சினிமா அகாடமியில் உறுப்பினராக இருந்தபோதுதான் திரைப்பட விழா தொடர்பான பணிகளைச் செய்தேன். அதுவரை எனக்கு அதிலெல்லாம் இயங்க வேண்டுமென்று அதிக விருப்பமிருந்தாலும் அதை எப்படிச் செய்வதென்று தெரியாமல் இருந்தது. உலகத்தில் மிகவும் முக்கியமானவர்கள்தான் ஃபிலிம் ஃபெஸ்டிவலுக்கு வருவார்கள். முக்கிய இயக்குனர்கள், தொழில்நுட்ப வல்லுனர்கள்,

எடிட்டர்கள் போன்று ஒவ்வொரு துறையிலும் சாதித்தவர்கள். இவர்களையெல்லாம் அறிமுகப்படுத்திக்கொள்ள கிடைத்த வாய்ப்பை என் பாக்கியமாகவே கருதுகிறேன். சினிமாவின் இன்னொரு உலகத்திற்கு அவர்கள் என்னை அழைத்துப் போனார்கள். சினிமாவை டப்பிங்கின் வழி மட்டுமே பார்த்திருந்த என்னை விசாலப் பார்வையோடு பார்க்க அவர்கள் கற்றுக் கொடுத்தார்கள். கூடுதல் தொழில்நுட்ப அறிவுடன் நான் சினிமாவைப் பார்க்கத் தொடங்கினேன். தொடர்ந்த ஃபிலிம் ஃபெஸ்டிவல்கள் என் பார்வைகளை முற்றிலும் மாற்றிக் கொண்டிருந்தன.

அகாடமியில் இடம்பெற்ற பிறகுதான் நான் பார்க்கவோ பேசவோ அருகதையில்லையென்று நினைத்த இலக்கிய ஆளுமைகளுடன் கூட்டங்களில் பங்கெடுக்க முடிந்தது. மாதவிக் குட்டி, சக்காரியா, பாலச்சந்திரன் சுள்ளிக்காடு என நிறைய ஆளுமைகளின் அறிமுகம் கிடைத்தது. ஃபிலிம் ஃபெஸ்டிவல் என் இமேஜை மாற்றியது என்பதில் சந்தேகமேயில்லை. நான் வெறும் டப்பிங் ஆர்ட்டிஸ்ட் மட்டுமல்ல என்பதை உணர்ந்தேன்.

2003 முதல் 2011 வரை நான் அகாடமியிலிருந்தேன். அரசுகள் மாறி மாறி வந்தாலும் என் இடத்திற்கு எந்த மாற்றமும் வரவில்லை. நினைத்துப் பார்க்க முடியாத அளவில் நல்ல காரியங்களை அந்த கால கட்டத்தில் என்னால் செய்ய முடிந்தது என்ற சுய திருப்தி எனக்குண்டு. வறிய கலைஞர்களுக்கு பென்ஷன் சிபாரிசு செய்தல், கலைஞர்களுக்கு நிதி உதவிகள் வழங்குதல் போன்ற நிறைய நல்ல காரியங்கள் என்னால் அப்போது செய்ய முடிந்தது.

திருவனந்தபுரம் நகரத்தில் எந்த நிகழ்ச்சிகளுக்குப் போனாலும் முன் வரிசையில் ஒரு நாற்காலியை எனக்காக ஒதுக்கி வைக்கவும் அகங்காரி என்ற இமேஜ் இல்லாமலாகவும் இந்தப் பொறுப்பு எனக்கு உதவியது. விவாகரத்து கிடைத்த ஒரு பெண் என்ற குற்ற உணர்வும் என்னிலிருந்து இதற்கிடையில் மறைந்து போயிருந்தது. அதுபோலவே ஊடக

நிகழ்ச்சிகளில் என்னையும் பங்கேற்க வைக்கத் தொடங்கினார்கள். திறமையுள்ள நிறைய டப்பிங் ஆர்ட்டிஸ்டுகளுக்கு மத்தியில் இத்தகைய கலாச்சாரச் செயல்பாடுகளால்தான் இப்போதுள்ள இந்த நிலைமைக்கு நான் முன்னேறினேன்.

# 9

## லாபங்களும் நஷ்டங்களும்

இதுவரையிலான என் நீண்ட வாழ்வில் மிகப் பெரிய நஷ்டமாக நான் நினைப்பது திருவனந்தபுரத்தில் நிகழ்ந்த அப்பாவின் மரணம். அப்பா, அம்மா இருவரின் அன்பையும் பாதுகாப்பையும் தந்த ஒருவர் இல்லாமல் போவது இருட்டில் தனியாக விடப்பட்டது மாதிரியானது எனக்கு. அந்த நஷ்டத்தை ஈடுகட்ட இனி ஒருத்தராலும் முடியாது.

## என்னை ஈர்த்த மாதவிக்குட்டி

மாதவிக்குட்டி, எனக்கு மிகவும் பிடித்தமான எழுத்துக்காரி. அவரிடம் பேச வேண்டுமென்றும் நட்புடன் இருக்க வேண்டுமென்றும் நான் மிகவும் ஆசைப்பட்டதுண்டு. ஆனால் கொஞ்சம் கூச்சமாகவும் இருந்தது. இவ்வளவு பெரிய ஆளுடன் பேச நான் யார்? ஆனால் அவர் இறந்தபோது இனி ஒருபோதும் அவருடன் பேசமுடியாதே என்று துக்கம் மீதுற்றுப் போனேன். நான் எவ்வளவு முட்டாள்தனமாக இருந்தேன் என பின்னால் புரிந்தது. ரூபேஷும் இந்து மேனனும் என்னிடம் , மாதவிகுட்டி என்னைப்பற்றி அவர்களிடம் பேசியதாக பிறகு சொன்னார்கள். குரல் போலவே அழகியாகவே இருக்கிறாளே என்று சொல்வார்களாம். என்னை இவ்வளவு பிடிக்கும் ஒருத்தரை நான்

போய் பார்க்கவில்லையே என்றக் குற்றவுணர்வு தோன்றியது. என்னை மிக அதிகமாக ஈர்த்த மனுஷி மாதவிக்குட்டி. அவருடைய வார்த்தைகள் என் மௌனத்தில் சலனத்தை ஏற்படுத்துபவை. இப்போதும் மனக்கஷ்டம் வந்து என்னை மூடிக் கொல்லும் நேரங்களில் ஏதாவது வாசித்தால் நன்றாகயிருக்குமே என்று நான் நினைத்தால் மாதவிக்குட்டி கம்பீரமாக தன் எழுத்துக்களைக் கொண்டு எனக்கு சுவாசம் நல்குகிறார்.

### மறக்க முடியாத கதை வாசிப்பு

அது போலவே வைக்கம் முகம்மது பஷீரும் எனக்கு பிரியமான எழுத்துக்காரன். அவரை நான் ஒருமுறைகூட பார்க்கவேயில்லையானாலும் நிறைந்த சபையில் அவருடைய கதையை வாசிக்கக் கிடைத்த வாய்ப்பை எனக்குக் கிடைத்த மிகப்பெரிய அதிர்ஷ்டமாக நான் கருதுகிறேன். வி.ஜெ.டி.ஹாலில் நடந்த சூர்யா ஃபெஸ்டிவலிற்கு 'சூர்யா கிருஷ்ணமூர்த்தி' சார்தான் என்னைக் கதை வாசிக்கக் கூப்பிட்டிருந்தார். நான் தனியாக மேடையில் நின்று பார்வையாளர்களுக்குக் கதை வாசிக்க வேண்டும். நான் பதட்டமானேன். மலையாளம் படிக்காத நான் மலையாளிகளுக்குக் கதை வாசிக்கப் போகிறேன். என் விருப்பத்திற்காக நானே கற்றுக்கொண்டதுதான் இந்த மொழி. வாசித்து முடித்தவுடன் எல்லோரும் எழுந்து நின்று கைதட்டினார்கள். அந்த வாசிப்பனுபவம் இனிமையாய் இருந்தது.

தொடர்ந்து மத்திய சாகித்ய அகாடமியின் நிகழ்ச்சியில் கதை வாசிக்கக் கூப்பிட்டார்கள். சாகித்யக்காரன் சக்கரியா சாரும் நானும் சேர்ந்து பாரதியார் இல்லத்தில் கதை வாசித்தோம். பாரதியார் கவிதைகள் வாசித்த நாட்களில் நான் மிகுந்த ஆவேசம் கொண்டிருக்கிறேன். டப்பிங்கில் நான் பணியாற்றவில்லையானால் இது சாத்தியப்பட்டிருக்குமோ? மதிப்பிற்குரிய சக்காரியா சாரின் இடம் எங்கே? என் இடம் எங்கே? டப்பிங் ஆர்ட்டிஸ்டானதால் எனக்குக்

கிடைத்த வாழ்வின் கனிகள்தான் இந்த அங்கீகாரமெல்லாம் என்று முழுமையாய் நம்புகிறேன். மாதவிக்குட்டியின் இரண்டு கதைகளை நான் வாசித்திருக்கிறேன். ஒரு கதையை நான் வாசிப்பேன், அடுத்த கதை சக்கரியா சார் என மாறிமாறி வாசித்தோம்.

### வீடு என்கிற லாபம்

அதீதமாய் ஆசைப்பட்டு மிகவும் கடினமாக உழைத்துதான் வட்டியூர்க்காவில் வீடு கட்டினோம். அதை விட்டுவிட்டு வர எனக்கு மனச்சங்கடமெல்லாம் தோன்றவில்லை. சந்தோஷமோ சமாதானமோ இல்லாத ஒரு கான்கிரீட் கட்டிடமாக மட்டுமே அது என் மனதில் நிலைத்திருந்தது.

மீண்டுமொரு வீடு கட்ட எனக்கு தைரியம் இல்லாமலிருந்தது. அதனால் கட்டிய வீட்டை வாங்கலாம் என்று யோசித்தேன். வீடுகளைப் பார்க்க போனால் எதுவும் எனக்கு பிடிக்காது. நான் தேடும் வீடு இதில்லையென்று யாரோ என்னுள்ளில் உட்கார்ந்து முணுமுணுப்பது போலவேயிருந்தது.

கவடியார் ரோடு வழியாகப் போகும்போதெல்லாம் நான் என்றாவது ஒருநாள் எனக்கு இந்த இடத்தில் ஒரு வீடு வாங்க வேண்டுமென்று நினைப்பேன். ராஜவீதியான கவடியார் ரோடில் ஒரு வீடு என்னால் எட்ட முடியாததென்று எனக்கு நன்றாகத் தெரியும். ஆனாலும் அந்த இடத்தைப் பார்க்கும்போது எனக்கென்னமோ நல்ல பரிச்சயமான இடம் போலத் தோன்றும். அதுபோல கொட்டாரத்தில் ஆட்களைப் பார்க்கும்போதும் மனம் கசியும்.

வீடு வாங்க வேண்டுமென்று சொல்லும் போதெல்லாம் ஏ.ஜி. பத்மகுமார் சார், தனியாக வாழும் பெண்களுக்கு ஃபிளாட் தானே நல்லதென்று சொல்வார். ஆனால் அதில் எனக்கிஷ்டமில்லை. சுற்றிலும் செடிகளும் மரங்களுமடர்ந்த வீடுதான் எனக்குள் வசித்திருந்தது. வட்டியூர் காவு வீட்டில் 22 வித போகன் வில்லாக்களை நான்

பதியமிட்டு வளர்த்திருந்தேன். அதில்லாமல் நிறைய செடிகளும் வைத்திருந்தேன். தெருவில் நடந்து போகிறவர்கள் பூக்களின் நிறங்களில் தன்னை மறந்து லயித்திருப்பதைப் பார்க்கும்போது மிகவும் பெருமிதத்தோடு பார்த்து நின்றிருக்கிறேன். எனக்குச் செடிகளோடும் பூக்களோடும் மிகுந்த பிரேமையிருந்தது. ஆனால் ஒரு வீடு வாங்கவோ சுற்றிலும் பூந்தோட்டம் அமைக்கவோ என்னால் முடியவில்லை.

ஆனாலும் என் மனசு போலவே நான் இப்போது கவடியார் ரோட்டில் ஒரு ஃபிளாட்டில் வசிக்கிறேன். இதன் உரிமையாளர் சிவாஜி. அறிமுகமானபோது நல்ல மரியாதையும் அன்பும் தோன்றியது. எல்லோருக்கும் கொடுப்பதை விட மிகவும் விலை குறைத்து எனக்கு இந்த ஃபிளாட்டைத் தந்தார். நான் இங்கு வசிக்கிறேன் என்பதையே மிகுந்த மரியாதையுடன் எல்லோரிடமும் சொல்வார். மிகவும் கஷ்டப்பட்ட நேரங்களில் கடவுள் யாரையாவது அனுப்பி எனக்கு உதவிக் கொண்டிருக்கிறார். இதெல்லாம்தான் என்னுடைய லாபங்கள்.

### நான் காணும் கனவுகள்

நான் அடிக்கடி காணும் ஒரு கனவு இருக்கிறது. இருட்டில் நான் தனியாக நடக்கிறேன். நடந்து நடந்து ஒரு குழியில் விழுந்துவிடுவேன். அதிலிருந்து வெளியேறமுடியாமல் அழுகிறேன். அழுதழுது நான் விழித்தெழும்போது நான் நிஜமாகவே அழுகிறேன் என்று தெரியும். என் உள்ளில் தங்கியிருக்கும் தனிமை என்னை இந்தக் கனவை அடிக்கடி காணச் செய்கிறதோ?

ஒருமுறை நான் என் அம்மாவைக் கனவு கண்டேன். அம்மா இறந்து கொண்டிருக்கிறாள். என் மடியில் படுத்தபடி உயிர்விடப் போகிறாள். முகம் மிகவும் விகாரமாக மாறுகிறது. மரணம் சமீபித்து அம்மாவின் விழிகள் பிதுங்க ஆரம்பித்தன. ஒருவிதமான திருகலோடு அம்மா சாகிறாள். அது என்னைப் பல நாட்கள் அதிரவைத்த கனவாயிருந்தது.

## பிரின்சஸ் டயானாவுடன் பாக்யலஷ்மி

நான் சினிமா மாதிரி கண்ட கனவொன்று உண்டு. அதை நினைக்கும் போதெல்லாம் இப்போதும் எனக்கு சிரிப்பாய் வரும். ஒரு நாள் விமானத்தில் பயணிக்கிறேன். நான் என் இருக்கையைத் தேடி நடக்கும்போது, அதோ பிரின்சஸ் டயானா உட்கார்ந்திருக்கிறாள். உடன் காதலன் அல்தோடியுமிருக்கிறார். என்னைப் பார்த்தவுடன் வரவேற்றார்கள். 'ஹாய் பாக்யலஷ்மி' அதுவும் மலையாளத்தில் பேசுகிறார். நானும் பதில் மரியாதை செலுத்தி, 'எங்கே போகிறீர்கள்?' என்று கேட்டேன். எனக்கும் அவர்களுக்குப் பக்கத்தில் இருக்கை அமைந்திருந்தது. நான் உட்கார்ந்தேன். 'பாக்யலஷ்மி எங்கே போகிறீர்கள்? நாங்கள் கேரளாவிற்கு வந்துவிட்டு திரும்பிப் போகிறோம்' என்று சொன்னார்கள். எனக்கு மாக்டா அமைப்பின் கூட்டம் இருக்கிறதென்று நான் சொன்னேன். 'மாக்டா' 'ஃபெஃப்கா' வின் பிரச்சனைகளெல்லாம் உச்சத்தில் இருந்த நேரமது. அப்போது டயானா ராஜகுமாரி, 'வினயனின் விஷயமென்னாச்சு?' என்று கேட்கிறாள். 'ஒன்றும் முடிவாகவில்லை' என்கிறேன் நான். அதன்பிறகான எங்கள் பேச்சு வினயன் சாரை பற்றியே இருந்தது. என்னவோ சொன்னபோது நான் வெடித்துச் சிரித்தேன். பார்த்தால் நான் நிஜமாகவே சிரிக்கிறேன். இந்தச் சிரிப்பும் அழுகையும் பார்க்க யாரும் பக்கத்தில் இல்லையே என்பது ஒரு வகையில் சமாதானமே.

## சில பைத்தியக்காரத்தனங்கள்

நிஜமாக வேண்டும் என்று நான் விரும்பிய என் பல கனவுகள் சாத்தியப்படாமலேயே போயிருக்கிறது. சாத்தியப்படாமலோ சாத்தியப்பட வைக்காததோ, இந்தக் கனவுகளின் கதைகளைக் கேட்டால் சிலர் என்னிடம், 'பைத்தியம் பிடிச்சிருக்கா உனக்கு' என்று கேட்பார்கள்.

காதல் இழந்துபோன நாட்களில் இப்படித் தோன்றியிருக்கிறது. திருவனந்தபுரத்திலிருந்து போய் விடலாம். அவரின் நினைவுகள்

தூங்கிக் கொண்டிருக்கும் இந்த நகரத்திலிருந்து தப்பித்துவிடவேண்டும். யாரையும் பார்க்காமல் தொலை தூர நிழலில் வாழலாம். தனிமையாய் இருக்கும்போது நினைவுகளின் வேட்டையில் இந்த நியாபகங்கள் இல்லாமல் போகலாம். அப்படித்தான் சொர்ணூரில் வீடு பார்க்க ஆரம்பிக்கிறேன். அந்த ஊரின் அழகில் ஒரு வீடென்பது என் கனவாக இருந்தது. லலிதா அக்காவைக் கூட்டிக்கொண்டு வீடு பார்க்கப் போகத் தொடங்கினேன். பார்ப்பதெல்லாம் தனிமையான வீடுகள். எனக்கொன்றும் பிடிக்கவில்லை. லலிதா சேச்சி, 'எதுக்கு இதெல்லாம், எத்தனை நாள் உன்னால் தனியாக வாழ முடியும். இப்போதுள்ள ஏதோ மன வேதனையில் நீ இப்படி யோசிக்கிறாய். இதெல்லாம் மாறிவிடும்' என்று சொல்ல ஆரம்பித்தாள்.

ஆனாலும் எனக்கு திருவனந்தபுரத்திலிருந்து போய்விட வேண்டுமென்றே இருந்தது. லலிதா அக்கா மீண்டும், 'சொர்ணூருக்குப் பிறகு போகலாம், இப்ப எர்ணாகுளத்திற்கு வா' என்றார்.

எர்ணாகுளத்திலுள்ள நண்பர் ஹனியைக் கூப்பிட்டேன். எனக்கு வசிக்க ஒரு வீடு வேண்டுமென்றேன். சட்டென ஒரு வீட்டை எனக்காக ஹனி ஏற்பாடு செய்தார். அது எனக்கும் பிடித்திருந்தது. உடனே முன்பணமும் கொடுத்தாயிற்று. உரிமையாளரே வீட்டிற்கு வண்ணமடித்துத் தரவும் சம்மதித்தார். பிறகு ஏனோ வண்ணங்கள் பிடிக்காமல் போனது. அது ஒரு மாதிரியான பச்சை நிறம். நான் உரிமையாளரிடம் சொன்னேன். அய்யோ இனி பெயிண்ட்டின் நிறத்தை மாற்றமுடியாது. அப்படீன்னா முன்னாலேயே சொல்லியிருக்கலாமே என்றார். நான் பெயிண்ட் கடையில் இருக்கும் என் நண்பர் ரோயியைக் கூப்பிட்டேன். விஷயம் கேள்விப்பட்டவுடன் ரோயி பல புதிய வண்ணங்களுடன் வந்து சுத்தமாக மாற்றித் தந்தார். புதிய திரைச் சீலைகள் வாங்கி அலங்கரித்தாயிற்று. பால் காய்ச்ச வேண்டிய நாளை நிச்சயம் செய்தாயிற்று.

திருவனந்தபுரத்தில் இருக்கும் நண்பர்களிடமெல்லாம் விடைபெற்றுக் கொண்டேன். மணி அக்காவைக் கட்டிப்பிடித்து அழுது தீர்த்தபின், எர்ணாகுளத்திற்குப் புறப்பட்டுப் போகிறேன்.

நானும் மூத்த மகனும் எர்ணாகுளத்திற்குப் போய் கொண்டிருக்கும்போது எனக்கொரு சந்தேகம். நான் எதற்காக எர்ணாகுளத்திற்குப் போக வேண்டும்? நான் அதை மகனிடம் கேட்டேன். உடனே காரை நிறுத்தியபடி அவன் சொன்னான், 'நான் இதைப் பற்றிப் பேசினால் ஒருவேளை உங்களுக்கு பிடிக்காது, எல்லாவற்றையும் நீங்க தனியாகவே செய்து மிகவும் இன்டிபென்ட்ண்டாகவே இருக்கிறீர்கள். நீங்க எதுக்கு எர்ணாகுளத்திற்குப் போகிறீர்கள்? இங்கே அம்மாவிற்கு என்ன குறைச்சலாக இருக்கிறது. நிறைய நண்பர்கள், எல்லா அரசு அலுவலகங்களிலும் பழக்கமானவர்கள், எந்தக் கடையில் கூப்பிட்டுச் சொன்னாலும் பொருட்கள் வீட்டிற்கு வரும், திருவனந்தபுரத்தின் கிம்ஸ் மருத்துவமனையில் எப்போது வேண்டுமானாலும் போகலாம், எந்த மருத்துவரையும் பார்க்கலாம், எல்லாக் காரியங்களும் உங்கள் விரல் நுனியிலிருக்கிறது. இதைவிட ஒரு மனுஷிக்கு என்ன வேண்டும்? எர்ணாகுளத்தில் உங்களுக்குக் கொஞ்ச பேரைத்தான் தெரியும். எல்லாவற்றையுமே ஒன்றிலிருந்து தொடங்கவேண்டும்'

பதமாய் மகன் சொன்னதைக் கேட்டபோது இதெல்லாம் சரியென்றே தோன்றியது. அது எப்போதுமே அப்படித்தான், நடந்த பிறகுதான் புரியும். அவன் மிகவும் பக்குவமாய் தேவைப்படும் சந்தர்ப்பங்களில் மட்டுமே என்னையும் அவனுடைய தம்பியையும் சரியாய் பயணிக்க வைக்கக் கொஞ்சமே பேசுவான். அப்படியாக நான் திரும்பி வந்தேன். வீட்டிற்கு வந்தபிறகு உரிமையாளரிடம் வரவில்லையென்று தொலைபேசியில் கூப்பிட்டுச் சொன்னேன். அப்போது பெயிண்டும் திரைச் சீலையெல்லாம் என்ன செய்வதென்று அவர் கேட்டார். அதெல்லாம் நீங்களே எடுத்துக் கொள்ளுங்கள்

என்றேன். இதைக் கேள்விப்பட்டபோது எல்லோருமே, 'உனக்கு என்ன பைத்தியமே பிடிச்சிருச்சா?' என்று கேட்டனர்.

இதெல்லாமாக இருந்தது என் கனவுகள். நிறைவேற வேண்டுமென்று நான் ஆசைப்படும் கனவுகள் கொஞ்சமிருக்கிறது. சாகும்வரை சினிமாவிலேயே இருக்க வேண்டும். அது டப்பிங்கிலேயே இருக்கவேண்டுமென்பதில்லை. சினிமாவில் ஏதாவது ஒரு துறையில், அது ஒரு வேளை நடிகையாகயிருக்கலாம், இயக்குனராகலாம், திரைக்கதையாசிரியராகலாம் ஆனால் நான் சினிமாவிலேயே இருக்க வேண்டும். அது என் ஆசை.

## பாக்யலஷ்மியை எப்படி அழைப்பது?

ஒரு பேரில் என்ன இருக்கிறது? என்று ஷேக்ஸ்பியர் வேண்டுமானால் கேட்கலாம். ஆனால் பெயர் ஒரு ஆளின் வாழ்வின் பாகம்தானே. நான் ஒரு பெயரின் உள்ளேயே நிறைய பெயர்களைச் சுமந்து நடப்பவள். பாக்யம், பாகி, பாக்யா, லச்சு, லஷ்மி, லஷ்மிக்குட்டி, பாக்யலஷ்மி என நிறைய பெயர்கள். ஒவ்வொருத்தரும் அவர்களின் விருப்பத்திற்கும் அன்பிற்கும் ஏற்ப ஒவ்வொரு பெயரில் என்னைக் கூப்பிடுவார்கள். என் பெயரை எப்படிக் கூப்பிட்டாலும் எனக்குப் பிடிக்கும்.

ஜானகி பெரியம்மாதான் எனக்கு பாக்யலஷ்மி என்று பெயர் வைத்தார்களாம். அம்மாவின் வீட்டில்தான் நான் பிறந்தேனாம். நான் பிறந்தவுடன் கையில் வாங்கியவுடன் ஜானகி பெரியம்மா நம்ம பார்கவி பெற்ற பிள்ளையைப் பாருங்க என்ன அழகாயிருக்கா, இவளுக்கு பாக்யலஷ்மின்னு பேர் வைக்கலாம். பாக்யமும் ஐஸ்வர்யமும் கூடவே இருக்கட்டும் என அவர் நினைத்திருப்பாரோ தெரியவில்லை. எப்படியிருந்தாலும் பெயரை அர்த்தப்படுத்திக் கொண்டு பாக்யமும் சம்பத்தும் என்னுடன் வந்தது.

அம்மா என்னை பாக்யம் என்றுதான் கூப்பிடுவாள். அதுவும் மிக அபூர்வமாகத்தான் கூப்பிடுவாள். அம்மா கொஞ்சமே பேசக் கூடியவள். மகளே (மோளே) என்றெல்லாம் அம்மா என்னைக் கூப்பிட்டதில்லை. உண்ணி, மகனே (மோனே) என்றெல்லாம் அண்ணனைக் கூப்பிட்டுக் கேட்டிருக்கிறேன். உண்ணி அண்ணனும் என்னை பாக்யம் என்றுதான் கூப்பிடுவான். அவன் கூப்பிட்ட குரலெல்லாம் இப்போதும் என் காது மடல்களில் அதிர்வை ஏற்படுத்தியபடியே ஒலிக்கிறது. மனசில் ஏக்கத்தைப் படர வைக்கும் நினைவுகள் அவை. அம்மாவும் உண்ணியும் கூப்பிடுவது போல என் வீட்டில் எல்லோருக்கும் நான் பாக்யம் தான்.

என் கணவர் என்னை எப்படியும் கூப்பிட்டதில்லை. என் பெயரோ செல்லப் பேரோ ஒன்றுமில்லை. அது... என்று சொல்லித்தான் உரையாடலையே அவர் தொடங்குவார். என்னைக் காதலித்தவர் பிரியமாய் லஷ்மி என்று கூப்பிடுவார். அபூர்வமான சில நிமிடங்களில் லச்சு என்றும் கூப்பிடுவார். அது எனக்குப் பிடிக்கும். நம் பெயரை பிரியம் மீதூர அழைப்பதைக் கேட்க எவ்வளவு இனிமையாக இருக்கும்! ராஜி அக்காவும் மணி அக்காவும் என்னை லஷ்மி என்று கூப்பிடுவார்கள். லலிதா அக்கா மட்டும்தான் என்னை முழு பெயரைச் சொல்லி கூப்பிடும் ஒரே நபர். எவ்வளவு முக்கியமான விஷயம் பேசுவதாக இருந்தாலும் லலிதா அக்கா பாக்யலஷ்மி என்றே என்னைக் கூப்பிடுவார்கள். பார் பாக்யலஷ்மி, பாக்யலஷ்மி என்ன நடந்தது தெரியுமா என்றெல்லாம் சொல்லும்போது அக்கா உபசாரபூர்வமாக பேசுகிறார் என்று முதலில் நினைத்தேன். அக்காவிடம் கேட்டால் எனக்கு இப்படித்தான் வருமென்று சொல்வார்.

சினிமா உலகம் முழுக்க நான் பாகி. அதுவுமே வேறொரு விதத்தில் எனக்குப் பிடிக்கும். என்னை லஷ்மிக்குட்டி என்று இயக்குனர் மோகன் மட்டும் கூப்பிடுவார். ஏன் அப்படி கூப்பிடுகிறாரென்று தெரியாது. அறிமுகமான நாள் முதல் அவர் என்னை லஷ்மிக்குட்டி என்றுதான்

கூப்பிடுவார். அப்படிக் கூப்பிடும்போது நான் ஒரு குழந்தையானது போலத் தோன்றும். எனக்கு அது பிடிக்கும். ஏன் மற்றவர்களுக்கு லஷ்மிக்குட்டி என்று கூப்பிடத் தோன்றவில்லையென நான் யோசிப்பேன். சினிமாவில் நிறைய பேருக்கு நான் பாக்யேச்சி. டப்பிங் ஆர்ட்டிஸ்டுகள் அப்படித்தான் கூப்பிடுவார்கள். எப்படி இருந்தாலும் ஒலிப்பிறக்கும் இடங்களான மூக்கு, நாக்கு, தொண்டை,பல், உச்சி என எல்லாவற்றிலும் வலம் வரும் என் பெயர்களை கேட்க இன்பமாக இருக்கிறதென்றும் வாழ்வின் சூழலில் பொருந்திப் போகக்கூடிய எனக்கு இணக்கமாக இருக்கிறதென்றும் தோன்றியிருக்கிறது.

**ஸ்நேக வசந்தம்**

சொல்ல வேண்டியதை எல்லாம் முடித்து விட்டேனா? வருடங்களாக மனதில் சுமந்து திரிந்தவை எல்லாவற்றையும் இந்தப் பயணத்தில் உங்களோடு சொல்லி முடித்த பிறகு மிகப்பெரிய ஆசுவாசமாக இருக்கிறது. பாலமந்திரத்தின் முற்றங்களும் வராந்தாக்களும் மன அளவில் என்னை விழ வைப்பவை. அதையெல்லாம் பகிர்ந்தபோது அந்த புண் ஆறியதுபோன்ற உணர்வு. அனாதைத்துவத்தின், பாதுகாப்பின்மையின் கொடிய நாட்களிலிருந்துதான் எனக்கு இந்த ஈகோவும் முன்கோபமும் வந்திருக்கலாம். இந்த குணங்களை நான் மாற்ற வேண்டுமென்றும் நினைக்கிறேன்.

என் முன் கோபத்தை இப்போது அதிகமும் சகித்துக் கொள்வது வசந்தா. அவளால்தான் என் வீட்டில் நான் ருசியுடன் சாப்பிடுகிறேன். வருடங்களாக என்னோடு பிரியமாய் தங்கிவிட்டவள் வசந்தா. முன்பெல்லாம் சில சினிமா நடிகைகளின் வீட்டில் வேலை பார்த்தாலும் அவளுக்கு என்னை மிகவும் பிடிக்கும். நான் எவ்வளவு கோபப்பட்டாலும் சிரித்தபடியே அதை எதிர் கொள்வாள். திருப்பி கோபித்து கொள்ளுதல், அறையைப் பூட்டிக் கொண்டு உள்ளேயிருத்தல், கோபப்பட்டு வெளியேறுதல் போன்ற என்

கோபத்தை அதிகப்படுத்தும் எதையும் வசந்தா செய்ததில்லை. என் எல்லா குணக்கேடுகளையும் சகிப்பவள். என் முகம் வாடியிருந்தாலோ எனக்கு ஏதாவது உடம்புக்கு முடியாமல் போனாலோ என்ன ஆச்சு என வசந்தாதான் விசாரிப்பாள். அபிமானத்தோடும் ஆராதனையோடும்தான் என்னுடன் இருப்பதை மற்றவர்களிடம் பகிர்ந்து கொள்வாள். வசந்தாவின் அம்மா மரணப்படுக்கையில் என் மகளைப் பார்த்துக் கொள்ளுங்கள் என்று சொல்லி என்னிடம் ஒப்படைத்தது போல அவள் என்னுடன் இருக்க வேண்டுமென்பதே என் விருப்பம்.

## இஷ்டமும் இஷ்டமில்லாமையும்

நினைத்துப் பார்க்கும்போது ஏராளமான பொருத்தமின்மைகள் என்னிலும் இருக்கின்றன. வேட்டியும் முண்டும் உடுத்து முடியை அப்படியே விட்டுவிட்டு சிவந்த பொட்டு வைத்து வரும் என்னை விட, ஜீன்ஸ் போல விருப்பமான உடை அணிந்து மலை ஏறுவது போன்ற சாகசங்கள் செய்வது எனக்குப் பிடிக்கும். ஒரு சாதாரணப் பெண் செய்ய வேண்டிய ஒரு வேலையும் எனக்குப் பிடிக்காது. குழந்தையிலிருந்தே சமையல் வேலை நிறைய செய்ததாலோ என்னவோ எனக்கு அது ஒருபோதும் பிடிக்காது. சமையல் வேலையெல்லாம் எல்லாப் பெண்களாலும் செய்யமுடியும் என்ற நினைப்புதானோ என்னவோ, என்னை இதிலிருந்தெல்லாம் பின் வாங்க வைக்கிறது.

ஒரே நேரத்தில் என்னால் ஒரு வேலையை மட்டுமே சரியாய்ச் செய்ய முடியும். டப்பிங்காக இருந்தால் டப்பிங். ஒரே நேரத்தில் நிறைய வேலைகளை மிக நேர்த்தியாய்ச் செய்யும் பெண்கள் இருக்கலாம். ஆனால் எனக்கென்னவோ ஒன்றுக்குமேல் சில வேலைகளைச் செய்யமுடியாது. அதே சமயம் ஒரு ஆணால் செய்ய முடியும் வேலைகளைச் செய்து முடிக்கவே எனக்கு விருப்பம். கோடிகள் தருகிறேனென்று சொன்னாலும் அடுக்களை வேலையை நான் மரியாதையாக மறுத்து விடுவேன்.

எதிர்பாராமல் தொலைக்காட்சித் தொகுப்பாளாராக ஆனாலும், இப்போது அது எனக்கு மிகவும் பிடிக்கிறது. டப்பிங் தராத பணமும் புகழும் ஆங்கரிங் எனக்குக் கொண்டு வந்து சேர்த்தது. சமூகப் பொறுப்புள்ள விஷயங்களை நிகழ்ச்சிக்குக் கொண்டு வந்து அதைப் பற்றிய தெளிவான கருத்துள்ளவர்களுடன் விவாதிக்க வேண்டுமென்று எனக்கு ஆர்வமிருக்கிறது. அத்தகைய விவாதங்கள் என் அறிவையும் விசாலப்படுத்தும் என்றும் நம்பினேன். நேர்மையான அரசியலுக்குப் போகவும் சொந்த ஆதாயங்களுக்காகவோ புகழுக்காகவோ வேண்டியல்லாமல் சமூக சேவை செய்யவும் எனக்குப் பிடிக்கும்.

நான் மிகவும் அதிகமாக அறிவுரைகளை வெறுக்கிறேன். இவ்வளவு காலமும் மிகவும் கவனமாக வாழ்ந்த எனக்கு யாராவது அறிவுரை சொன்னால் அப்படியொரு கோபம் வரும். அதுபோல் தொலைபேசியில் கூப்பிடும்போது நான் எங்கே இருக்கிறேன், என்ன செய்கிறேன் என்று கேட்டாலும் எனக்குக் கோபம் வரும். என் குடும்ப விஷயங்களைக் கிளறப் பார்ப்பவர்களை நான் ஒரு அகலத்திலேயே நிறுத்தி வைத்திருப்பேன்.

நான் பொறாமைப்படும் கொஞ்ச பேர் இருக்கிறார்கள். இந்திரா காந்தி, கிரண்பேடி, அருந்ததி ராய், மேதா பட்கர், சுகதகுமாரி, மாதவிக்குட்டி என என் மனசின் மகாராணிகள். அவர்கள் இந்த உலகத்தின் முன்பு காட்சிப்படுத்தியிருக்கும் செயல்களும் அதில் அவர்கள் செலுத்தும் ஈடுபாடும் என்னை ஆச்சர்யப்படுத்துவதுண்டு. அது போல அதிகமாக நேசிக்கும் அண்ணன்களைப் பார்க்கும்போது உண்ணியை நியாபகம் வரும். என்னை அன்பாக வைத்துக் கொள்ளவும் ஒரு அண்ணன் இருந்திருந்தால்...?

எனக்குப் பயணங்கள் பிடிக்கும். நிறைய பயணிக்கவேண்டும். அந்தப் பயணங்களில் எனக்குத் துணையாக நான் விரும்பவும், என்னை விரும்பவுமான ஒருவர் உடன் வேண்டும். விருப்பமான பாட்டு, புத்தகம், இடங்கள், சினிமா என இவற்றைப் பற்றியெல்லாம்

பேசி மனோகரமான வழிகளிலூடாகப் பயணம் செய்வது எவ்வளவு நன்றாகயிருக்கும்.

வேலைக்குப் போவதைத் தவிர ஒரு பயணத்தையும் தனியாகப் போவது எனக்குப் பிடிப்பதில்லை. அதற்காக யார் கிடைக்கிறார்களோ அவர்களை உடன் வைத்துக் கொள்வதும் எனக்குப் பிடிக்காது.

**தன்னம்பிக்கை தந்த டிரைவிங்**

தன்னம்பிக்கையில்லாமல் யாராலும் வாழ்க்கையில் முன்னேற முடியாது. அது பல கை வழிகளிலிருந்து ஒரு நபரைச் சென்றடைவதாக இருக்கலாம். அது வாழ்க்கைத் துணையாக மாறலாம். நண்பர்களாகலாம். செய்யும் வேலையாகலாம். என் வேலையும் அதனுடன் டிரைவிங்கும் எனக்குத் தன்னம்பிக்கை தருகிறது. இரண்டும் வேறு வேறு தன்மையான சுதந்திர உணர்வுகள்தானே. பொருளாதார, பயணச் சுதந்திரங்கள். இவை இரண்டையும் நான் ஒரே மாதிரியாகவே அனுபவிக்கிறேன்.

நான் டிரைவிங் கற்றுக்கொள்ள வேண்டுமென்று என்னை முதலில் கட்டாயப்படுத்தியது கணவரின் அப்பா. சட்டென நான் கற்றுக் கொண்டாலும் தனியாக டிரைவ் செய்ய வருடங்களாய்க் காத்திருக்க வேண்டியிருந்தது. சரியாய்ச் சொன்னால் திருமண உறவு முறிந்த பிறகுதான் ஒரு காரின் அவசியத்தை நான் உணர்கிறேன். வேலைக்குப் போகவும், கூடவே நிறைய வேலைகளைத் தனியாகச் செய்யவும் வேண்டிய சூழலில் நான் ஓடிச் சோர்ந்து போனேன்.

ஆரம்ப நாட்களில் ஓட்டுநரோடு பயணித்திருந்தேன். அன்றைக்கெலாம் வாழ்க்கையில் ஏராளமான பிரச்சனைகளுக்கு நடுவில் வாழ்ந்திருந்தேன். பயணம் செய்யும்போது ஃபோனில் நான் இவற்றையெல்லாம் நண்பர்களோடு பகிர்ந்து கொள்வேன். ஆனால் ஓட்டுநர் இருந்ததால் இதெல்லாம் பேசச் சங்கடமாயிருந்தது. அப்படித்தான் சுயமாக வண்டி ஓட்ட வேண்டுமென்ற தீர்மானத்திற்கு வந்தேன்.

அதுபோல மணி அக்காவின் ஊக்குவிப்பும் இன்னொரு உந்துசக்தி. அக்கா எப்போதும் லஷ்மி நீ கார் ஓட்ட தொடங்கிய பிறகு எனக்கிஷ்டமுள்ள இடங்களுக்குப் போகணும் என்று சொல்வார். என் நெருக்கடிகளில் எப்போதும் என்னுடன் இருப்பவரும் உதவிகளை அள்ளி அள்ளித் தருபவரும் மணி அக்கா. நான் அவளுக்கு எதையும் திருப்பித் தர முடியாது. அக்காவின் இந்தச் சின்ன ஆசையைச் சாத்தியப்படுத்த வேண்டுமென்று எனக்குத் தோன்றியது.

தனியாக கார் ஓட்டி நான் ஆலப்புழையிலிருக்கும் ஃபாசில் சாரின் வீட்டிற்கு முதலில் போகிறேன். ஃபாசில் சார் அதிர்ந்து போனார். 'திருவனந்தபுரத்திலிருந்து ஆலப்புழைக்குத் தனியாக டிரைவ் செய்து வந்தியா?' என அதிசயித்துப் போனார். பிறகு எர்ணாகுளத்திற்குப் போகும்போதெல்லாம் தனியாகவே போக ஆரம்பித்தேன்.

ஒருமுறை மாக்டாஃபெடரேஷனின் கூட்டம் முடிந்து நான் காரில் ஏறப் போகிறேன். சுற்றிலும் நிறைய இயக்குனர்கள் கூட்டமாய் நின்றிருந்தார்கள். ஜோஷி சார், ஃபாசில் சார், கமல் எனப்பலரும் நான் தனியாக கார் ஓட்டிக்கொண்டு போக ஆயத்தமாகிறேன் என்று பார்த்தபோது, இந்தப் பெண்ணோட அகங்காரத்தை பாருங்களேன் என்றனர். அவர்கள் எல்லோரும் வேண்டாமென்றாலும் நான் புறப்பட்டேன். கொஞ்ச தூரம் வந்து ஹைவேயில் வந்தவுடன் ஒரு டிராக்கிலிருந்து மற்றொரு டிராக்கிற்கு யு-டர்ன் எடுத்துப் போகவேண்டும். வண்டிகள் வரவில்லையென்று பார்த்தபிறகு திரும்பும்போது ஏதோ வந்து காரில் பலமாய் அடித்தது போலத் தோன்றியது. என்னவென்று புரியாமல் நான் சுற்றிலும் பார்த்தபோது முன்னால் ஒரு லாரி போய்க் கொண்டிருக்கிறது. பிறகு என்னென்னவோ கண் வழியாக பறந்து போகின்றன. இந்த லாரி எங்கிருந்து வந்தது? எனக்கொன்றும் புரியவில்லை. லாரி டிரைவர் என்னிடம் ஓடி வந்தார். 'ஏதாவது ஆயிடிச்சா?' என்று விசாரித்து மன்னிப்பு கேட்டபடி நிற்கிறார். அதற்குள் ஆட்கள் சேர்ந்து விட்டார்கள். என்னிடம்தான் தவறென்று பேசினார்கள்.

நான் காரிலிருந்து இறங்கி நின்றேன். வண்டியைப் பார்த்து எனக்கே சிரிப்பு வந்தது. ஓரமெல்லாம் ஒடுங்கி... வண்டியை ஓரத்திற்குத் தள்ளி விட தீர்மானித்தேன். வண்டி ஸ்டார்ட ஆனாலும் அசையவேயில்லை. இன்னொரு முறையும் முயற்சித்தேன். கூடி நிற்பவர்கள் என்னைப் பார்த்துச் சிரித்தாலும் எனக்குப் புரியவேயில்லை. பலமுறை முயற்சி செய்தபோதும் வண்டி அசையாமல் இருந்தபோது, அங்கிருக்கும் ஒரு ஆளிடம் கேட்டேன், 'இதென்ன வண்டி அசையவேயில்லை?' 'டயர் இருந்தால்தானே வண்டி அசையும்' அவர் பரிகசித்தார். நான் வெளியே இறங்கிப் பார்த்தபோது சரிதான், வலது பக்க இரண்டு டயர்களும் இல்லை. 'எங்கே போனது அவை?' நான் சுற்றி நிற்பவர்களிடம் கேட்டேன். 'டயர் இதோ உருண்டு போயிருக்கிறது' யாரோ தூரத்தில் கை நீட்டி காட்டினார்கள். 'அக்கா கதவு எங்கயிருக்குன்னு பாருங்க?' பார்த்தால் அதுவும் சரிதான். கதவும் எங்கேயென்று தெரியவில்லை. கதவில்லாத காரில்தான் நான் ஏறவும் இறங்கவும் செய்கிறேன் என்பதே என் சிந்தனையில் வரவில்லை. எனக்கு நடுங்க ஆரம்பித்தது. யாரை உதவிக்கு அழைப்பது? ஒரு நிமிடம் எனக்கு யாருமில்லையே என்ற எண்ணம் வந்து என்னைத் துக்கம் சூழ்ந்தது.

நான் மாக்டாவைத்தான் முதலில் கூப்பிட்டேன். சிப்பி ரஞ்சித்தும் சஜித்தும் ஓடி வந்து வேண்டிய உதவியெல்லாம் செய்தார்கள். எல்லாரும் என்னை ஆசுவாசப்படுத்தினார்கள். அன்றைய கமிஷனர் பத்மகுமார் சார் வந்தார். பயப்பட வேண்டாம், வண்டியின் எல்லாக் காரியங்களையும் பார்த்துக் கொள்கிறேனென்று சொன்னார். எல்லோருமாய் என்னை அறைக்குக் கொண்டுபோய் சேர்ப்பித்தார்கள். இது தெரிந்து எல்லாரும் இனி வண்டி எடுக்கக் கூடாதென்று பயமுறுத்தினார்கள். ஆனால் நான் பின் வாங்கவில்லை. வண்டி பழுது பார்த்து வந்தபின் நானே ஓட்டிக் கொண்டு திருவனநதபுரத்திற்கு வந்தேன்.

இது போல ஹரிபாட்டில் ஒரு அரசு பஸ்ஸில் போய் இடித்தேன். நான் மூத்த மகனைக் கூப்பிட்டு விஷயத்தைச் சொன்னேன். அவன்

உடனே 'வண்டிக்கு ஏதாச்சும் ஆயிடிச்சா அம்மா?' என்று கேட்டான். எல்லாம் சொல்லி ஃபோன் வைத்தேன். வைத்தபிறகு எனக்கு, எனக்கென்ன ஆச்சு என்று இவன் கேட்கவேயில்லையே என்று தோன்றியது. உடனே சின்னவனைக் கூப்பிட்டேன், 'அம்மாவுக்கு என்ன ஆச்சு?' அவன் சட்டெனக் கேட்டான். அவனாவது விசாரிச்சானே! நான் மீண்டும் மூத்தவனைக் கூப்பிட்டேன். 'ஏண்டா எனக்கென்ன ஆச்சுன்னு கேக்கவேயில்லையே?' என்று கேட்டேன். 'அம்மாதானே என்னக் கூப்பிட்டீங்க, உங்களுக்கு ஏதாவது பிரச்சனைன்னா நீங்களே கூப்பிடுவீங்களா? வேற யாராவதுதானே கூப்பிடுவாங்க?' என்றான். அந்த பதில் சரியென்று எனக்கும் பட்டது. அந்த நேரத்தில் மனச் சஞ்சலப்பட்டாலும் பிறகு யோசிக்கும்போது சிரிப்பு வரும் சந்தர்ப்பங்கள்தான் இதெல்லாம்.

மிகவும் நிராசை தோன்றும்போது நான் தனியாக வண்டி ஓட்டிக் கொண்டு போவேன். டிரைவிங் எனக்கொரு மெடிட்டேஷன் போல. என்னென்னவோ பிரச்சனைகள் என்னை அலைக்கழித்தாலும் கவனம் டிரைவிங்கில் மட்டுமிருக்கும். எதிரே வரும் வாகனங்கள், ஆட்கள், வளைவுகள், திருப்பங்கள் எல்லாம் சந்திக்கும்போது நான் சாந்தமாகிவிடுவேன்.

வேண்டுமானால் டிரைவிங்கை வாழ்வோடு ஒப்பு நோக்கலாம். நாம் பாதுகாப்புடனா டிரைவ் செய்கிறோம்? நம் வாழ்வும் அது போலவேயிருக்கும். ஒரு ஆள் மிகவும் கவனமாகச் செய்ய வேண்டிய செயல் டிரைவிங். எதிரே வரும் வாகனங்கள், பாதசாரிகள், முந்த நினைக்கும் வாகனங்கள் இப்படி நிறையத் தடைகளை எதிர்கொண்டுதான் நாம் டிரைவிங்கில் முன்னேறுகிறோம். நம் எதிரே வரும் வாகனங்களின் வெளிச்சம் கண்களில் அடிக்கும்போது நாம் மற்ற இடத்திற்குக் கண்ணைத் திருப்பி அதிலிருந்து தப்பிக்கிறோம். இதைப் போலவேதான் வாழ்க்கையிலும் ஒரு துக்கம் வரும்போது மற்றொன்றில் கவனத்தைத் திருப்பினால் நம்மால் சாந்தமாக முன்னால்

போக முடியும். குண்டும் குழியும் நிறைந்த எளிய வழிகளை நாம் தேர்ந்தெடுத்தால் அது வண்டிகளைப் பதம் பார்த்துவிடும். கூடவே விபத்தை வரவழைக்கவும் செய்யும். ஜீவிதமும் அப்படித்தான். ஒரு லட்சியத்திற்குத்தான் பயணம் என்றால், யாராலும் நம்மைத் தடை செய்ய முடியாது.

விருப்பமான பாடல்களைக் கேட்டுக் கொண்டு வண்டி ஓட்ட எனக்குப் பிடிக்கும். அதுபோல பேச நினைக்கும் நண்பர்களோடு பேசிக் கொண்டே பயணிக்கவும் எனக்குப் பிடிக்கும். பெங்களூர், கோயம்புத்தூர், சென்னைக்கெல்லாம் நான் தனியாக டிரைவ் செய்து போயிருக்கிறேன். வாழக்கையில் தனிமைப்பட்டுப் போன எனக்கு இதெல்லாம் தரும் தன்னம்பிக்கைக்கு நான் பயணித்ததை விட நீளம் இருக்கிறது.

இயங்கிக்கொண்டிருக்கும் வரை பயணம் செய்தபடியே இருக்க வேண்டும். கண்ணீர் வந்து என் கண்களை நிறைக்கிறது. இனி முன்னால் போக முடியாது. காரின் கண்ணாடியில் மழைத்துளிகள் வந்து மோதும் சத்தம். மெல்லிய இருட்டு என் பயணத்தைத் தடை செய்கிறது. பெரும் பிரளயம், வழித் தடங்களை மறைக்கிறது. இந்தப் பிரளயத்தில் என் வார்த்தைகளை நான் நழுவ விடுகிறேன். அவை சிறு தோணிகளில் பயணித்து உங்கள் பக்கத்தில் வந்து சேரட்டும்.

### காகிதங்கள் நிறைவுறும்போது...

என்னவாகயிருந்தேன் நான்? வாழ்க்கையில் நடைபயில விரல் நுனி நஷ்டப்பட்டு போன குழந்தை, டப்பிங் ஆர்ட்டிஸ்ட், விவாகரத்து பெற்ற பெண், அம்மா, நெருக்கடியான சூழல்களில் போராடி வென்றவள், ஆசைகளின், நிராசைகளின், அன்பின், அன்பில்லாமையில், தனிமைப்படுத்தபட்ட நான் இதில் யார்? நிஜத்தில் இதெல்லாமாயிருந்தேன் நான். வாழ்வில் பல வாசல்கள் தாண்டி நான் போகும்போது ஆளுமை நிறைந்த ஒரு பெண்ணாக என் முற்றத்திலிருந்து உங்களோடு உரையாடத்தான் எனக்குப் பிடிக்கிறது.

சிறு அறைகளின் சாய்வான படிகளில் உட்கார்ந்து என் ஜன்னல்கள் வழியாகத் தெரியும் வானத்தைப் பார்த்து நான் உங்களுடன் என் குறைந்த வாழ்வனுபவங்களைப் பகிர்ந்து கொள்கிறேன்.